பூச்சி

தொகுதி – 1

பூச்சி

தொகுதி – 1

சாரு நிவேதிதா

Title: Poochi - 1
Author's Name: Charu Nivedita

Published by Ezutthu Prachuram

Ezutthu Prachuram
(An imprint of Zero Degree Publishing)
No. 55(7), R Block, 6th Avenue,
Anna Nagar,
Chennai - 600 040

Website: www.zerodegreepublishing.com
E Mail id: zerodegreepublishing@gmail.com
Phone: 89250 61999

Ezutthu Prachuram First Edition:
ISBN: 978-93-90053-45-2
TITLE NO EP: 418

Cover Design: Santhosh Narayanan
Layout: Vijayan, Creative Studio

அவந்திகாவுக்கு...

பூச்சி என்ற இந்தத் தொடர் மார்ச் 22, 2020இலிருந்து ஏப்ரல் 26, 2020 வரை charunivedita.online என்ற என்னுடைய இணைய தளத்தில் தொடராக அநேகமாக தினந்தோறும் வெளிவந்தது.

1

இத்தனை தினங்களாக பெரும் கவலையில் இருந்தேன். நாகேஸ்வர ராவ் பூங்கா மூடப்பட்டு விட்டதால் அங்கே வசித்த பத்து பூனைகளும் எப்படி சாப்பிடும் என்பதே கவலை. அவைகளுக்கு வேட்டையாடத் தெரியாது என்பதால் பட்டினி கிடக்க வேண்டியதுதான். பூங்காவோ ஒரு மாதம் பூட்டிக் கிடக்கும். ஒரு மாதம் பட்டினி என்றால் சாவுதான். இந்த மைலாப்பூரில் உள்ளவர்களோ பிராமணர்கள். அவர்கள் அந்தப் பூனைகளுக்கு காலையும் மாலையும் உணவு கொடுப்பவர்கள். பிராமணர்கள் பொதுவாக சட்டத்தை மீறும் பழக்கம் இல்லாதவர்கள். ரௌத்திரம் பழகாதவர்கள். பூங்காவின் காவலாளியோ இப்போதுதான் சட்டம் பேசுவார். இப்போதுதான் அவர் போலீஸாக மாறுவார். பொதுவாக சட்டத்தை மீறுவதற்கு அஞ்சும் பிராமணர்கள் நாகேஸ்வர ராவ் பூங்கா காவலாளியின் கெடுபிடிக்கு எதிராக ஒன்றும் செய்ய மாட்டார்களே என்பதுதான் என் கவலைக்குக் காரணம். ஆனால் பூனை ஆர்வலர் பிரகாஷ் வித்தியாசமான பிராமணர். மல்யுத்த வீரன் மாதிரி இருப்பார். பூனை குறுக்கே போகிறது என்று சொல்லி ஒரு கர்ப்பிணிப் பூனையை காலால் உதைத்த

ஒரு ஆளை அடித்து வீழ்த்தியவர் பிரகாஷ். அடித்த ஒரே அடியில் அந்த ஆள் மூர்ச்சையாகி விழுந்து விட்டான். பத்து நிமிடம் ஆனதாம் பிரக்ஞை வர.

இன்று பிரகாஷ் ஃபோன் செய்தார். தினந்தோறும் பூங்காவின் உள்ளே போய் பூனைகளுக்கு உணவு கொடுக்கிறாராம். நிம்மதி ஆயிற்று. இன்றுதான் போக முடியாது; என்ன செய்வது என்று தெரியவில்லை என்று அழுதார். பரவாயில்லை, ஒருநாளில் ஒன்றும் ஆகி விடாது என்று ஆறுதல் சொன்னேன்.

இப்போது எனக்கு இன்னொரு சந்தேகம். இங்கே சென்னையில் உள்ள அடுக்குமாடிக் குடியிருப்புகளில் உள்ள காவலாளிகள் நெடுந்தொலைவில் இருந்து வேலைக்கு வருபவர்கள். பக்கத்தில் அம்மா உணவகம் இருந்தால் அங்கேதான் சாப்பாடு. இல்லாவிட்டால் தள்ளுவண்டியில் கிடைக்கும் இருபது ரூபாய் சாப்பாடு. இன்று ஊரடங்கு என்பதால் அவர்கள் எங்கே சாப்பிடுவார்கள்? அரசியல் கட்சிகளின் 'பந்த்' என்றால் அம்மா உணவகம் திறந்திருக்கும். ஆனால் கொரோனா என்ற இந்தத் தொற்றுப் பூச்சி அரசியல் கட்சிகளை விட சக்தி வாய்ந்ததாகத் தெரிவதால் இன்று அம்மா உணவகம் உண்டா இல்லையா என்று தெரியவில்லை. எங்கள் வீட்டில் காலை பதினோரு மணிக்குத்தான் காலை உணவு. எப்போதும். மதிய உணவு மூன்றரை. இதற்காகவே நான் காலையில் நடைப் பயிற்சிக்கு செல்வதை நிறுத்துவது இல்லை. ஆனால் ஏப்ரல் பத்தாம் தேதி வரை நடைப் பயிற்சிக்குப் போக வேண்டாம் என்று சொல்லி விட்டாள் அவந்திகா. சென்னையில் எல்லா பூங்காக்களையும் மூடி விட்டதால் கடற்கரைக்குப் போகலாம் என்று இருந்தேன். மொட்டை மாடியிலேயே போய்க் கொள் என்பது அவந்திகாவின் யோசனை. யோசனை என்ன யோசனை? உத்தரவுதான். அதனால் மொட்டைமாடியில் நடைப் பயிற்சி செய்து கொண்டு வீட்டிலேயே தோசை போட்டு சாப்பிட்டுக் கொண்டிருந்தேன். நான் காலை எட்டுக்கே சாப்பிட்டு விடும் ஆள். நேற்றோடு தோசை மாவு தீர்ந்து விட்டது. கடையில் போய் மாவு வாங்கி வரக் கூடாது என்பது அவந்திகாவின் 'யோசனை'. அதனால் இன்று காலையில்

சாப்பிட ஒன்றுமில்லாமல் ஒரு முள்ளங்கி, ஒரு வெள்ளரிக்காய், ரெண்டு தக்காளி, ஒரு வெங்காயம் எல்லாவற்றையும் நறுக்கி கால் எலுமிச்சையையும் (தோலோடு) நறுக்கிப் போட்டு சாப்பிட்டேன். வழக்கம்போல் பதினோரு மணி காலை உணவுக்கு இன்று அவல் உப்புமா செய்து கொடுத்தாள் அவந்திகா. எங்கள் குடியிருப்பின் காவலாளி ஃப்ரான்ஸிஸைக் கேட்டபோது காலையிலிருந்து டீ கூட குடிக்கவில்லை என்றார். அவருக்கும் காலை உணவு கொடுத்தாள். மதிய உணவுக்கு என்ன செய்வார் என்று தெரியவில்லை. எங்கள் வீட்டில் உணவு தயாராக மூன்றரை மணி ஆகும். மற்ற சென்னை காவலாளிகள் என்ன செய்கிறார்கள் என்று தெரியவில்லை. இன்று அம்மா உணவகம் உண்டா?

கீழ்த்தளத்தில் உள்ள பூனைகளுக்கு உணவு கொடுப்பதற்காகக் கீழே போனேன். பதினைந்து நிமிடம் நின்றேன். சாந்தோம் நெடுஞ்சாலையைப் பார்த்தேன். கடைகள், உணவு விடுதிகள் எல்லாம் மூடியிருந்தன. எல்லாமே நிசப்தமாக இருந்தது. ஆனால் சாலையில் நிமிடத்துக்கு இரண்டு ஸ்கூட்டர்கள், பைக்குகள் சென்றன. அவ்வப்போது கார்களும் சென்றன.

22.3.2020.

2

மாலை அஞ்சு மணிக்கு நாமெல்லாம் கை தட்டணும் என்று மோடி சொன்னாரோ? அதனால் பலரும் கை தட்டியிருப்பார்கள். நான் தட்டவில்லை. ஏனென்றால், இந்தியா பைத்தியக்காரர்களின் கூடாரமாகத் திகழ்கிறது. வெளியே வராதீர்கள் என்று சொல்லியும் ஒரு நிமிடத்தில் இரண்டு மோட்டார் சைக்கிள் வீதம் போகின்றன. ரயில்கள் திடீரென்று ரத்தானதால் செண்ட்ரல் ரயில் நிலையத்தில் ஆயிரம் பயணிகள் தங்க இடமின்றி அமர்ந்திருக்கிறார்கள். அவர்களுக்கு ஒரு சேவை நிறுவனம் உணவு வழங்குகிறது. இதெல்லாம் மூளை இருப்பவர்கள் செய்கின்ற காரியம்தானா? ஒருத்தருக்கு ஒருத்தர் நாலைந்து அடி தள்ளி இருக்க வேண்டும்; கூட்டம் கூடக் கூடாது என்று சொல்லி சினிமா தியெட்டர், மால் எல்லாவற்றையும் மூடி வைத்திருந்தாலும் ஊருக்குப் போகிறேன் பேர்வழி என்று ஆயிரக்கணக்கான பேர் செண்ட்ரலில் கூடி விட்டார்கள். 1918 - இப்போது நூறு ஆண்டுகளுக்கு முன்பு வந்த ஃப்ளூ ஜுரத்தில் இந்தியாவில் இரண்டு கோடி பேர் இறந்தார்கள். அப்போதைய இந்தியாவின் மக்கள் தொகை இருபத்தைந்து கோடி. இன்றைய நிலையில் கொரோனா குறித்த

விழிப்புணர்வு இல்லாமல் ஆடிக் கொண்டிருந்தால் இந்த மரண எண்ணிக்கை எத்தனை ஆகும் தெரியுமா? அப்படியே நான்கால் பெருக்குங்கள். தமிழகத்தின் மொத்த மக்கள் தொகையும் வரும். நினைக்கவே அலுப்பாக இருக்கிறது.

நேற்று கூட திருவனந்தபுரத்தில் ஒரு கோவில் திருவிழாவில் ஆயிரக்கணக்கான பேர் கூடியிருக்கிறார்கள். இந்த நிலையில் நான் எப்படிக் கை தட்டுவது?

உலகம் முழுவதும் செல்ஃப் குவாரண்டைன் பற்றி ஒரே பேச்சாகக் கிடக்கிறது. எல்லோரும் - உழைக்கும் வர்க்கத்தினரைத் தவிர்த்து - வீட்டில் அடைந்து கிடக்கிறார்கள். அவர்கள் வாழ்க்கையில் அது புதிது. ஆனால் என் தொழிலே அதுதானே? காலையில் ஒரு மணி நேரம் நடைப் பயிற்சிக்குப் போய் வருவதைத் தவிர்த்து நான் வெளியில் செல்வதே இல்லை. எப்போதும் எழுத்தும் படிப்பும்தான். வாரம் ஒருமுறை வெளியே செல்வேன். இப்போது அது தடை பட்டிருக்கிறது. அவ்வளவுதான். என் வேலை அப்படிப்பட்டது. என் மனைவி அவந்திகா வெளியில் செல்வதே இல்லை. இருபத்தாறு வருட திருமண வாழ்வில் நாங்கள் எங்குமே சேர்ந்து வெளியூர் சென்றது இல்லை. இரண்டு மூன்று முறை சேர்ந்து சினிமாவுக்குச் சென்றிருக்கிறோம். கடைசியாகப் பார்த்த படம் ரஜினியின் பாபா. அவளுக்கு வீட்டை விட்டு வெளியே செல்லப் பிடிக்காது. அவளுடைய அம்மா வீட்டுக்குக் கூட போனால் ரெண்டு மணி நேரத்தில் திரும்பி விடுவாள். அவந்திகா இல்லாமல் என் வாழ்வில் நான் ஒருநாள் கூட இருந்தது இல்லை. ஆண்டுக்கு ஒருமுறை ஒரு ஆன்மீகக் கருத்தரங்குக்காக ஒன்றரை நாள் பெங்களூர் செல்வாள். சனிக்கிழமை காலை போய் விட்டு, ஞாயிறு இரவு பதினோரு மணிக்குத் திரும்பி விடுவாள். அப்போதும் ஒரு பதினெட்டு வேலை வைத்து விட்டுப் போவாள் என்பதால் அவள் வெளியில் போயிருப்பதே தெரியாது.

“பணிப்பெண்ணை காலையில் எட்டு மணிக்கே வரச் சொல்லியிருக்கிறேன். நீ ஒரு ரெண்டு நாள் வாக்கிங் போக வேண்டாம்.” “ஏம்மா?” என்று கேட்டால் ஏதாவது ரொம்ப

முக்கியமான காரணம் சொல்வாள். சரி, மதியமாவது எங்காவது வெளியே போகலாம் என்றால், மத்தியானம் பாலாஜி எனக்காக புக்ஸ் கொண்டு வருவார், வாங்கி வை.

இதெல்லாம் அராஜகமாத் தெரிலையா உனக்கு?

ஏம்ப்பா, வருஷத்துல முக்காவாசி நாளு துபாய், சிங்கப்பூர், அமெரிக்கானு போய்ட்றே. நான் தனியாவேதான் கெடக்கிறேன். ஒரு ஒன்றரை நாள் எனக்காக வீட்டைப் பார்த்துக்க மாட்டியா?

ஐயோ, நான் அமெரிக்கா போனதில்லையே?

அதாம்ப்பா, என்னமோ சிலியோ எலியோ, அது அமெரிக்கா இல்லியா?

அதுசரி, இந்த ஜென்ரல் நாலெட்ஜ்ல எல்லாம் குறைச்சலே இல்லை...

அவள் வேலையை விட்டு பத்து ஆண்டுகள் ஆகின்றன என்று நினைக்கிறேன். வேலையை விட்ட பிறகு இந்தப் பத்து ஆண்டுகளாக அவள் எங்கேயும் போனதில்லை. வெளியே போனால் பிடிக்காத ஜென்மம். வீடுதான் சொர்க்கம். ஐந்து நிமிடம் நடந்தால் மெரினா. சீச்சி. அங்க எவம் போவான்? ஒரே கூட்டம். ஒரே குப்பை.

22.3.2020.

3

திரும்பத் திரும்ப இதை சொல்லிக் கொண்டே இருக்க வேண்டும் போலிருக்கிறது. கொரோனாவினால் என் அன்றாட வாழ்வில் எந்த மாற்றமுமே இல்லை. நாகேஸ்வர ராவ் பார்க் நடை மொட்டை மாடி நடையாக மாறி விட்டது. கையை ஹேண்ட் வாஷினால் கழுவுவது? ம்ஹூம். அதில் கூட மாற்றம் இல்லை. நீங்கள் இப்போது ஒரு நாளில் எத்தனை முறை ஹேண்ட் வாஷ் மூலம் கழுவுகிறீர்களோ அத்தனை முறை கொரோனாவுக்கு முந்தின காலத்திலும் நான் கழுவிக் கொண்டிருந்தேன். வெளியில் செல்லும்போது ஹேண்ட் வாஷ் இல்லாமல் போனால் பக்கத்தில் உள்ள பெண்களிடம் சானிடைஸர் வாங்கிப் பயன்படுத்திக் கொள்வேன். ஓ. உங்களுக்குத் தெரிந்திருக்க நியாயம் இல்லை. ஸானிடைஸர் பயன்படுத்தாத பெண்களிடம் நான் பழகுவதில்லை. அல்லது, எனக்குப் பரிச்சயப்பட்ட பெண்களிடம் எப்போதும் ஸானிடைஸர், மவுத்வாஷ் போன்ற சாதனங்கள் இருக்கும். யாரும் இதைச் செய் என்று எனக்கு சொல்லிக் கொடுத்தது இல்லை. நாம் சுத்தமாக இருக்க வேண்டும் என்பதற்காகவும் இதை நான் செய்வதில்லை. இது ஒரு பழக்கம். இப்படி நான் செய்து கொண்டிருந்தேன் என்பதே இப்போதுதான் என் கவனத்துக்கு வருகிறது. ஒருமுறை என் நண்பர் வீட்டுக்குச் சென்றேன். போனதும் வாஷ்பேசினுக்குப் போய் ஹேண்ட்

வாஷைத்தான் தேடினேன். அங்கே இல்லை என்றதும் பாத்ரூமுக்குப் போய்த் தேடினேன். அங்கேயும் இல்லை என்றதும் ஷாம்பூவைப் போட்டுக் கை கழுவினேன். எல்லோரும் மலஜலம் சென்றால்தான் கை கழுவுகிறார்கள். மலம் கழித்தால் கை கழுவலாம். ஆனால் உச்சா போனாலும் ஏதோ மதச் சடங்கைப் போல் கை கழுவுவதை சினிமா தியேட்டர்களில் பார்த்திருக்கிறேன். இந்த ஆட்கள் வேறு எந்த சமயத்திலும் கை கழுவுவதில்லை. சாப்பிட்ட பிறகு கூட தாளில் துடைத்துக் கொள்கிறார்கள். அவர்கள் ஏன் உச்சா போனவுடன் அத்தனை *religious* -ஆக கை கழுவுகிறார்கள்? இவர்கள் கை கழுவும் வேகத்தைப் பார்த்தால் கை வழியாகப் போனார்களா என்று கூட வியந்திருக்கிறேன். ஹிந்து மதத்திலும் அப்படி ஏதும் சொல்லவில்லையே? இஸ்லாத்தில் சொல்லப்பட்டிருக்கிறது, தெரியும்.

சில பேர் இப்போது கை கழுவுவதால் மன உளைச்சல் அடைந்து கொண்டிருக்கிறார்கள். பொறுத்திருந்து பாருங்கள். கொரோனாவுக்குப் பிறகு கொரோனாவை விட ஆபத்தான இரண்டு பயங்கரங்கள் நிகழ இருக்கின்றன. ஒன்று, பொருளாதார வீழ்ச்சி. இரண்டு, மனிதர்களின் மனப்பிறழ்வு. ஏற்கனவே இலக்கியம் படிக்காததால் ஸைக்கோ போல் திரிந்து கொண்டிருந்த மனிதக் கூட்டம் இப்போது தாங்கள் பிறந்ததிலிருந்தே பழக்கப்பட்டிராத வீட்டுத் தனிமையின் காரணமாக முழு ஸைக்கோக்களாக மாறிக் கொண்டிருக்கிறது.

இந்த மனிதக் கூட்டத்தைப் பற்றி நான் எப்போதுமே அக்கறை கொண்டதில்லை. எப்போதுமே இவர்கள் என் சிந்தனையில் இல்லை. ஏனென்றால், எனக்கு மனிதர்களைப் பிடிக்காது. என்ன காரணம்?

இந்த மனிதக் கூட்டம் இதுகாறும் என்ன செய்து கொண்டிருக்கிறது?

ஒருவன் ஐந்து வயதுச் சிறுமியை வன்கலவி செய்து பெட்ரோல் ஊற்றி எரித்துக் கொன்று விட்டான்.

இன்னொருவன் நாலாவது மாடியிலிருந்து நாயைத் தூக்கிப் போட்டு விளையாடி அதை விடியோ எடுத்து சமூக வலைத்தளத்தில் சுற்றுக்கு விடுகிறான்.

இன்னொருவன் - இல்லை, பெண் - இரவு முழுவதும் குடித்து விட்டு அதிகாலையில் வீடு திரும்பும்போது ரோட்டைக் கடந்த ஒரு நைட் வாட்ச்மேன் மீது காரை ஏற்றிக் கொன்று விட்டாள். வேண்டுமென்று செய்யவில்லை, போதையில் ஆகி விட்டது என்று சொல்கிறாள்.

இன்னொரு பையனும் அதேபோல் குடித்து விட்டு அதிகாலையில் வீடு திரும்பும்போது சாலையோரம் தூங்கிக் கொண்டிருந்த ஏழைபாழைகள் மீது வண்டியை ஏற்றி நாலைந்து பேரை முடமாக்கி விட்டான்.

ஒரு பெண் தன் கள்ளக்காதலனுக்காகத் தன் இரண்டு குழந்தைகளையும் கொன்று விட்டாள்.

நாங்கள் அப்படியெல்லாம் கிரிமினல்கள் இல்லை என்பது மற்றவர்களின் கட்சி. உண்மைதான். அவர்கள் எந்தத் தப்புத் தண்டாவுக்கும் போனதில்லை. ஆனால் அவர்கள் தம் வாழ்க்கையில் செய்ததெல்லாம் வீடு கட்டியதைத் தவிர வேறு எதுவும் இல்லை. ஒரு ஆள் மாதம் ஐயாயிரம் டாலர் சம்பாதிக்கிறான். அவன் மனைவி ஐயாயிரம் டாலர் சம்பாதிக்கிறாள். சாதாரண மத்தியதர வர்க்கம். தமிழ்நாட்டில் இதுவரை நாலு வீடு வாங்கியாயிற்று. இன்னொரு வீடும் வாங்குவான். பாரஸைட் என்ற கொரியப் படம் பார்த்தீர்களா? அதில் வரும் மேல்நடுத்தர வர்க்கத்தைப் போலவேதான் எல்லா இந்திய நடுத்தர வர்க்கமும் மேட்டுக்குடியும் வாழ்கிறது. இவர்களைப் பற்றியெல்லாம் நான் ஏன் கவலைப்பட வேண்டும்? இவர்கள் தனிமைச் சிறையில் இருந்தால் என்ன? வெளியில் அலைந்தால் எனக்கு என்ன?

இந்த உலகத்துக்கு, இந்த பூமிக்கு, சக மனிதர்களுக்கு, மொழிக்கு, தன் தேசத்துக்கு, சக உயிர்களுக்கு இவர்கள் ஒரு துரும்பையாவது கிள்ளிப் போட்டிருப்பார்களா? மரம் நட்டேன்

என்கிறார்கள். நட்டால் போதுமா? அது வளரும் வரை தண்ணீர் ஊற்றுவது யார்? ங்கொப்பனா? யாரையேனும் கேளுங்கள். உன் வாழ்நாளில் ஒரு மரம் வளர்த்திருக்கிறாயா? உன் வாழ்நாளில் நீ இந்த உலகத்துக்கு இந்த சமுதாயத்துக்கு ஒரு காரியம் செய்திருக்கிறாயா? மரம் நட்டால் கூட வேளாவேளைக்கு அதற்குத் தண்ணீர் ஊற்ற வேண்டும். குழந்தையை வளர்ப்பது போல் வளர்க்க வேண்டும். அதோடு உரையாட வேண்டும். ஒரு கர்ப்பிணிப் பூனை குறுக்கே வந்து விட்டது என்று அதை உதைக்கிறான். அவன்தான் என் சக மனிதன். அவனோடு வாழத்தான் நான் சபிக்கப்பட்டிருக்கிறேன். ஆனால் இம்மாதிரி மனிதர்கள்தான் தம் வாழ்நாளில் எந்தக் குற்றமும் செய்ததில்லை என்கிறார்கள். டேய், நீ மூச்சு விடுவதே குற்றம்டா என்கிறேன் நான். *Yes, I mean it.* கோபத்தில் சொல்லவில்லை. மூச்சு விடுகிறாய் அல்லவா? அது உன் தாய் கொடுத்தது. உன் தாய்க்கு என்ன செய்தாய்? வாழ்நாள் பூராவும் அவளை உன் வேலைக்காரியாக நடத்தியதைத் தவிர வேறு என்ன செய்தாய் நீ? அதனால் நான் பெண்களின் பக்கம் என்று நினைக்காதீர்கள். இந்த சமுதாயம் இப்படிக் கேடு கெட்டுப் போனதற்கே தாய்மார்கள்தான் காரணம். அவர்கள்தான் முதல் சமூக விரோதிகள். ஒவ்வொரு குழந்தையையும் சமூக விரோதிகளாக வளர்த்து வளர்த்து “இந்தா சமூகமே... எடுத்துக் கொள்” என்று விட்டுக் கொண்டிருக்கிறார்கள். தாய் தகப்பன் ரெண்டு பேருமே கிரிமினல்கள்தான்.

சென்ற மாதம் ஒருநாள், ராமசேஷனும் நானும் பாக்யராஜூம் நாகேஸ்வர ராவ் பூங்காவிலிருந்து தெற்கு மாட வீதி முனையில் உள்ள சங்கீதா உணவகத்துக்கு வந்தோம். அங்கே நடைபாதையில் ஒரு சிறிய உணவு விடுதி உள்ளது. அங்கே நடைபாதையிலேயே நின்று சாப்பிடும் வசதியும் உண்டு. அங்கே ஒரு நாற்பது வயதுத் தடிமாடு, தன்னுடைய ஐந்தே முக்கால் அடி உயரம் உள்ள, பள்ளிச் சீருடை அணிந்த தடிமாட்டுக்கு பொது இடம் என்று கூடப் பாராமல் இட்லியை ஊட்டி விட்டுக் கொண்டிருந்தது. அந்தச் சின்னத் தடிமாடு எப்படியும் பத்தாம் வகுப்பு படிக்கும் என்று நினைக்கிறேன். கையைக்

காண்பித்தே ராமசேஷனிடம் அந்த அவலக் காட்சியைக் காண்பித்தேன். இந்தச் சின்னத் தடிமாடு பெரிதாக வளர்ந்து ஒரு பெண்ணைத் திருமணம் செய்து கொள்ளும்போது என்ன செய்யும்? சாமானை எடுத்து நீயே வச்சுக்கோ என்றுதானே சொல்லும்? அதற்கு அம்மா அப்பா வர முடியாது இல்லியா? நம் கலாச்சாரம் அனுமதித்தால் அதையும் செய்யத் தயாராக இருப்பார்கள் நம் பெற்றோர் என்று நினைக்கிறேன். இப்படி ஐந்தே முக்கால் அடி உயரம் வளர்ந்த, பத்தாம் வகுப்பு படிக்கின்ற தடிமாட்டுக்கே இட்லியை எடுத்து வாயில் ஊட்ட தாயோ தகப்பனோ தேவைப்படும் சமூகத்தில் - அதுவும் பொது இடத்தில் என்பதுதான் இங்கே முக்கியம், வீட்டுக்குள்ளே என்ன கருமத்தையாவது செய்து கொள்ளுங்கள் - கொரோனா போன்ற உயிர்க்கொல்லி நுண்ணுயிரி புகுந்தால் அந்த சமூகம் என்ன ஆகும்?

என் நண்பரின் நண்பர்கள் பன்னிரண்டு பேர். அனைவரும் மருத்துவர்கள். எம்.டி. படித்தவர்கள். ஆறு ஆண், ஆறு பெண். நண்பரின் வகுப்புத் தோழர்கள். திருமணம் செய்து கொண்டார்கள். ஆறு ஜோடியும் அடுத்தடுத்து மூன்று ஆண்டுகளில் விவாகரத்து. இனிமேல்தான் கதையே. ஆறு பெண்களும் சொன்ன கதைகள் ஒரே மாதிரி இருந்தன. அவன் சிகரெட்டால் என் முலையைச் சுட்டான், அடித்தான், உதைத்தான். இன்ன பிற. எல்லாவற்றையும் நீங்கள் அராத்துவின் பொண்டாட்டி நாவலில் விலாவாரியாகக் காணலாம். அராத்துவுக்கு என் நண்பர் சொன்னவை அல்ல அவை. அவர் எழுதியதெல்லாம் அவர் “களப்பணி” புரிந்து அறிந்தவை. எல்லாம் எம்.டி. படித்த மருத்துவர்கள். இவன்களுக்கெல்லாம் கொரோனா வந்தால் என்ன? வராவிட்டால் என்ன? பெண்களெல்லாம் ஒடுக்கப்பட்டவர்கள் என்று சொல்ல மாட்டேன். அவர்கள் படுத்தும் ஆக்கினைகள் வேறு கதை. ஆண் பெண் உறவில் ஒன்று, ஆண் ஆதிக்கவாதியாக இருக்க வேண்டும். அல்லது, பெண் லத்தியைத் தன் கையில் எடுக்க வேண்டும். இவர்களெல்லாம்தான் குற்றச் செயல்களில் ஈடுபடாத நடுத்தர வர்க்கத்தினர். இவர்கள்தான் இன்று வீட்டில் தனிமையில்

இருக்க முடியாமல் தவிக்கிறார்கள். இப்படிப்பட்டவர்கள் எக்கேடு கெட்டுப் போனால் எனக்கென்ன?

எங்கள் பகுதியில் உள்ள ஒரு மருத்துவர் நாடி பிடித்துப் பார்த்து விட்டு 800 ரூபாய் கட்டணம் வசூலிக்கிறார். நாடி பிடித்துப் பார்ப்பதற்கு 800 ரூபாய் மைலாப்பூர் முழுவதும் இதே கதைதான். ஒரு மருத்துவர் அல்ல. எல்லோரும்.

மொத்த மனிதக் கும்பலில் நூற்றுக்கு ஒருத்தர் தேறுகிறார். அல்லது ஆயிரத்தில் ஒருத்தர். அந்த நூற்றில் ஒருத்தருக்கு அல்லது ஆயிரத்தில் ஒருத்தருக்காகத்தான் நான் எழுதுகிறேன். அல்லது எனக்காகத்தான் எழுதுகிறேன் என்றும் சொல்லலாம். பிரபஞ்சத்தில் எத்தனையோ நட்சத்திரங்களும் கிரகங்களும் இருக்கின்றன. அதையெல்லாம் வானசாஸ்திர வல்லுனர்கள் விவரித்துக் கேட்க வேண்டும். அந்த சராசரத்தில் பூமி என்ற இடத்தில் நாம் வாழ்வதற்கு உண்டான காற்றையும் ஒளியையும் ஆகர்ஷண சக்தியையும் (அது இல்லாவிட்டால் காணாமல் போய் விடுவோமே?) வெப்பத்தையும் விருட்சங்களையும் நாம் தனிமையில் வாடாமல் இருக்க மிருகங்களையும் நதியையும் வனங்களையும் படைத்திருக்கிறார் கடவுள். கடவுள் நம்பிக்கை இல்லாவிட்டால் இயற்கை என்று வைத்துக் கொள்ளுங்கள். அப்படிப்பட்ட பூமியில் கோடுகளைப் போட்டு தேசமெனப் பிரித்து மண்ணுக்காக போரிட்டுக் கொண்டிருக்கிறது மனிதக் கூட்டம். திபெத் என்ற மாபெரும் தேசத்தையே கபளீகரம் செய்து வைத்திருக்கிறது சீனா. கேட்க நாதி இல்லை. இதற்கிடையில் மதச் சண்டை. கலவரம். பிரதமரை ஒரு சீக்கியன் கொன்றால் மூவாயிரம் அப்பாவி சீக்கியர் படுகொலை. சிரியாவில் இஸ்லாமியரை இஸ்லாமியரே தீர்த்துக் கட்டுகிறார்கள். இப்படிப்பட்டதான உலக மாந்தர் ஒரு நுண்ணுயிரியால் அல்லல்படுவதைக் கண்டு நான் வருந்த வேண்டுமோ? தினை விதைத்தவன் தினை அறுக்கிறான்.

எந்த விதத்திலும் எனக்கு இந்தத் தனிமை வாழ்க்கை புதிதாக இல்லை. எப்போதாவது ஒரு சமயம் சலிப்பாக இருக்கும்.

அப்போது நெட்ஃப்ளிக்ஸ் பார்ப்பேன். அவ்வளவுதான். அல்லது, வரப் போகும் வாராந்திர சந்திப்புக்காக ஆர்வத்துடன் காத்துக்கொண்டிருப்பேன். ஒருநாள் அப்படிப்பட்ட வாராந்திர சந்திப்பு ஒன்று. புதன்கிழமை. சந்திக்க வேண்டிய நண்பரிடமிருந்து ஃபோன் இல்லை. மறுநாள் கேட்டபோது அடடா, மறந்தே போனேன் என்றார். நிஜமான வருத்தத்துடன்தான். நான் அந்த புதன்கிழமைக்காக ஒரு வாரம் காத்திருந்தேன். ஒரு வாரம் என்பது உங்களுடைய ஒரு வாரம் அல்ல. அந்த ஒரு வாரத்தில் நீங்கள் நூற்றுக்கணக்கான, ஆயிரக்கணக்கான மனிதர்களைப் பார்த்திருப்பீர்கள். பிச்சைக்காரன், எதிரே போகும் பஸ்ஸில் தொற்றிக் கொண்டு போகும் கல்லூரி மாணவர்கள், ஸ்கூட்டரில் கறுப்புக் கோட்டு அணிந்து கொண்டு போகும் ஜூனியர் வக்கீல் (கொஞ்ச நாளில் அவர் கார் வாங்கி விடுவார்; அப்புறம் அவரை நீங்கள் பார்க்க முடியாது. காரின் சைட் விண்டோவில் சன்ஷேட் போட்டு விடுவார். உள்ளே இருப்பவர்களை வெளியிலிருந்து பார்க்க முடியாது. அப்படிப் போடுவது இங்கே தடை செய்யப்பட்டிருந்தாலும் வக்கீலை யார் கேட்க முடியும்?), குப்பை அள்ளும் தொழிலாளர்கள், பெட்டிக்கடையில் நின்று புகைத்துக் கொண்டிருப்பவர்கள், வாகனங்களில் ஜோடியாகவும் தனியாகவும் செல்பவர்கள், உங்கள் அலுவலகத்தின் சக பணியாளர்கள்... இந்தியாவில் எங்கேதான் மனிதர்கள் இல்லை? உங்களுக்கு சம்பந்தம் இருக்கிறதோ இல்லையோ மனிதர்களை நீங்கள் பார்த்துக் கொண்டேதான் இருக்க வேண்டும். அது இந்தியாவின் தலைவிதி. ஆனால் பல நாட்களில் நான் காலை ஒன்பது மணியிலிருந்து அடுத்த நாள் காலை ஏழு மணி வரை அவந்திகாவைத் தவிர வேறு ஒரு மனிதரைக் கூட பார்க்காமல்தான் இருந்து வருகிறேன்.

காலை ஏழு மணிக்கு நாகேஸ்வர ராவ் பூங்காவுக்குப் போகிறேனா? ஆட்டோ டிரைவரிலிருந்து ஆரம்பிக்கும். பிறகு பார்க். அங்கிருந்து ஒன்பது மணிக்கு வீட்டில் அடைந்து விட்டால் அடுத்த நாள் ஏழு மணி வரை என் அறைதான் என் இருப்பிடம். பூனைகளையும் அவந்திகாவையும் தவிர வேறு

ஒரு மனித உயிரைக் கூட பார்க்க இயலாது. இது பற்றி எனக்கு எந்தப் புகாரும் இல்லை. முக்கால்வாசி எழுத்தாளர்களின் வாழ்க்கை இப்படித்தான். குறைந்த பட்சம் இது உங்களுக்குத் தெரிந்திருக்க வேண்டும் என்பதற்காக இத்தனை விலாவாரியாக எழுதுகிறேன். இது பற்றி நான் நண்பர்களிடம் சொல்லும்போது ஒருவர் கூட நான் சொல்வதைப் புரிந்து கொண்டதாக எனக்குத் தெரிந்ததில்லை. முதலில் நான் சொல்வது புரிந்தால்தான் என் அனுபவத்தின் உள்ளே செல்ல முடியும். திரும்பவும் சொல்கிறேன். இது பற்றி எனக்கு எந்தப் புகாரும் இல்லை. புகார் என்னவென்றால், இது பற்றிய பிரக்ஞை - ஒரு எழுத்தாளனின் அன்றாட வாழ்க்கை பற்றிய பிரக்ஞை - குறைந்த பட்சம் ஓரிருவருக்காவது தெரிந்திருக்க வேண்டாமா?

சொல்லப் போனால், நானெல்லாம் ஒரு நெருக்கமான கூட்டத்தில் வாழ்பவன். என் வீட்டு மொட்டைமாடிக்குப் போனால் நூற்றுக்கணக்கான மனிதர்களை சாந்தோம் நெடுஞ்சாலையில் பார்க்கலாம். அல்லது, குறைந்த பட்சம் வாகனங்களின் சப்தமாவது என் அறையில் கேட்கும். காலை ஒன்பதரை மணிக்கு முதலமைச்சர் அலுவலகத்துக்குப் போகும்போது சைரன் ஒலித்தபடியே செல்லும் அவரது கார். ஏன் அனாவசியமாக அந்த சத்தம்? நான் முதலமைச்சராக இருந்தால் அந்த சத்தத்தை நிறுத்துய்யா என்றுதான் சொல்வேன். நிறைய ஆம்புலன்ஸ் சத்தமும் கேட்கும். இப்படி வாகன சப்தம் கூட இல்லாமல் வாழும் நிறைய எழுத்தாளர்கள் இருக்கிறார்கள். ஹென்றி டேவிட் தோரோ வாழ்ந்தார் இல்லையா, வால்டன் என்ற கானகத்தில்? அப்படி பல எழுத்தாளர்கள் இன்றும் தனிமையில்தான் வாழ்ந்து கொண்டிருக்கிறார்கள். பாவ்லோ கோய்லோ இப்போது ஜெனீவாவில் வசிக்கிறார். இதற்கு முன்பு அவர் ஃப்ரான்ஸின் தென் மூலையில் உள்ள *Pyranees* மலையடிவாரத்தில் வசித்தபோதும் ஒரு ரிஷியைப் போல் தனியாகத்தான் வாழ்ந்தார். அதனால்தான் எழுத்தாளர்களை நான் எப்போதும் இந்தியத் துறவிகளுடனேயே ஒப்பிட்டுக் கொண்டிருக்கிறேன்.

27.3.2020.

4

இதுவரை யாரும் வீட்டிலேயே இருந்ததில்லை. இப்போது வீட்டிலேயே இருக்க வைக்கப்பட்டிருப்பது அவர்களுக்குப் புதிதாகவும் கடுமையான மன உளைச்சலை ஏற்படுத்தக் கூடியதாகவும் இருக்கிறது. ஏற்கனவே இலக்கியம் படிக்காமல் ஸைக்கோக்களாக உலவி வந்து கொண்டிருந்த கூட்டம் இப்போது வீட்டுச் சிறையிலும் வைக்கப்பட்டால் என்ன ஆகும்? இன்னும் இருபத்தோரு நாள் கழித்து வெளியே வரும் போது இந்தக் கூட்டம் இன்னும் மோசமான ஸைக்கோக்களாகவே வெளியே வரும். இதில் எனக்கு எந்தச் சந்தேகமும் இல்லை. ஒரு நண்பர் பிரிட்டானியா பிஸ்கட்டில் எத்தனை ஓட்டை இருக்கிறது என்று எண்ணி ஃபேஸ்புக்கில் போட்டிருக்கிறார். அது ஒரு குறியீடு. அப்படித்தான் நடந்து கொண்டிருக்கிறது. வெறும் தனிமைச் சிறை அல்ல. மரண பயத்துடன் கூடியதான தனிமைச் சிறை. ஒரு நண்பர் காஷ்மீரில் நடைமுறையாக இருந்த ஊரடங்கு உத்தரவு பற்றிக் குறிப்பிட்டிருந்தார். ஆனால் அந்த ஊரடங்கு வேறு; நம்மூரில் நடக்கும் ஊரடங்கு வேறு. காஷ்மீர் ஊரடங்கில் வீட்டை விட்டு வெளியே வந்தால், தலை தெரிந்ததுமே சுட்டு விடுவார்கள். பொதுவாகக் கடும் ஞாபக மறதி கொண்ட எனக்கு அந்த விஷயங்கள் எதுவுமே மறக்கவில்லை. ஊரடங்கு உத்தரவு அமலில் இருந்த நேரம்.

முப்பது நாளோ நாற்பது நாளோ. ஒரு இரவு நேரத்தில் சிறுநீர் கழிப்பதற்காக ஒரு பத்து வயது சிறுவன் தன் குடிசையை விட்டு வெளியே வந்தான். சுட்டு விட்டார்கள். பையன் இறந்து விட்டான். ஆனால் ராணுவம் ஒத்துக் கொள்ளாது. தீவிரவாதியை சுட்டு விட்டோம் என்று அறிவித்து விடுவார்கள்.

நம்மூர் ஊரடங்கெல்லாம் வெறும் பம்மாத்து. இருபத்தோரு நாளில் இது எத்தினியாவது நாள்? என் வீட்டு மாடியிலிருந்து சாந்தோம் நெடுஞ்சாலையைப் பார்த்தால் நிமிடத்துக்குப் பத்து வாகனங்கள் போய் வந்து கொண்டிருக்கின்றன. கார்கள், ஸ்கூட்டர், பைக் எல்லாம். எல்லோருமேவா மருத்துவர்கள்? மற்ற நாட்களில் ஒரு நிமிடத்தில் நூறு வாகனம் போகுமாயிருக்கும். இப்போது பத்து. வீட்டுக்கு எதிரே தள்ளுவண்டியில் ஒரு அம்மாள் தக்காளியும் ஆரஞ்சுப் பழமும் வைத்து விற்றுக் கொண்டிருக்கிறார். தினந்தோறும் தள்ளுவண்டியில் காய் கொண்டு வரும் காய்கறிகாரரும் நாள் தவறாமல் வந்து கொண்டிருக்கிறார். என் வீட்டுக்கு காலையும் மாலையும் பசும்பால் கொண்டு வரும் கோனாரும் தவறாமல் வருகிறார்.

அதே சமயம், ஸ்கூட்டரில் சென்று கொண்டிருந்த மருத்துவரை ஒரு போலீஸ்காரர் அடித்து விட்டார். அந்தக் காணொலியை ஒரு கோடி பேர் பார்த்திருப்பார்கள் போல. சார், நான் டாக்டர் சார் என்கிறார் லத்தியால் அடி வாங்கியவர். பதிலுக்கு அந்த முட்டாள் போலீஸ் “முன்னாடியே சொல்லிருந்தா என்னா சார்?” என்கிறார். நான் போலீஸாக இருந்தாலும் இப்படித்தான் செய்திருப்பேன் என்று நினைக்கிறேன். காட்டுமிராண்டி தேசத்தில் நாமும் காட்டுமிராண்டியாகத்தானே இருக்க வேண்டும்? நம் நாட்டில் யாருக்கும் எப்போதுமே போலீஸிடம் பயமில்லை. எப்போதுமே சட்டத்தின் மீது மரியாதை இல்லை. ஊரடங்கு உத்தரவு போட்டும் ஆள் ஆளுக்கு அலைந்து கொண்டிருக்கிறான். போலீஸ்காரர் என்ன செய்வார்? ஏற்கனவே கடுமையான மன உளைச்சலில் இருப்பவர்கள் அவர்கள். இதற்காகத்தான் நான் ஸ்ரீராமிடம் கழுத்தில் ஸ்டெதெஸ்கோப்பை மாட்டிக் கொண்டு செல்லுங்கள்

என்று முந்தின நாளே எச்சரித்திருந்தேன். அவரும் அதைச் செய்ததால் பிரச்சினை இல்லை.

இந்த நிலையில் ஒரு சம்பவம் நடந்தது. ஒரு தொலைக்காட்சி சேனலிலிருந்து ஒரு ஃபோன். அன்றைக்கு முந்தின நாள் மாலையில்தான் தமிழக முதல்வர் ஒரு வார காலம் ஊரடங்கு உத்தரவு பிறப்பித்திருந்தார். அப்போது இன்னும் மோடி இருபத்தோரு நாள் ஊரடங்கை அறிவித்திருக்கவில்லை. அன்றைய இரவு எட்டு மணிக்குத்தான் அறிவிக்கிறார். அன்று காலையில் ஒரு ஃபோன்.

உங்களால் ஒரு பேட்டி தர முடியுமா?

நான் ஒன்றும் புரியாமல் முழிக்கிறேன். பதில் சொல்ல முடியவில்லை. என் மௌனத்தைப் பார்த்து அவரே தொடர்கிறார். *இப்போது எல்லோரும் வீட்டில் இருப்பதால் அவர்கள் புத்தகங்கள் படிக்கலாம், படிக்க வேண்டும் என்று நீங்கள் சொல்ல முடியுமா?*

இல்லிங்க. எனக்கு அதுல இஷ்டம் இல்ல.

நீங்கள் ஸ்டுடியோ வந்து அலைய வேண்டாம். உங்கள் வீட்டுக்கே எங்கள் குழு வரும்.

இல்லிங்க, வேணாம். எங்க அபார்ட்மெண்ட்ல அதுக்கு விட மாட்டாங்க.

அப்போ நீங்களே பேசி பதிவு பண்ணி அனுப்பி வைக்க முடியுமா? ஏன்னா, எல்லாரும் வீட்டிலேயே இருக்காங்க. இப்போ படிச்சா நல்லது.

இல்லிங்க. எனக்கு அதுல இஷ்டம் இல்ல. வேண்டாங்க. என்ன விட்ருங்க.

எப்படி இருக்கிறது பாருங்கள். பிள்ளை பிடிப்பவனிடமிருந்து தப்பிப்பது போல் தப்பி வந்தேன். இதில் என்ன குழப்பம் என்று உங்களுக்குத் தோன்றலாம். ஆனால் எனக்கு இதில் கடுங் கோபம் ஏற்பட்டது. இந்த *philistine* கும்பலிடம் போய் நான் ஏன் புத்தகம் படியுங்கள் என்று கெஞ்ச வேண்டும்?

படித்தால் படிக்கட்டும்; படிக்காவிட்டால் எக்கேடும் கெட்டுப் போகட்டும். எனக்கு என்ன? சரி, அப்படியே நான் படியுங்கள் என்று கெஞ்சினாலும் ஒருத்தராவது படித்து விடப் போகிறார்களா என்ன? ஒரு கன்னத்தில் அடித்தால் இன்னொரு கன்னத்தையும் திருப்பிக் காட்டு என்ற வசனத்தைச் சொன்னது போல் அல்லவா என்னைப் பைத்தியக்காரனாகப் பார்ப்பார்கள்? "என்னது, படிப்பதா? முதலில் நீ யார் அதைச் சொல்வதற்கு?" என்றுதானே கேட்பார்கள். ஒருவேளை அப்படிக் கேட்காவிட்டாலும், நாங்கள் ஏன் படிக்க வேண்டும் என்று கேட்டால் அவர்களுக்கு நான் என்ன சொல்லட்டும்? நான் சொல்லும் பதில் அவர்களுக்குப் புரியுமா?

இன்னொரு விஷயம். ஒரு எழுத்தாளனே போய் இந்தத் தனிமைக் காலத்தில் புத்தகம் படியுங்கள் என்று சொல்வது அவமானகரமானது இல்லையா? ரமண மகரிஷி தெருவோரத்தில் நின்றபடி, நீங்களெல்லாம் ரமணாசிரமம் வர வேண்டும் என்று நோட்டீஸ் கொடுக்கிற மாதிரி அல்லவா இருக்கிறது? ஜக்கி வாசுதேவ் அப்படிச் செய்கிறாரா என்ன? ஆயிரக்கணக்காக பணம் கொடுத்து அல்லவா அவர் பேச்சைக் கேட்கிறார்கள் மக்கள்? இங்கே எழுத்தாளர்கள் இலவசமாக எழுதிக் கொண்டிருக்கிறார்கள். அதை இலவசமாகப் படிக்கச் சொல்லி எழுத்தாளர்களே செய்தி சேனல்களின் மூலம் கூவ வேண்டுமா?

என் மனதில் இது தொடர்பாக எத்தனையோ எண்ணங்கள் எழுகின்றன. எதை எழுதுவது எதை விடுவது என்று தெரியவில்லை. படிப்பு என்றால் என்னவென்றே தெரியாத ஒரு சமூகத்திடம் போய் "நீங்கள் வீட்டில் இருக்கிறீர்கள், இப்போது இந்த நேரத்தைப் பயன்படுத்திப் படியுங்கள்" என்று சொன்னால் இந்த எட்டு கோடி பேரில் ஒரே ஒரு ஆள் கூட அதைக் கேட்க மாட்டார். இது எனக்கு அத்தனை நிச்சயமாகத் தெரிகிறது. படிக்கும் பழக்கம் உள்ளவர்கள் படிப்பார்கள். அவர்களைப் பற்றி நான் பேசவில்லை. யோகா செய்தால் நூறு வயது வாழலாம். நம் எல்லோருக்கும் தெரியும். நாம் செய்கிறோமா? இல்லை. யோகா செய்து நூறு வயது வாழ்வதை

விட டாஸ்மாக்கில் குடித்து அம்பது அறுபது வரை வாழ்ந்தால் போதும் என்று நினைக்கும் சமூகக் கூட்டத்தைச் சேர்ந்தவர்கள் நாம். சூரிய நமஸ்காரம் என்று ஒரு பயிற்சி உள்ளது. ஹட யோகம். ஆரம்பத்தில் ஒன்றோ ரெண்டோதான் பண்ண முடியும். தொடர்ந்து செய்தால் பழகப் பழக பதினெட்டு வரை செய்யலாம். பதினெட்டு செய்ய முப்பத்தாறு நிமிடம் ஆகும். இதைச் செய்து வந்தால் நூறு ஆண்டுகள் நோய் நொடியில்லாமல் வாழலாம். இதையெல்லாம் விடுங்கள். சந்தியாவந்தனம் என்ற ஒரு சடங்கை பிராமணர் செய்யப் பார்த்திருக்கலாம். இப்போதெல்லாம் பிராமணர்களில் தொண்ணூற்றைந்து சதவிகிதத்தினர் இதைச் செய்வதில்லை. மீதி ஐந்து சதவிகிதத்தினர் ஒளிந்து கொண்டும் பயந்து கொண்டும் வெட்கப்பட்டுக் கொண்டும் செய்கிறார்கள்.

சந்தியாவந்தனத்தை முறையாகச் செய்தால் வேறு எந்த உடல் பயிற்சியும், மனப் பயிற்சியும் இல்லாமல் எந்த மனிதரும் நூறு ஆண்டுகள் நோயில்லாமல் வாழலாம். மேலும் சந்தியாவந்தனத்தை யார் வேண்டுமானாலும் செய்யலாம். அப்புறம் ஏன் பிராமணர்கள் மட்டும் செய்கிறார்கள்? சம்ஸ்கிருதமும் வேதமும் அவர்களிடம் இருந்ததால் அதை அவர்கள் செய்ய ஆரம்பித்திருக்கலாம். ஆனால் ரிஷிகளில் பெரும்பாலானவர்கள் பிராமணர் அல்லாதவர்தாம். சந்தியாவந்தனத்தை பிராமணர் மட்டுமே செய்ய வேண்டும் என்று எந்த நூலிலும் சொல்லப்படவில்லை. பின்னால் வந்த பிராமணர் அல்லாதார் சந்தியாவந்தனம் பற்றித் தெரியாமலேயே அதை ஒதுக்கி விட்டனர். அவ்வளவுதான். உடலுக்கும் மனதுக்கும் நன்மை பயக்கக்கூடிய செயல்களில் தலையாயது பிராணாயாமம்தான். மற்ற எல்லாமே பிராணாயாமத்துக்கு அடுத்தபடியானதுதான். ஏனென்றால், பிராணன் (மூச்சு) தான் எல்லாவற்றுக்கும் அடிப்படை. மூச்சை சரியாக விட்டால் நூறு வயது. சந்தியாவந்தனத்துக்கு அடிப்படை பிராணாயாமம். பிராணாயாமத்தை முறையாகச் செய்ய இருபது நிமிடம் ஆகும். குளித்து விட்டுத்தான் சந்தியாவந்தனம் செய்ய வேண்டும். காலை நேர சந்தியாவந்தனத்தை சூரிய ஒளியில்தான் செய்ய

வேண்டும். வீட்டுக்குள்ளேயே புகுந்து கொண்டு செய்யக் கூடாது. அடுக்குமாடிக் குடியிருப்புகளில் வசிப்போர் மொட்டைமாடியில் செய்யலாம். சனாதன தர்மத்தில் காயத்ரி மந்திரத்தைப் போல் சக்தி வாய்ந்த மந்திரம் வேறு எதுவும் இல்லை. அதை உச்சாடனம் செய்துதான் சந்தியாவந்தனம் செய்ய வேண்டும். ஒரு நாளில் மூன்று முறை செய்ய வேண்டும். காலை, மதியம், சாயுங்காலம். இஸ்லாமில் ஐந்து முறைத் தொழுகையைக் கட்டாயக் கடமையாக்கியது போல் சனாதன தர்மத்தில் இதையெல்லாம் கட்டாயப்படுத்தாமல் போனதாலும் மேற்கத்திய பகுத்தறிவு மடமையினாலும் இதையெல்லாம் ஹிந்துக்கள் இழந்தார்கள். இப்போது ஹிந்துத்துவ அரசியல் பேசும் சில மௌடீக பிராமணர் மத்தியில் சந்தியாவந்தனம் வெறும் பெயரளவில் எஞ்சி நிற்கிறது. பரிதாபத்துக்குரிய இந்த விஷயத்தை ஏன் சொல்ல வந்தேன் என்றால், எல்லோரும் படியுங்கள் என்று சொன்னால் என்னைத்தான் பைத்தியக்காரன் என்று சொல்லுவான். எல்லோரும் சந்தியாவந்தனம் செய்யுங்கள் என்று சொன்னால் என்னை என்ன சொல்வார்களோ, அதே கதைதான்.

மேலும், தொலைக்காட்சி சிம்மங்களே, என்னிடம் வந்து எல்லோரையும் படிக்கச் சொல்லி பேட்டி கொடுங்கள் என்று கேட்கிறீர்களே, இதை ரஜினி கமல் போன்ற பிரபலங்கள் அல்லவா சொல்ல வேண்டும்? அவர்கள் சொன்னாலும் கேட்க மாட்டார்கள் என்பது வேறு விஷயம். ஆனால் சொல்ல வேண்டியவர்கள் அவர்கள் அல்லவா? வேறு எல்லாவற்றுக்கும் மைக்கைத் தூக்கிக் கொண்டு அவர்களிடம் செல்கிறீர்கள்தானே? இதற்குப் போய் கேளுங்களேன்? ஆனால் நீங்கள் புத்திசாலிகள். அவர்கள் அப்படிப்பட்ட பேட்டியை உங்களுக்குத் தர மாட்டார்கள். தர மாட்டார்கள் என்றும் உங்களுக்குத் தெரியும். சார், இந்த குவாரண்டைன் சமயத்தில் உங்களுடைய பழைய படங்களைப் பற்றிய ரசமான சம்பவங்கள் எதையாவது பகிர முடியுமா என்று கேட்டால் கூட காது கொடுத்துக் கேட்பார்கள். யோசிப்பார்கள். மக்களெல்லாம் புத்தகம் படிக்க வேண்டும் என்று சொல்லுங்கள் என்று நீங்கள்

அவர்களிடம் சொன்னால் என்னய்யா விளையாட்றியா என்றுதான் கேட்பார்கள். சரி, ரஜினி கமல் வேண்டாம். நம்முடைய சமூக ஆர்வலர் இருக்கிறாரே, மிஸ்டர் சூர்யா. அவரிடம் கேட்கலாமே? ம்ஹூம். அவரும் பேச மாட்டார். ஏனென்றால், அவர் புத்தக வாசிப்பு பற்றி இதுவரை எதுவும் வாய் திறந்ததில்லை. ஆக, இலவசமாகவே எழுதிக் கொண்டிருக்கும் எழுத்தாளர்களே தங்கள் புத்தகங்களைப் படிக்கச் சொல்லி பொதுமக்களிடம் கெஞ்ச வேண்டும் என்று முடிவு செய்து விட்டீர்கள், இல்லையா?

நான் அதற்கு ஆள் இல்லை. படிப்பதோ படிக்காமல் ஸைக்கோவாகவே தொடர்வதோ பொதுஜனத்தின் இஷ்டம். இந்த விஷயத்தில் இன்னொரு இக்கட்டும் இருக்கிறது. படிப்பு என்றால் என்னவென்றே தெரியாத இந்த சமூகம் நான் படிக்கச் சொன்னதும் - வீட்டில் எந்த வேலையும் இல்லாததால், பிறந்ததிலிருந்தே வீட்டில் இருந்து பழகாததால், இப்போது வீட்டிலேயே குத்த வைத்திருப்பது தனிமைச் சிறையைப் போல் வாட்டுவதால் - படிக்கிறோம் என்று முடிவு செய்கிறது என்றே வைத்துக் கொள்வோம், ஒரு பேச்சுக்கு. எதைப் படிப்பார்கள்? தயவுசெய்து சொல்லுங்கள்.

புத்தக விழாவுக்கு வரும் - இலக்கியம் என்றால் என்னவென்றே தெரியாத ஆட்டுமந்தைக் கூட்டத்தைப் பார்த்தால் எனக்குப் பரிதாபமாக இருக்கும். அங்கே காணப்படும் நூற்றுக்கணக்கான புத்தக அரங்குகளில் அவர்கள் எதையென்று வாங்குவார்கள்? கண்ணைக் கட்டி அத்துவானக் காட்டில் கொண்டு போய் விட்டு மீண்டு வா என்று சொல்வதைப் போலத்தான். காலச்சுவடு, உயிர்மை, யாவரும், க்ரியா, ஸீரோ டிகிரி பப்ளிஷிங், தேசாந்திரி, டிஸ்கவரி புக் பேலஸ் என்று ஒரு பத்துப் பதினைந்து அரங்குகளில் இலக்கியப் புத்தகங்கள் கிடைக்கும். அவற்றின் பெயர்கள் எனக்குத் தெரியும். ஒரு காமன்மேனுக்கு அந்தப் பெயர்கள் எப்படித் தெரியும்?

சரி, மேற்குறிப்பிட்ட அந்த அரங்குகளுக்கு நம்முடைய கனம் பொருந்திய காமன்மேன் வந்து விட்டான் என்றே வைத்துக்

கொள்ளுங்கள். அவன் அருகே அவன் காரியம் யாவினும் கைகொடுக்கும் பத்தினியும், ஐந்து வயது மகளும் நின்று கொண்டிருக்கிறார்கள். இருவருமே அவனை அதிசயத்துடன் பார்த்துக் கொண்டும் இருக்கிறார்கள். இதுவரை நம் அப்பா இப்படி ஒரு காரியத்தைச் செய்து நாம் பார்த்ததில்லையே? அப்பாவுக்கு என்ன பரிட்சையா கிரிட்சையா? அதெல்லாம் நம்மைப் போன்ற சின்னப் பசங்களுக்குத்தானே நடக்கும்? அப்பா என்ன செய்யப் போகிறார், பார்ப்போம். இது மகள். இதுவரை நம் கணவன் குடித்துத்தானே பார்த்திருக்கிறோம்? படித்துப் பார்த்ததில்லையே? குடியாவது பரவாயில்லை. சொன்னதையே ஒம்போது தடவை சொல்வார். பொறுத்துக் கொள்ளலாம். இது அப்படித் தெரியவில்லையே? இந்த மிருகத்தினால் நமக்கு ஆபத்தா அல்லது வீட்டுப் பிராணி மாதிரி சாதுவாக இருக்குமா? புரியவில்லையே? - இது மனைவி. அந்த ஆசாமிக்கும் ஒன்றும் புரியாது. ஆதவன், கு. அழகிரிசாமி, ந. பிச்சமூர்த்தி, க.நா.சுப்ரமணியன், தஞ்சை ப்ரகாஷ், அசோகமித்திரன். இவுங்கள்ளாம் யாரு? பேரெல்லாம் ஒரு மாதிரியா இருக்கே? எழுத்தாளர்னா பட்டுக்கோட்டை பிரபாகர், ராஜேஷ்குமார், ம்ம்ம் வேற ஒரு பேரு ஞாபகம் வர மாட்டேங்குதே... ம்ம்ம்... சுஜாதா... அவுங்க புக்கெல்லாம் இங்க இல்லியே? வெறும் கையோடு திரும்பினால் இந்த இரண்டு பெண்களிடமும் அவமானமாக வேறு போய் விடும். ரொம்ப யோசித்து விட்டு, புத்தகங்களின் விலையைப் பார்த்து மிரண்டு வேறு ஒரு கடைக்குப் போய் பாரதி புத்தகம் ஒன்றையோ, திருக்குறளையோ வாங்கிக் கொண்டு போவான்.

தொலைக்காட்சித் தம்பிகளா, இம்மாதிரி ஆட்களிடமா போய் நான் புத்தகம் படிங்க என்று சொல்வேன்?

28.3.2020.

5

இருபத்தோரு நாட்கள் வீட்டில் இருக்க வேண்டும். வெளியில் தலையே காட்ட முடியாது. இப்படி இருந்து பழக்கமும் இல்லை. சரி, என்ன படிக்கலாம்? ஜெயமோகன், எஸ்.ராமகிருஷ்ணன், சாரு நிவேதிதா தளங்களில் கடந்த பத்துப் பதினைந்து ஆண்டுகளில் நாங்கள் எழுதியது அனைத்தும் இலவசமாகப் படிக்கக் கிடைக்கின்றன. ஜெயமோகனின் தளத்தைப் படிக்க - ஒரு நாளில் ஆறு மணி நேரம் என்று படித்தால் - மூன்று ஆண்டுகள் எடுக்கும். எஸ்.ரா.வுக்கும் அப்படியே. நான் அவர்களை விட ரொம்பக் கம்மியாகத்தான் எழுதியிருப்பேன். ஆனால் என்னுடையதைப் படிக்க ஆறு ஆண்டுகள் ஆகும். ஏனென்றால், நான் கட்டுரைகளுக்கு இடையிடையே நிறைய வீட்டுப்பாடங்கள் கொடுத்திருப்பேன். இசைக்கான இணைப்புகள் பல இருக்கும். திரைப்படங்களுக்கான இணைப்பு இருக்கும். உதாரணமாக, நான் ஏன் மனிதர்களை வெறுக்கிறேன் அல்லது மனிதர்களிடமிருந்து இந்த அளவுக்கு விலகி இருக்கிறேன் என்பதை ஒருவர் புரிந்து கொள்ள வேண்டுமானால் சமீபத்தில் நெட்ஃப்ளிக்ஸில் வந்துள்ள *The Platform* என்ற திரைப்படத்தைப் பாருங்கள். ஆக, இந்தக் கட்டுரை

முடிந்ததும் நீங்கள் ப்ளாட்ஃபார்ம் படத்தைப் பார்க்க வேண்டும். அப்படியெல்லாம் செய்யாமல் தேமே என்று படித்தால் ஒரே வருடத்தில் என் இணையதளத்தை முடித்து விடலாம். ஆனால் முறையாகப் படித்தால் ஆறு ஆண்டுகள் ஆகும். ஆக, படிப்பு என்று எடுத்தால் ஒருவர் தன் வாழ்நாள் முழுவதுமே வீட்டுச் சிறையில் இருந்து படித்துக் கொண்டே இருக்கலாம். இந்த மூவர் தவிர இன்னும் எத்தனையோ இணையதளங்களில் சுவாரசியமான விஷயங்கள் கொட்டிக் கிடக்கின்றன. இது ஒரு முடிவில்லாத நூலக வெளி. இப்படிப்பட்ட வாசிப்பு வெளி இருப்பதே தெரியாமல் என்னிடம் வந்து இப்போது வீட்டில் பொழுது போகவில்லை; ஏதாவது புத்தகங்களை இணையத்தில் படிக்க என்ன வழி என்று கேட்கும் இளைஞர்களைப் பார்த்து நான் பரிதாபப்படுகிறேன். இன்றுகூட ஒருவர் என்னிடம் அப்படிக் கேட்டார். சாருஆன்லைன் லிங்க்கை அனுப்பினேன். அதைத் திறவுகோலாகக் கொண்டு அவர் அந்த வாசிப்புப் பிரபஞ்சத்தை அடையலாம். ஆனால் அவரால் முடியாது. வாசிக்க என்ன வழி என்று கேட்பவரால் என்னதான் செய்ய முடியும்?

சரி, இதை விடுங்கள். இதுவாவது கண்ணைக் கட்டிக் கொண்டு கானகத்தில் நடப்பது போல. நெட்ஃப்ளிக்ஸில் படம் பார்க்க என்னய்யா பிரச்சினை? நெட்ஃப்ளிக்ஸூம் சலிப்பாக இருக்கிறதாம். இம்மாதிரி ஆட்களை நேராக இத்தாலிக்கு அனுப்பி விடலாம். ஏனய்யா, நெட்ஃப்ளிக்ஸா அலுப்பாக இருக்கிறது? நெட்ஃப்ளிக்ஸில் ஒருவர் வெப்சீரீஸ் பார்க்க ஆரம்பித்தால் - ஒரு நாளில் எட்டு மணி நேரம் பார்த்தால் - அவர் தொடர்ந்து ஒருநாள் கூட விடாமல் தினமும் எட்டு மணி நேரம் என்று பார்த்தால் - மூன்று ஆண்டுகளுக்கான தொடர்கள் அதில் இருக்கின்றன. அதாவது, படு சுவாரசியமான, இருக்கையின் முனையில் உட்கார வைக்கின்ற தொடர்களை மட்டும் கணக்கில் எடுத்துக் கொண்டு இந்தக் கணக்கு. தினமும் எட்டு மணி நேரம் என்று ஒருநாள் கூட விடாமல் பார்த்தால் படு சுவாரசியமான தொடர்களை மூன்று ஆண்டுகள் பார்க்கலாம். அதோடு முடிந்து விடாது.

அடுத்த சுழற்சி ஆரம்பமாகும். இந்த மூன்று ஆண்டுகளில் வெளிவந்த தொடர்கள் வரிசையாக நின்று கொண்டிருக்கும். இப்படியாக ஒருவர் தன் வாழ்நாள் முடியும் வரை வெப்சீரீஸ் மட்டுமே பார்த்து வாழ்க்கையை முடித்துக் கொண்டு விட முடியும். அத்தனை சாத்தியம் இருக்கிறது நெட்ஃப்ளிக்ஸில். அதோடு முடியவில்லை. இது தவிர, அமேஸான் ப்ரைம் மற்றும் ஹாட்ஸ்டார். அதையெல்லாம் நான் பார்த்ததில்லை. நான் பார்ப்பது நெட்ஃப்ளிக்ஸ் மட்டுமே. அதிலும் மிகவும் தேர்ந்தெடுத்துத்தான் பார்ப்பேன். அப்படி நான் பார்த்த பல தொடர்களை நெட்ஃப்ளிக்ஸே கதி என்று கிடப்பவர்கள் கூடப் பார்த்ததில்லை. இத்தனை சாத்தியக்கூறுகள் இருக்கும்போது எப்படி ஒருவருக்கு வீட்டில் இருப்பது அலுப்பாக இருக்கும்?

சில பெயர்களையும் தருகிறேன். இன்னொன்றையும் சொல்ல வேண்டும். இந்தியத் தொடர்களை நான் பார்ப்பதில்லை. அவை உண்மையிலேயே தரம் குறைந்தனவாகவும் மிகவும் அலுப்பூட்டுபவையாகவும் உள்ளன.

படு சுவாரசியமான தொடருக்கு என் சிபாரிசு *The Inmate.* வெறும் பதின்மூன்று பகுதிகள்தான். ஆனால் முதல் எபிசோடில் ஆரம்பித்தால் கடைசி வரை பார்க்காமல் எழுந்து கொள்ளவே முடியாது. இத்தனை விறுவிறுப்பான வெப்சீரீஸ் மிகவும் அரிது. ஆனால் மூட மட்டி இளைஞர் யாவருக்கும் *Money Heist*ஐத் தவிர வேறு ஒரு மண்ணும் தெரிய மாட்டேன் என்கிறது. ஜனரஞ்சகமான விஷயங்களில் கூட தரைமட்டமாக இருக்கிறார்கள் இளைஞர்கள். இளைஞர்களைத் திட்டுவதால் மத்திம வயசுக்காரர்களை மதிக்கிறேன் என்று எடுத்துக் கொள்ளாதீர்கள். அவர்களை நான் விமர்சனத்துக்காகக் கூட எடுத்துக் கொள்ள மாட்டேன். திட்டுவதற்குக் கூட ஒரு தகுதி வேண்டும் அல்லவா?

புத்தகம் படிப்பதை விடுங்கள். இந்த அசடுகளுக்கு நெட்ஃப்ளிக்ஸ் கூட பார்க்கத் தெரியவில்லை. எல்லாம் இளசுகள், மத்திம வயதுக்காரர்கள். கிழங்கட்டைகள் இல்லை. நெட்ஃப்ளிக்ஸுக்கும் சந்தா கட்டி வைத்திருக்கிறதுகள். ஆனாலும் பயன்படுத்தத்

தெரியவில்லை. சரி, நெட்ஃப்ளிக்ஸையும் நீங்களே சொல்லிக் கொடுங்கள் என்பவர்களுக்காக மனம் இரங்கி இந்தப் பட்டியலைத் தருகிறேன். பிடித்துக் கொள்ளுங்கள்.

1.*Game of Thrones.* இந்த சீரீஸை அடித்துக்கொள்ளவே முடியாது. இதன் அருகில் கூட மற்ற எந்தத் தொடரும் வர முடியாது. இது க்ளாஸிக் ரகம். ஆனால் கடைசி சீஸனில் அறுத்து விட்டான். இந்த சீரீஸில் என்னால் மறக்க முடியாத பாத்திரம் டிரியன். அதேபோல் இன்னொரு கதையை என்னால் மறக்கவே இயலாது. ராம்ஸே தெயோனை சித்ரவதை செய்கிறான். அந்தச் சித்ரவதைகளின் முடிவில் தெயோன் முழுக்க முழுக்க ராம்ஸேவுக்கு அடிமையாகி விடுகிறான்.

கேம் ஆஃப் த்ரான்ஸில் ராம்ஸே தெயோனை சித்ரவதை செய்யும் ஒரு காட்சி. இன்னொரு காட்சியில் தெயோனின் ஆண்குறியை அறுத்து விடுவான் ராம்ஸே. சாதாரணமாக அல்ல. அறுப்பதற்கு முன்பு இரண்டு அழகிகளை அனுப்பி வைத்து தெயோன் அவர்களுடன் கலவி கொண்ட பிறகு ஆண்குறியை அறுத்தெறிவான். தெயோனின் வதைகள் எதுவும் நம்மை பாதிக்காது. ஏனென்றால், அந்த அளவுக்கு அவன் அதற்கு முன்பு ஸ்டார்க் குடும்பத்தினருக்கு துரோகம் இழைத்து அவர்களில் சிலரை சித்ரவதை செய்திருப்பான்.

ராம்ஸேயைக் கொல்ல சந்தர்ப்பம் கிடைக்கும்போது கூட தெயோனுக்கு தைரியம் வருவதில்லை. மனசே அடிமையாகி விடுகிறது. ஒருமுறை ராம்ஸே தெயோனின் கையில் கத்தியைக் கொடுத்து தனக்கு சவரம் செய்து விடச் சொல்கிறான். அப்போது கூட தெயோனால் ராம்ஸேயைக் கொல்ல முடியவில்லை.

இதே போன்ற ஒரு லத்தீன் அமெரிக்கக் கதை பற்றி நான் பலமுறை எழுதியிருக்கிறேன். ஒரு புரட்சியாளன் முடிதிருத்துபவனாக இருக்கிறான். அவனுடைய சலூனுக்குச் செல்கிறான் அவனைத் தேடிக் கொண்டிருக்கும் ஜெனரல். சவரம் செய்வதற்குத் தன் கழுத்தைக் கொடுத்து விட்டு ஹாயாகத் தூங்கிப் போய் விடுவான் ஜெனரல். புரட்சியாளன் அவன் கழுத்தை அறுக்க வேண்டும் என்று துடிப்பான்.

ஆனால் முடியாது. தைரியம் வராது. சவரம் செய்து முடித்ததும் எழுந்து கொள்ளும் ஜெனரல், முடிதிருத்துபவனின் பெயர் சொல்லி அழைத்து, நீ புரட்சிக்காரன் என்று ஊரில் சொல்லிக் கொள்கிறார்கள்; ஆனால் நீ அப்படி இல்லை என்றே நான் சொல்வது வழக்கம். அதை சோதித்துப் பார்க்கவே இன்று வந்தேன் என்று சொல்லி விட்டுக் கிளம்புவான். கதவைத் திறந்து வெளியே செல்லும் தருணத்தில் அவனை மீண்டும் பெயர் சொல்லி அழைத்து - பெயர் சால்திவார் என்று வைத்துக் கொள்ளுங்கள் - சால்திவார், ஒருத்தனைக் கொல்வது அத்தனை சுலபம் அல்ல தெரியுமா என்று சொல்லி விட்டுப் போவான். எப்படிப்பட்ட ஜெனரல்? புரட்சிக்காரன் என்று தெரிய வருபவர்களையெல்லாம் இரக்கமே இல்லாமல் சுட்டுக் கொல்லும் ஜெனரல்.

ராம்ஸே, தெயோன் மாதிரி இன்னொரு இடம் ஞாபகம் வருகிறது. மரியோ பர்கஸ் யோசாவின் *Feast of the Goat* நாவலில் பிரதான பாத்திரமான ரஃபேல் த்ருஹியோ *(Rafael Trujillo)* ஒரு சர்வாதிகாரி. கதை நிஜக் கதை. தொமினிகன் ரிபப்ளிக் என்ற சிறிய நாட்டை (மக்கள் தொகை ஒரு கோடி) முப்பது ஆண்டுகளுக்கும் மேலாக கொடுங்கோல் ஆட்சி செய்த சர்வாதிகாரி. இவன் 1961-இல் கொல்லப்பட்டான். அவனைப் பற்றி ஏராளமான கட்டுக்கதைகள் அவன் காலத்தில் உலவிக் கொண்டிருந்தன. அந்தக் கதைகளில் பாதி உண்மையும் கூட. முப்பத்தெட்டு வயதிலிருந்து எழுபதாவது வயதில் கொல்லப்படும் வரையில் அதிபராக இருந்தவன் த்ருஹியோ. (அங்கே உள்ள அரசியல் சட்டப்படி தொடர்ந்து பதவியில் இருக்க முடியாத போதும் தன் ஆட்களை பொம்மை அதிபராக உட்கார வைத்து ஆட்சி செய்தான்.) அறுபத்தைந்து வயதுக்கு மேல் ஆகியும் த்ருஹியோ தூங்கவே மாட்டார்; தூங்காமலேயே பணி புரிகிறார் என்று எல்லோரையும் நம்ப வைத்தான். பத்திரிகையாளர்கள் பேட்டி காண விரும்பினால் நள்ளிரவில்தான் நேரம் கொடுப்பான். அப்படிப் பேட்டி அளிக்கும்போது மிகவும் தெளிவாகவும் தூக்கக் கலக்கமே இல்லாமலும் இருப்பார் என்று எழுதினார்கள் பத்திரிகையாளர்கள்.

முப்பது ஆண்டுகளுக்கு மேற்பட்ட த்ருஹியோவின் ஆட்சியில் அவனைக் கொல்ல பல முயற்சிகள் நடந்தன. அப்படி ஒருமுறை ஒரு புரட்சிக்குழு தங்களில் ஒருவரைத் தேர்ந்தெடுத்து பத்திரிகையாளர் என்ற வேடத்தில் த்ருஹியோவிடம் அனுப்பியது. புரட்சிக்காரருக்குக் கொடுக்கப்பட்டிருந்த நேரம் நள்ளிரவு. வருவது புரட்சிக்குழுவைச் சேர்ந்தவன் என்று த்ருஹியோவுக்குத் தெரிந்து விட்டது. ஆனால் த்ருஹியோ அந்தப் புரட்சியாளைக் கைது செய்யவில்லை. அது மட்டுமல்ல; அவனது உடம்பை சோதிக்காமலேயே தன்னைச் சந்திக்க அனுப்பும்படி தன் பாதுகாவலர்களுக்கு உத்தரவிட்டான் த்ருஹியோ. சோதிக்கப்படாமலேயே பிஸ்டலுடன் அதிபரின் அறைக்குச் சென்றான் புரட்சிக்காரன். ஆனால் புரட்சியாளன் த்ருஹியோவிடம் இருந்த அரை மணி நேரமும் அவனால் துப்பாக்கியை எடுத்துச் சுடவே முடியவில்லை. த்ருஹியோ அந்த அளவுக்கு அசட்டையாக இருந்திருக்கிறான். ‘உன்னால் என்னை என்ன செய்ய முடியும் தம்பி’ என்பது போன்ற உடல்மொழியும் மனோபாவமும். த்ருஹியோ அந்தப் புரட்சிக்காரனுக்குத் தெரிவிக்க விரும்பிய செய்தி “நான் அசாதாரணமானவன்.” அதை அன்றைய இரவு தன்னுடைய மிக இயல்பான நடவடிக்கைகளின் மூலம் அந்தப் புரட்சிக்காரனுக்குத் தெரியப்படுத்தி விட்டான் த்ருஹியோ. த்ருஹியோவின் நடவடிக்கைகளில், உடல்மொழியில் கொஞ்சமாவது அச்ச உணர்வு வெளிப்பட்டிருந்தால் புரட்சிக்காரனின் துப்பாக்கி வெடித்திருக்கும்.

இதெல்லாம் கேம் ஆஃப் த்ரான்ஸின் ராம்ஸே, தெயோன் காட்சிகளின்போது எனக்கு ஞாபகம் வந்தன.

28.3.2020.

6

பொதுவாக நான் பொது அறிவில் பலஹீனமானவன். ஆனால் இந்த கொரோனா வந்ததும் பொது அறிவு கொஞ்சம் கொஞ்சமாக முன்னேறி வருகிறது. பாருங்கள். நேற்று தெரிந்து கொண்ட விஷயம் என்னவென்றால், கொரோனா என்றால், மதம் மாதிரியாம். அதாவது, மதத்துக்கு உள்ளேதானே நீங்கள் கிறிஸ்துவரா, முஸ்லிமா, ஹிந்துவா, யூதரா என்றெல்லாம் இருக்கிறது? கொரோனா வைரஸும் அப்படித்தானாம். கொரோனா என்பது பொதுவான பெயர். அதற்கு உள்ளே பல வைரஸ்கள் உள்ளன. அதில் ஒன்றுதான் கோவிட் நைண்டீன். ஓ. கொரோனாவே கொரோனா அல்ல. கோவிட் நைண்டீன்தான் கொரோனா. சரி, புரிந்து விட்டது.

இந்தப் பொது அறிவு விவகாரத்தில் இன்று ஒரு முன்னேற்றம். அது உச்சரிப்பு பற்றியது. அது எனக்கு ரொம்பப் பிடித்த சப்ஜெக்ட்.

“நான் கரோனா என்று எழுதுவதை பலர் கிண்டல் அடிக்கிறார்கள். டாக்டர்களும் கொரோனா என்றே சொல்கிறார்கள். அதை கொரோனா என்று சொல்லக் கூடாது தங்கங்களே, கரோனா என்றுதான் சொல்ல வேண்டும். முதலில்

கரோனா என்று ஒழுங்காக சொல்லப் பழகவும் :-)" என்று அராத்து ஃபேஸ்புக்கில் எழுதியுள்ளார்.

பொதுவாகவே நான் உச்சரிப்பில் அதீத கவனம் செலுத்த நினைப்பேன். என் ஆங்கில உச்சரிப்பு பற்றி ராஜேஷ் எழுதியிருந்தார். பெங்களூர் க்றைஸ்ட் காலேஜில் நிகழ்த்திய ஆங்கில உரை மற்றும் உரையாடல். பத்துப் பன்னிரண்டு ஆண்டுகளுக்கு முன் அவ்ட்லுக் பத்திரிகையின் விழா ஒன்றில் ஒரு ஆங்கில கலந்துரையாடலில் ஆங்கிலத்தில் சரளமாக உரையாடத் தெரியாமல் கொஞ்சம் சொதப்ப வேண்டியதாயிற்று. அருகில் குஷ்பு ஆங்கிலத்தில் வெளுத்து வாங்கிக் கொண்டிருந்தார். ஞாநியும் அதற்கு இணையாகவே. ஞாநியின் குரலுக்கு என்ன பேசினாலும் வெளுத்து வாங்குவது போலவே தோன்றும் என்பது வேறு விஷயம். குஷ்பு பேசியதில் சாரம் எதுவும் இல்லை. ஆனால் ஆங்கிலம் பிரமாதம். அதன் பிறகு கொஞ்சம் ஆங்கிலம் பேசக் கற்றுக் கொண்டேன். அதற்கு உதவியாக இருந்தது முழுக்க முழுக்க அமெரிக்க வெப் சீரீஸ்தான். *Pause* போட்டு போட்டுப் பார்த்து ஒவ்வொரு வார்த்தையையும் அமெரிக்கர்கள் எப்படி உச்சரிக்கிறார்கள் என்று பார்ப்பேன். முக்கியமாக *Gotham* மற்றும் லூசிஃபர். இதில் லூசிஃபரில் லூசிஃபராக நடிக்கும் *Tom Ellis* பிரிட்டிஷ் நடிகர் என்பதால் அவரை மட்டும் தவிர்த்து விட்டு மற்றவர்களின் உச்சரிப்பில் கவனம் செலுத்தினேன். ஆனால் அதற்கு முன் பார்த்த காத்தம்தான் அமெரிக்க உச்சரிப்பை நன்றாக உள்வாங்கிக் கொள்ள உதவியது. எனக்கு பிரிட்டிஷ் உச்சரிப்பு பிடிக்காது. மட்டுமல்ல; பிரிட்டிஷ் சம்பந்தமான எதுவுமே பிடிக்காது.

ஐரோப்பிய மொழி என்கிறபோது ஆங்கிலத்தை விடவும் ஸ்பானிஷே எனக்கு நெருக்கமானது என்பதால் இத்தனையையும் மீறி ஆங்கில உச்சரிப்பில் ஸ்பானிஷ் உச்சரிப்பு வந்து சேரும். அராத்துவின் கரோனோ உச்சரிப்பைப் பார்த்த போது ஓ, ஸ்பானிஷ் பாதிப்பில்தான் கொரோனா என்கிறோமோ என்று நினைத்துக் கொண்டேன். ஸ்பானிஷ் மொழி உச்சரிப்பில் முழுக்க முழுக்க தமிழ் மாதிரி. ஓ எழுத்து வந்தால் ஓ

என்றுதான் உச்சரிக்க வேண்டும். ஆங்கிலம் மாதிரி அ அல்ல. ஆனால் இன்று அராத்து கொடுத்த லிங்கைப் பார்த்த போது தெரிந்து கொண்டது, கொரோனா கொரோனாதான்; கரோனா அல்ல. சந்தேகம் இருந்தால் நல்ல ஒலிவாங்கி மூலம் கேட்டுப் பார்க்கவும். பிரிட்டிஷ் உச்சரிப்பு வேண்டுமானால் கரோனோவாக இருக்கலாம். ஆனால் அமெரிக்க உச்சரிப்பு கொரோனா தான். கரோனா இல்லை, பீரியட்.

29.3.2020.

7

கொரோனா உச்சரிப்பு பற்றி எழுதியிருந்தேன். கொரோனா என்ற வார்த்தையின் மூலம் லத்தீன். கொரோனா என்ற லத்தீன் வார்த்தையின் பொருள் *one or more circles of light seen around a luminous object.* ஒளிரும் தன்மை கொண்ட வட்டமான பொருளைச் சுற்றித் தெரியும் வட்டம். இன்னொரு பொருள், முடி. அரசர்களுக்கு முடி சூட்டுவார்களே, அந்த முடி. அதனால்தான் முடிசூட்டுதலுக்குப் பெயர் *coronation.* லத்தீனிலும் கொரோனாவின் உச்சரிப்பு கொரோனாதான். அப்படி இருக்கும் போது ஏன் பிரிட்டிஷ்காரர்கள் கரோனா என்று சொல்கிறார்கள் என்று எனக்குத் தெரியவில்லை. போகட்டும்.

இன்று கூட ஒரு இளம் தோழி ரொம்ப போர் அடிக்கிறதே என்று சொன்னார். நான் பார்த்த ஐந்தாறு வெப்சீரீஸின் பெயர்களை அனுப்பி வைத்தேன். இந்த இளைஞர்களை எண்ணி நான் பரிதாபப்படுகிறேன். வெப்சீரீஸ் பற்றிக் கூட எப்படித் தெரிந்து கொள்ளாமல் இருக்கிறார்கள்? அப்படியே தெரிந்தாலும் வெறும் மொக்கை சீரீஸாகப் பார்த்துக் கொண்டிருக்கிறார்கள். அதில் கூட இவர்கள் பார்ப்பது எனக்குப் பிடிக்கவில்லை. நான்

பார்ப்பதை இவர்கள் கேள்விப்பட்டதே இல்லை.

இப்போது அந்தப் பட்டியலைத் திரும்பச் சொல்கிறேன்.

1. Game of Thrones

2. The Inmate (இவ்வளவு விறுவிறுப்பான தொடரைப் பார்ப்பது அரிது. வெறும் பதின்மூன்று எபிசோடுகள்தான். ஆரம்பித்தால் முடித்து விட்டுத்தான் எழுந்து கொள்ள முடியும். ஒரு மெக்ஸிகோ சிறையில் நடக்கும் கதை. மெக்ஸிகோ சிறைகள் எப்படி இருக்கும் என்பதற்கு இதைப் பார்த்துத் தெரிந்து கொள்ளலாம்.)

3. La Reina Del Sur

The Queen of the South என்று பொருள். இதே ஆங்கிலத் தலைப்பில் இதே கதை வேறொரு தொடராகவும் உள்ளது. லா ரெய்னா தெல் சூர் ஸ்பானிஷ் தொடர். க்வீன் ஆங்கிலத் தொடர். இதை ஸ்பானிஷில் பார்ப்பதே உசிதம் என்று நினைக்கிறேன். *Arturo Pérez-Reverte* எழுதிய லா ரெய்னா தெல் சூர் என்ற தலைப்பிலான நாவலை அடிப்படையாகக் கொண்ட தொடர். இத்தனை விறுவிறுப்பாகக் கூட ஒரு நாவல் இருக்க முடியுமா என்று ஆச்சரியமாக இருந்தது. ஒரு பெரும் நவீன காவியத்தைப் பார்த்தது போல் இருந்தது. இந்தத் தொடரைப் பார்ப்பதாக இருந்தால் நீங்கள் கொரோனாவையும் உங்கள் புற உலகத்தையும் முழுமுற்றாக மறந்து விட நேரிடும். இப்படிப்பட்ட தொடர்களெல்லாம் உங்கள் அலைபேசியிலேயே இருக்கும்போது போரடிக்கிறது போரடிக்கிறது என்று சொல்லும் உங்களை என்னால் புரிந்து கொள்ளவே முடியவில்லை. ஏன் தெரியுமா? லா ரெய்னா தெல் சூர்- இன் முதல் சீஸன் அறுபத்து மூன்று எபிசோடுகளையும் இரண்டாவது சீஸன் அறுபது எபிசோடுகளையும் கொண்டது. அத்தனை எபிசோடுகளும் உங்களை இருக்கை முனையில் இருக்கச் செய்யும் சுவாரசியமும் விறுவிறுப்பும் கொண்டது. இரண்டாவது சீஸனில் இருபது எபிஸோடைத் தாண்டியபோது என்னால் பரபரப்பைத் தாங்கிக் கொள்ள முடியாமல் போனது.

இதய பலவீனம் உள்ளவர்கள் இதைப் படிக்க வேண்டாம் என்று

விளம்பரத்துக்காக எழுதுவார்கள் இல்லையா, அது நிஜமாகவே எனக்கு நடந்தது. இதயத்தின் துடிப்பு அதிகமானது. அதனால் மரியாதையாக கடைசி எபிசோடைப் பார்த்து விட்டுத்தான் திரும்பவும் இருபதாவது எபிசோடுக்கு வந்தேன். அந்த அளவு விறுவிறுப்பு கொண்டது. முதலில் கதை கொலம்பியாவில் ஆரம்பித்து பிறகு மொராக்கோ - ஸ்பெய்ன் எல்லைப் பகுதியில் உள்ள *Melilla* என்ற ஊரில் நடக்கிறது. கலாச்சார ரீதியாக ஸ்பெய்ன் மற்றும் மொராக்கோ பற்றி அதிகம் தெரிந்து கொள்ள முடிந்தது. எனக்கு மிக நெருக்கமான கதையும் நிலவியலும் கொண்ட தொடர்.

4. *Lucifer*

நான்கு சீஸன்களைக் கொண்ட லூசிஃபர் படு ஜாலியான தொடர். லூசிஃபர் பாத்திரத்தை என்னால் எப்போதுமே மறக்க இயலாது. அமெரிக்கத் தொடர்.

5. *Gotham*

இதுவும் அமெரிக்கத் தொடர்தான். தலா இருபத்து இரண்டு எபிசோடுகளைக் கொண்ட நான்கு சீஸன்கள். ஐந்தாவது சீஸன் மட்டும் பன்னிரண்டு எபிசோட். நான் ஐந்தாவது சீஸன் பார்க்கவில்லை. அமெரிக்க வாழ்க்கை பற்றித் தெரிந்து கொள்ள உதவியது. படு விறுவிறுப்பான தொடர்.

6. *Narcos*

நார்கோஸ் பற்றி சொல்லவே தேவையில்லை. இந்தத் தொடரைப் பார்க்காவிட்டால் உங்கள் வாழ்க்கையில் ஒரு அனுபவத்தை இழக்கிறீர்கள்.

7. *Breaking Bad*

முழுசாகப் பார்த்தேன். நான் பார்த்த முதல் வெப் சீரீஸ் இதுதான். படு பாப்புலரான சீரீஸ். இதைப் பார்க்காதவர்களே இல்லை. ஆனால் எனக்கு இந்த சீரீஸ் பிடிக்கவில்லை. இதன் அடிச்சரடான ஒரு விஷயத்தை என் மனம் ஏற்க மறுத்து விட்டது.

8. Narcos (Mexico)

இதுவும் அதகளமான சீரீஸ்தான்.

9. El Dragon: Return of a Warrior

இது சீனப் படம் அல்ல. மெக்ஸிகன் ட்ரக் கார்ட்டெல் தொடர். ஒரு சீஸன்தான் வந்துள்ளது. இரண்டாவது சீஸனுக்காக ஆர்வத்துடன் காத்திருக்கும் பல லட்சம் மெக்ஸிகர்களோடு அடியேனும் சேர்கிறேன்.

10. Money Heist

எல்லோருக்கும் பிடித்த இந்த சீரீஸ் எனக்கும் பிடித்ததுதான். இல்லையென்று சொல்ல மாட்டேன். ஆனால் பட்டுக்கோட்டை பிரபாகர், ராஜேஷ் குமார் ரகம்தான். அதற்கு மேல் ஒன்றுமில்லை. செம விறுவிறுப்பு. நான் மேலே குறிப்பிட்ட சீரீஸ் எல்லாமே ஜனரஞ்சகமானவை என்றாலும் அதில் வரும் *nuances* எல்லாம் காவியத்தன்மை கொண்டதாக இருக்கும். உதாரணமாக, லா ரெய்னா தெல் சூர் தொடரில் வரும் நாயகியும் போதைப் பொருள் கடத்தல் ராணியுமான தெரேஸா மெந்தோஸாவுக்கும் மற்றொரு கடத்தல் மன்னனான ஒலேக் யாஸிகோவுக்குமான நட்பு காவியங்களில் மட்டுமே காணக் கூடியது. தெரேஸாவின் முதல் காதலன் கொல்லப்படுகிறான். அதனால் காதல் மீதே அவளுக்கு அச்சம் ஏற்படுகிறது. அவள் யாரைக் காதலித்தாலும் அவன் எதிர் கோஷ்டியால் கொல்லப்படுவான். அந்த நிலையிலும் அவளை விடாமல் காதலிக்கிறான் மற்றொருவன். அவனும் கொல்லப்படுகிறான். அந்த வலியும் தனிமையுமாக அவள் யாசிகோவை சந்திக்கிறாள். அவளுடைய வலி அத்தனையையும் உணர்கிறான் யாசிகோவ். இந்தத் தொழிலில் நாம் தனியர்களாக மட்டுமே இருக்க சபிக்கப்பட்டிருக்கிறோம் தெரேஸா என்கிறான். அப்போது காதல் பற்றிப் பேச்சு வருகிறது. "நான் உன்னைக் காதலித்திருந்தால் நீ இத்தனை கஷ்டப்பட்டிருக்க மாட்டாய் இல்லையா?" என்கிறான் யாசிகோவ். அவன் குரலில் காதல் இல்லை; உண்மையான துயரமும் கருணையும்தான் இருக்கிறது.

அதற்கு தெரேஸா "நான் அப்படி நினைக்கவில்லை. நம்முடைய நட்பை ஆயிரம் காதல்களால் கூட ஈடு செய்ய முடியாது" என்கிறாள். அந்தத் தருணத்தை நான் எந்த இலக்கியத்திலும் வாசித்ததில்லை. அது போன்ற தருணங்கள் *Breadking Bad, Money Heist* போன்ற பலருக்கும் பிடித்த ஜனரஞ்சகமான தொடர்களில் காண முடியவில்லை.

11. El Chapo

இதுவும் ஒரு மெக்ஸிகன் தொடர்தான். நார்க்கோஸ் மாதிரி. பார்க்க வேண்டிய ஒன்று.

12. The Blacklist

நான் இந்தத் தொடர்களையெல்லாம் பார்க்கும் முறை எப்படியென்றால், காலையிலிருந்து மதியம் வரை வீட்டு வேலை இருக்கும். அது பற்றிப் பிறகு. அல்லது, வீட்டு வேலையைச் செய்து கொண்டே எழுதிக் கொண்டிருப்பேன். வீட்டு வேலை. எழுத்து. வீட்டு வேலை. எழுத்து. வீட்டு வேலை என்றால் பெரிதாக ஒன்றுமில்லை. எடுபிடி வேலைதான். எழுதிக் கொண்டிருப்பேன். சாரு சாரு என்ற அலறல் சப்தம் கேட்கும். அடித்துப் பிடித்துக் கொண்டு ஓடுவேன். அப்படி ஓடும்போது குமுதம் ஆசிரியருடனோ சீனியுடனோ பேசிக் கொண்டும் இருந்திருப்பேன். அல்லது, டாய்லட்டில் கூட இருப்பேன். அலறல் கேட்டதும், ஃபோனில் இருந்தால் இதோ பேசுகிறேன், அவசரம் என்று அவர்களிடமும் அலறி விட்டு ஓடுவேன். டாய்லட்டில் இருந்தால், பாதியிலேயே சுத்தம் செய்து கொண்டு ஓடுவேன். பார்த்தால் நான் பயந்தபடியே முழு வெந்நீர்த் தவளையை இரண்டு கைகளிலும் பிடித்தபடி இன்னொரு குண்டானை கீழே வை என்பாள். கரணம் தப்பினால் மரணம் தருணம். கிட்டத்தட்ட அவள் அழைக்கும் எல்லா தருணங்களுமே அப்படித்தான் இருக்கும் என்பதால் அவள் குரல் கேட்டதுமே அவள் வசம் ஓடி விடுவேன். மதியத்துக்கு மேலேதான் தடைகள் இல்லாமல் தொடர்ந்து எழுத நேரம் கிடைக்கும். அதாவது மூன்று மணிக்கு மேல். அப்படி எழுதிக் கொண்டே இருக்கும் போது இரவு ஒன்பது

மணிக்கு மேல் ஒரு அலுப்பு தட்டும். அப்போது சீரீஸ் பார்க்க ஆரம்பிப்பேன். பத்து ஆகும் போது குற்ற உணர்ச்சி பீறிடும். ஐயோ. வாழ்க்கையே போச்சே. ஒரு மணி நேரம் வீணாகி விட்டதே. அவ்வளவுதான். மூன்று தினங்களுக்கு சீரீஸின் பக்கம் வர மாட்டேன். இப்படித்தான் ப்ளாக்லிஸ்ட் என்ற இந்த சீரீஸை ஆறு மாதங்களுக்கு முன்பு ஒரு பதினைந்து எபிசோட் பார்த்து வைத்திருந்தேன். நேற்று அதைத் தூசி தட்டி எடுத்துப் பார்த்தேன். ரெண்டே ரெண்டு எபிசோட். வைத்து விட்டேன். இனி ஒரு மூன்று மாதம் ஆகும். ஆனாலும் சூப்பர் சீரீஸ். இதில் வரும் *James Spader* மாதிரி நடிகர்கள் உலகத்தில் ரொம்பக் கம்மி என்றுதான் சொல்வேன். அறுபது வயது இருக்கும். நம் சிவாஜி மாதிரி பின்னி எடுக்கிறார். பிறகு இவர் கலந்து கொள்ளும் பின்னிரவு டிவி நிகழ்ச்சிகளைப் பார்த்தேன். அமெரிக்காவில் இவர் ரொம்பப் பிரபலம் போல. நேரிலும் திரையில் தோன்றுவது போலவேதான் இருக்கிறார். அவரது மேனரிஸம், உடல் மொழி எல்லாம் தனி ரகம். அவருக்காகவே இந்த சீரீஸைப் பார்க்கலாம்.

இது தவிர இன்னும் பலது இருக்கிறது.

பலரும் நேரம் போகவில்லை நேரம் போகவில்லை என்று துக்கப்பாட்டு பாடுகிறார்கள். நானோ இதைப் பேய் வேகத்தில் தட்டச்சு செய்து கொண்டிருக்கிறேன். மணி 10.50. பதினோரு மணிக்குத் தூங்கப் போக வேண்டும். அவசரம். அவசரம். காலையிலிருந்தே இப்படித்தான் ஓடிக் கொண்டிருக்கிறது கடிகாரம். இரண்டு தினங்களாக ராகவன் போனில் அழைத்துக் கொண்டிருக்கிறார். எடுத்துப் பேச நேரமில்லை. நாளை தொடர்கிறேன்.

3.4.2020.

8

இப்போது மணி 3.30. மதியம். காலையில் ஐந்து மணிக்கு எழுந்து இப்போதுதான் கணினியில் தட்டச்சு செய்ய அமர முடிந்தது. இதுவரை என்ன வேலை செய்தேன்? 'நாய்க்கு நிய்க்க நேரமில்லை; செய்ய வேலையும் இல்லை' கதைதான். எடுபிடி வேலையிலேயே நாளில் பாதி நேரம் போய் விடுகிறது. இத்தனைக்கும் இன்று சமையல் வேலை வேறு இல்லை. நேற்று வைத்த சாம்பார், நேற்று வைத்த ரசம், நேற்று வறுத்த உருளைக் கிழங்குக் கறி - இதைக் கொண்டே ஒப்பேற்றிக் கொண்டேன். சாப்பாட்டு விஷயத்தில் நான் புலி பசித்தாலும் புல்லைத் தின்னாது மாதிரி ஆள்தான். ஆனால் இப்போது அப்படி இருக்க முடியாது. வீட்டில் அவந்திகா ஸ்விக்கியைத் தடை செய்து விட்டாள். கொரோனா என்ற பெயர் அறிமுகம் ஆன தினமே அந்த துர்ச்சம்பவம் நடந்து விட்டது. கொரோனாவுக்கு முன்பே அவளை நான் மடிப்பாப்பாத்தி என்று கிண்டல் செய்து கொண்டிருப்பேன். இப்போது கொரோனா வேறு வந்து விட்டதா? சாப்பாட்டிலும் சானிடைஸர் போட்டுச் சாப்பிடு என்று சொன்னாலும் சொல்வாள். எங்கள் வீட்டில் அசைவத்துக்கென்று தனி சட்டி. மீன் சுத்தம் செய்யவும், பூனைகளுக்கு மீன் வேக வைக்கவும் என்று எல்லாமே

தனித்தனி. பாத்திரம் தேய்க்கும் போதும் ஒன்றோடு ஒன்று கலக்கக் கூடாது. முதலில் சைவப் பாத்திரத்தைத் தேய்த்து முடித்து விட்டுத்தான் அசைவப் பாத்திரங்களைத் தேய்க்க வேண்டும். வெளியிலிருந்து எது வந்தாலும் சானிடைஸர் போட்டு சுத்தப்படுத்தி விட்டுத்தான் உள்ளே அனுமதி. வாட்டர்கேனாக இருந்தாலும் அதேதான். நன்றாக இறுக்கி மூடியிருப்பதால் ஸானிடைஸர் உள்ளே போய் விடாது அல்லவா? இப்படி ஏகப்பட்ட கெடுபிடிகள். அதையெல்லாம் சொல்லி உங்களை நான் டார்ச்சர் செய்ய விரும்பவில்லை. சொல்ல வந்தது இதுதான். கொரோனா இல்லையென்றால், முதல் நாள் சமைத்ததை மறுநாள் தொட மாட்டேன். மீன் குழம்புக்கு மட்டும் இந்த விதிவிலக்கு உண்டு. மீன் குழம்பு மறுநாள்தான் இன்னும் நன்றாக இருக்கும். அப்படிப்பட்ட நாட்களில் ஸ்விக்கியிலிருந்து புவனேஸ்வரி ஆர்டர் செய்து விடுவார். (இதனாலேயே அவரை அடிக்கடி நான் அன்னபூரணி என்று அழைப்பதுண்டு!) (ஐயோ, புவனேஸ்வரி பெயரைப் போட்டு விட்டேனே! ஒரு பத்துப் பேராவது அவரிடம் போய் எனக்கும் ஸ்விக்கி ஆர்டர் செய்யுங்கள் என்று டார்ச்சர் கொடுக்கப் போகிறார்கள்!)

இப்போது ஸ்விக்கிக்கு இங்கே நம் வீட்டில் தடை. புவி கேட்டார், நான் வெஜ் கிடக்கட்டும். சைவ உணவு ஆர்டர் செய்கிறேனே? ஆஹா கெட்டது கதை. ஸ்விக்கி பாக்கெட்டில் கொரோனா இருந்தால் என்ன செய்வது என்பதுதானே என் வீட்டு அம்மணியின் கேள்வி? இல்லம்மா, நம் ஸ்ரீராமே ஸ்விக்கி மூலம்தான் மூன்று வேளையும் சாப்பிடுகிறார் என்று சொல்லிப் பார்த்தேன். முறைத்தாள். “ஏன் சாரு இப்படி இருக்கிறாய்? அவர் டாக்டர். நீ டாக்டரா?” ஒன்றும் பதில் சொல்லவில்லை. ஸ்ரீராம் நம்ம பிள்ளை; ஒன்றும் கண்டுகொள்ள மாட்டார். ஆனால் மற்ற டாக்டர்கள்? பதில் சொன்னால் எல்லா டாக்டர்களும் என்னைக் கும்மி எடுத்து விடுவார்கள். ஏற்கனவே அராத்துவை உண்டு இல்லை என்று பண்ணி விட்டார்கள். அதனால் வாயை இறுக்கமாக மூடிக் கொண்டேன்.

அது மட்டும் அல்ல. வீட்டில் அசைவ உணவுக்கே தற்காலிகத் தடை விதிக்கப்பட்டிருக்கிறது. ஏன்? அசைவ உணவின் வழியே கொரோனா பரவும். இது அவந்திகாவின் கருத்து. இதைப் படிக்க நேர்ந்தால் அவந்திகா என்ன சொல்வாள் தெரியுமா? உனக்குப் புரிலப்பா. நான் என்ன அப்டியா சொன்னேன்? இப்போது நொச்சிக்குப்பம் மீனவர்கள் படகு எடுப்பதில்லை. வேறு எங்கிருந்தோதான் கவர்மெண்ட் மீன் கடையில் மீன் விற்கிறது. என்ன மீன்? ஐஸில் போட்ட மீன். அது நல்லதல்ல. சொன்னாக் கேளு.

அடப்பாவி. அந்த கவர்மெண்ட் கடையிலிருந்துதான் மீன்வளத்துறை அமைச்சர் ஜெயகுமார் வீட்டுக்கு மீன் போகிறது. இந்த ஏரியாவில்தான் முதலமைச்சர் மற்ற பிற அமைச்சர்கள், நீதிபதிகள் எல்லோரும் வசிக்கிறார்கள். எல்லார் வீட்டுக்கும் அந்தக் கடைதான். அது மட்டும் அல்லாமல், சொன்னால் நொந்து விடுவீர்கள் - எங்கள் வீட்டுப் பூனைகள் ஸிஸ்ஸி, பெல்லா, ஸ்மோக்கி, கிட்டி, லக்கி ஆகியோருக்கும் அங்கிருந்துதான் மீன் வருகிறது. ரெண்டு கிலோ கானாங்கெளுத்தி வாங்கினால் ஆயிரம் ரூபாய். நொச்சிக்குப்பத்தில் இதே மீன் முந்நூறு ரூபாய். இதெல்லாம்தாம் கொரோனாவினால் எனக்கு நிகழும் பாதிப்புகள். சரி, நம் வீட்டுக்கே அந்த மீன்தான் என்கிறபோது நான் சாப்பிட்டால் என்ன? ம்ஹூம். பூனை சாப்பிடலாம். நீ சாப்பிடக் கூடாது.

'இரு, வர்றேன். இந்தக் கொரோனா எப்படியும் மே 29ஆம் தேதி முடிந்து விடும். அதுக்குப் பிறகு தினமும் மீன்தான்' என்று நினைத்துக் கொண்டேன். அது என்ன மே 29? ஏழு மாதங்களுக்கு முன்பே இப்போதைய கொரோனாவை கணித்த *prodigy* சிறுவன் மே இருபத்தொன்பதோடு இது அகன்று விடும் என்று சொல்லியிருக்கிறார். அதோடு என் குருநாதர் சொன்ன தேதியும் அதுதான். அதனால் ஜூன் முழுக்க மீன்தான். இரு வச்சுக்கிறேன்.

சரி, இன்றைய கதைக்கு வருவோம். இன்று சமையல் இல்லை. சமையலும் இருந்து சமையலிலும் உதவி செய்திருந்தேன்

என்றால், இங்கே கணினியில் வந்து அமர நாலரை ஆகியிருக்கும். இந்த வேலைகளை வேண்டுமானால் கொரோனாவினால் எனக்கு ஏற்பட்ட பாதிப்பு என்று சொல்ல முடியுமா என்றால், முடியாது. கொரோனா இல்லாதபோதும் இதே கதைதான். இதற்கு ஒரே தீர்வு, பணிப்பெண் வைத்துக் கொள்வது மட்டுமே. ஆனால் இந்த வீட்டில் உள்ள வேலைகளைப் பார்த்து விட்டு வேலையில் சேரும் பெண்களெல்லாம் துண்டைக் காணோம் துணியைக் காணோம் என்று ஓடி விடுகிறார்கள். சென்ற ஆண்டு ஒரு பெண்மணி வேலை செய்தார். பிரமாதமாகச் செய்வார். எட்டு மணிக்கு வந்து விட்டு ஒரு மணிக்குப் போவார். ஐந்து மணி நேர வேலை நிச்சயம் இருக்கும். பாத்திரம் தேய்த்து, துணி துவைத்து, காய்கறி நறுக்கி, வீட்டைப் பெருக்கித் துடைத்து, அவந்திகாவுக்கு மாதுளம்பழம் உரித்து வைத்து விட்டுப் போக அத்தனை நேரம் ஆகி விடும். இந்த வேலைக்கு மூன்று மணி நேரத்துக்கு மேல் ஆகக் கூடாதே என்று தோன்றும். எனக்கும் தோன்றியது. ஆனால் செய்து பார்த்தால் எட்டு மணி நேரம் ஆகிறது. அந்தப் பெண்மணி எக்ஸ்பிரஸ் வேகம். இத்தனைக்கும் அவந்திகாவும் ஒன்றும் ஓய்வு எடுத்துக் கொண்டிருக்க மாட்டாள். தோட்டத்துக்குத் தண்ணீர் ஊற்றுவது, பணிப்பெண்ணுக்கு உதவிகள் செய்வது, சமைப்பது போன்ற வேலைகளில் ஈடுபட்டிருப்பாள்.

அந்தப் பெண்மணிக்கு ஹார்ட் அட்டாக் வந்து விட்டதால் வீட்டு வேலையிலிருந்து ஓய்வு பெற்று விட்டார். பிறகு அவந்திகாவே மூன்று மாத காலம் தனியாக வேலை செய்தாள். தனியாக என்றால் அதன் முழு அர்த்தத்தில் அல்ல. அடியேன் எடுபிடி. பிறகு ஒரு பணிப்பெண் வேலைக்குச் சேர்ந்தார். சம்பளமெல்லாம் மற்ற வீடுகளில் தருவதைப் போல் இரண்டு மடங்கு. அப்போதுதான் தீபாவளியோ என்ன மண்ணாங்கட்டியோ வந்தது. அவந்திகா அவளுக்கு ட்ரெஸ் எடுக்கும் போது அந்தப் பணிப்பெண்ணுக்கும் அதே மாதிரி - அதாவது தனக்கு எடுத்துக் கொண்ட மாதிரியே - அதே விலையில் எடுத்துக் கொடுத்தாள். மூவாயிரம் ரூபாய்க்கு சுடிதார். அந்தப் பெண் வேலையில் சேர்ந்து பதினைந்து

நாள்தான் ஆகியிருந்தது. மகிழ்ச்சியுடன் வாங்கிக் கொண்டார் பணிப்பெண். என்னை அப்பா அப்பா என்றுதான் வாய் நிறைய கூப்பிடும். சின்னப் பெண் தான். வயது இருபத்து இரண்டு இருக்கும். நான்கு வயதில் குழந்தை இருக்கிறது. பதினாறு வயதிலேயே கல்யாணம் நடந்து விட்டதாம். காதல் கல்யாணம். அடுத்த பதினைந்து நாளில் வேலையிலிருந்து நின்று விட்டது. காரணம்? அது பெரிய கதை ஆயிற்றே? இது பூச்சி பற்றிய பதிவுகள் அல்லவா? சரி, சுருக்கமாகச் சொல்கிறேன். திடீர் திடீரென்று லீவு எடுக்கும். சொல்லாமல் அல்ல. நேரில் வந்து சொல்லி விட்டுத்தான் போகும். ஒருநாள் என் புருஷன் என்னை அடித்து விட்டான் என்று சொல்லி முகத்தையும் கைகளையும் காட்டியது. எல்லாம் வீங்கிக் கிடந்தது. மூன்று நாள் வரவில்லை. இன்னொரு நாள் பஸ்ஸிலிருந்து விழுந்து விட்டேன். காலில் சிராய்ப்பு. அவந்திகாவிடம் காட்டியதாம். உண்மைதான். அதாவது சிராய்ப்பு. மூன்று நாள் லீவு. வந்து சேர்ந்து பதினைந்து நாளில் ஆறு நாள் லீவு. அப்போதுதான் அந்தப் பெண்ணுக்கு மூவாயிரம் ரூபாயில் சுடிதார். பாவம் சாரு, நமக்கு ஒரு பொண்ணு இருந்தா வாங்கிக் குடுக்க மாட்டமா? - அவந்திகா.

அவந்திகா செய்யும் எந்தக் காரியத்தையும் நான் ஒருபோதும் விமர்சித்ததில்லை. தடையும் சொன்னதில்லை. அதேபோல் அப்போதும் சும்மா இருந்து விட்டேன். அப்போதுதான் கார்த்திக்கும் அவன் மனைவி அனுவும் மும்பையிலிருந்து சென்னை வந்திருந்தார்கள். ஆங்... அது தீபாவளி சீஸன் அல்ல. மார்கழி இசை விழாக் காலம். கார்த்திக் மும்பை திரும்பியதும் “அந்தப் பெண்ணை நாங்கள் இங்கே எங்களோடு அழைத்துக் கொள்ளவா? இங்கே ஆள் தேவை” என்றான். எனக்குக் கடுங்கோபம் வந்தது. அவந்திகாவுக்கும்தான். ஒரு வார்த்தை இந்தி தெரியாமலேயே மராத்திப் பெண் அனுவிடம் இந்தப் பணிப்பெண் பேசி முடித்திருக்கிறாள். எங்களிடம் சொல்லவே இல்லை. அடுத்த மாதம் பிறந்த உடனேயே சம்பளத்தை வாங்கிக் கொண்டு, ஊருக்குப் போகிறேன் என்று சொல்லி நான்கு நாள் லீவு. அவந்திகா அந்தப் பெண்ணை நிறுத்தி விட்டாள்.

அடுத்த பெண்ணுக்கு எந்த வேலையும் தெரியவில்லை. இத்தனைக்கும் ஒரு குடும்பத்தின் நிர்வாகி. எட்டு வயதில் ஒரு பெண் குழந்தை உண்டு. ஆனால் எதுவுமே தெரியவில்லை. பாத்திரம் தேய்த்தால் எல்லாம் ஒரே பத்து. ஒரே ஒரு உதாரணம் சொல்கிறேன். ஒரு நாள் ஒரு உணவுப் பொருள் திறந்து கிடந்ததைப் பார்த்துப் பதறி விட்டேன். கொசு மொய்த்தால் என்ன ஆவது? மூடி வையுங்கள் என்றேன். கொஞ்ச நேரம் கழித்து அந்தப் பக்கம் வந்த போது பார்த்தால் ஒரு தாம்பாளம் மாதிரி பாத்திரத்தைப் போட்டு மூடி வைத்திருந்தார். அடப்பாவி. மூடுவதற்கென்று வீட்டில் இருபது தட்டுகள் உள்ளன. இவ்வளவு பெரிய பாத்திரத்தைப் போட்டு மூடினால் அது அப்படியே கீழே விழுந்து தொலைக்காதா? எங்களுக்கும் தாங்கவில்லை. அந்தப் பெண்ணுக்கும் முடியவில்லை. நான் நின்னுக்கிறேம்மா என்று சொல்லி விட்டே நின்று கொண்டார்.

வளர்த்திக் கொண்டு போக விரும்பவில்லை. இப்படியே ஏழு பெண்கள் வந்த வந்த வேகத்தில் நின்று போனார்கள். கடைசியாக ஒரு பெண் ஜெட் வேகத்தில் வேலை செய்தார். அந்தப் பெண்ணின் வேகத்தில் அவந்திகாவுக்கே ரத்தக் கொதிப்பு வந்து விடக் கூடும். நல்லவேளை, வந்த முதல் நாளே பாத்திரங்கள் இருந்த பாத்திரக் கூடையைக் கீழே போட்டு உடைத்ததில் அவந்திகா நீ கிளம்பும்மா தாயே என்று சொல்லி கையில் ரூபாயைக் கொடுத்து அனுப்பி வைத்து விட்டாள்.

கடந்த இரண்டு மாதங்களாக அவந்திகாவும் நானும்தான் வீட்டு வேலை. இந்தக் கொரோனா இல்லையென்றால், பணிப்பெண்களைத் தேடவாவது செய்யலாம். இப்போது அதுவும் முடியாது. இருந்தாலும் இந்த அடுக்குமாடிக் குடியிருப்பின் ஒவ்வொரு வீட்டுக்கும் பணிப்பெண்கள் வந்து போய்க் கொண்டுதான் இருக்கிறார்கள். இங்கே வசிப்பவர்கள் மேட்டுக்குடி என்பதால் இவர்களால் தங்கள் வேலையைத் தாங்களே செய்து கொள்வது கற்பனையிலும் சாத்தியம் இல்லாதது. எங்கள் வீட்டுக்கு மட்டும்தான் பணிப்பெண் இல்லை.

காலையில் ஐந்து மணிக்கு எழுந்து மூன்றரை மணிக்குக் கணினியின் பக்கம் வரும் அளவுக்கு அப்படி என்னதான் வீட்டு வேலை? மாடியில் வாக்கிங் முடித்து விட்டு எட்டரைக்குக் கீழே வந்தேன். வந்ததும் காஃபி. பிறகு ஒன்பது மணி அளவில் தோசை போட்டுச் சாப்பிட்டேன். தோசைக்குப் பிறகு ஒரு காஃபி. ஒரு நாளில் மொத்தம் மூன்று காஃபிதான். அதுவும் அரை டம்ளர்தான். முழு டம்ளர் அல்ல. பத்து மணிக்கு பத்துப் பாத்திரம் தேய்க்க ஆரம்பித்தேன்.

முந்தாநாளோ என்னவோ, இரவு பதினொன்றரை மணிக்குப் பாத்திரம் தேய்த்துக் கொண்டிருந்தாள் அவந்திகா. என்னம்மா இது என்று அதிர்ச்சியுடன் கேட்டேன். இப்படியே போட்டு விட்டால் காலையில் உனக்குப் பாத்திரம் அதிகமாக இருக்கும், அதனால்தான் என்றாள். இப்படியெல்லாம் முன்னெச்சரிக்கை நடவடிக்கை எடுத்துக் கொண்டாலும் பாத்திரங்கள் விழுந்துகொண்டேதான் இருக்கும். உங்களுக்கு அதிலெல்லாம் அனுபவம் உண்டா இல்லையா என்று எனக்குத் தெரியவில்லை. எனக்கு இதில் செம அனுபவம் உண்டு. அந்த அனுபவத்தில் சொல்கிறேன். பாத்திரங்கள் விழுந்துகொண்டேதான் இருக்கும். நீங்களே பாருங்கள், ஒரு காஃபி குடித்தால் எட்டு பாத்திரம். பால் காய்ச்சும் கெட்டில், டம்ளர், ஃபில்டர் – ஓ, பிரதர்ஸ் அண்ட் ஸிஸ்டர்ஸ், ஃபில்டர் என்றால் அதில் நான்கு பகுதிகள் உண்டு – கீழ்ப்பகுதி, மேல்பகுதி, மூடி, உள்ளே உள்ள வடிகட்டி போன்ற பகுதி – ஆக நான்கு, ஸ்பூன், கடைசியாக வடிகட்டி. ஆக மொத்தம் ஒரு காஃபி குடித்தால் சுத்தம் செய்வதற்கு எட்டு துண்டு பாத்திரங்கள் விழும். வடிகட்டி எதற்கு என்ற நியாயமான சந்தேகம் உங்களுக்கு எழும். தேநீருக்குத்தானே வடிகட்டி தேவை? காஃபிக்கும் தேவை. வடிகட்டி இல்லாமல் காஃபி கலக்கினால் காஃபி குடிக்கும் போது அதில் இருக்கும் ஆடையை தூ தூ என்று துப்பிக் கொண்டே குடிக்க வேண்டியிருக்கும். எனக்கு ஆடை பிடிக்காது.

பாத்திரம் தேய்ப்பதில் பல நுணுக்கங்கள் இருக்கின்றன, பார்த்துக் கொள்ளுங்கள். பால் பாத்திரத்தைத் தேய்க்கும்போது

ஸ்க்ரப்பரில் பாலாடை சிக்கிக் கொள்ளும். ஆக, கடைசியில் பாத்திரம் அவ்வளவையும் தேய்த்து விட்டு ஸ்க்ரப்பரை படு சுத்தமாகக் கழுவி வைக்க வேண்டும். பல பணிப்பெண்கள் அப்படியே போட்டு விடுவார்கள். பாலாடை ஒட்டியிருப்பதால் அதில் புழு வந்து விடும். இப்போதுதான் ஸ்க்ரப்பர். என் அம்மா இதற்கு தேங்காய் நாரும் புளிச்சக்கையும் சேர்த்துப் பயன்படுத்துவார்கள். அப்போதெல்லாம் இப்போது போல் திரவம் கிடையாது. வேறு ஏதோ ஒன்று. உங்களுக்குத் தெரியுமா?

இப்படி ஒரு பதினொன்று வரை போனது. உடனே கீழே உள்ள பூனைகளுக்கு உணவு கொடுக்க வேண்டும் என்ற ஞாபகம் வந்தது. எழுதலாமா? பூனைகளுக்குச் சாப்பாடா? பசித்த உயிருக்கு உணவிடுவதை விட வேறு எது முக்கியம் என்று கேட்டுக் கொண்டு கீழே போனேன். அதில் ஒரு அரை மணி நேரம். பிறகு திரும்பி வந்து குக்கரில் அரிசி வைத்தேன். குளித்தேன். சாப்பிட்டேன். அதுதான் ஆரம்பத்திலேயே சொன்னேனே, நாய்க்கு நிய்க்க நேரமில்லை, வேலையும் இல்லை என்று. இதோ மூன்றரை மணிக்கு எழுத ஆரம்பித்தேன்.

எல்லோரும் நேரம் போகவில்லை போகவில்லை என்கிறார்களா? எனக்கு என்ன தோன்றும் தெரியுமா? ஐயோ, நான்கு மணி ஆயிற்றே, இன்னும் இன்றைய நாளில் ஐந்து மணி நேரம்தானே எழுத முடியும்? அடடா, சே. ஐந்து மணி ஆனால் அடடா, இன்னும் நான்கு மணி நேரம்தானே எழுத முடியும்? ஒன்பது மணிக்கு மேல் பூனைகளுக்கு உணவிடப் போய் விடுவேன். அவசரமாக இருந்தால் பத்து மணிக்கு மேலும் தட்டச்சு செய்வேன். இரண்டு நாட்களுக்கு முன்பு வந்த ராகவனின் ஃபோனுக்கு இன்று காலை அவரை அழைத்தேன். *You are the busiest man on earth* என்று பேச்சை ஆரம்பித்தார். அரை மணி நேரமும் கொரோனாதான். நிறைய ஜென்ரல் நாலெட்ஜ் வளர்ந்தது.

4.4.2020.

9

ஆஹா, காலை மணி எட்டரை ஆகியிருக்கிறது. இதோ எழுத வந்து விட்டேன். இன்னும் ஃபாக்டரி திறக்கவில்லை. அது வரை தட்டச்சு செய்து கொண்டிருக்கலாம். நேற்று இரவும் பதினொன்றரை மணிக்கு அவந்திகா ஏகப்பட்ட பாத்திரங்களைத் தேய்த்துக் கொண்டிருந்தாள். என்னம்மா இது என்று வருத்தத்துடன் கேட்டேன். "ஆமாம்ப்பா, நீ காலையில் பாத்திரம் தேய்ப்பதைப் பார்க்கும் போது எனக்கு ரத்தக் கண்ணீர் வருகிறது. இப்பவே முடிச்சுடறேன்."

இம்மாதிரி தருணங்களும் உண்டு. ஆனாலும் ஃபாக்டரி ஃபாக்டரிதான். ஸ்விக்கிக்கு வீட்டுக்குள் அனுமதி இருந்தால் இத்தனை கஷ்டம் இல்லை. ஒன்று விட்டு ஒருநாள் ஸ்விக்கி மூலமே ஆர்டர் கொடுத்து சாப்பிட்டு விடுவேன். நாமும் கொஞ்சம் புத்திசாலித்தனமாக இருந்தால்தான் நேரத்தை மிச்சப்படுத்த முடியும். ஆனால் ஸ்விக்கிக்காரன் தொடுகிறான், அந்தப் பாக்கெட்டில் கொரோனா இருக்கும் என்று பயந்தால் நாள் முழுவதும் பாத்திரம் தேய்த்துக் கொண்டே இருக்க வேண்டியதுதான்.

இதற்கிடையில் என் நண்பர் விஜய் ஒரு மெஸேஜ் அனுப்பியிருந்தார். பெயரை மாற்றி விட்டேன். பெயரை வேறு போடலாமா கூடாதா என்று குழப்பமாக இருக்கிறது. ஏன்

பெயரைப் போட்டீர்கள் என்று அவ்வப்போது துப்பாக்கிச் சூடு நடப்பதால் எங்கே பெயரைப் போடுவது எங்கே பெயரைப் போடக் கூடாது என்று தெரிய மாட்டேன் என்கிறது. ஓடிக் கொண்டிருப்பவனின் குறுக்கே கட்டையைப் போட்டு, தாண்டித் தாண்டி ஓடு என்று சொல்வது போல்தான். சரி, விஜய் மெஸேஜ் இதுதான்.

“சாரு,

நேற்று நீங்கள் எழுதியது என் அம்மாவின் கதையும்தான். எங்கள் ஊரில் இது அறுவடைக் காலம். என் அம்மா எட்டு மணிக்கு அறுவடைக்குப் போகிறார்கள். அதற்கு முன்னால் எல்லா பாத்திரங்களையும் தேய்த்து, எங்களுக்கெல்லாம் டீ போட்டுக் கொடுத்து விட்டுத்தான் கிளம்புகிறார்கள். பிறகு பதினோரு மணிக்குத் திரும்பி வந்து எங்களுக்கெல்லாம் காலை உணவு. பாத்திரம் தேய்த்தல். மதிய உணவு செய்தல். பிறகு மீண்டும் மூன்றரை மணிக்கு வயலுக்குக் கிளம்புவார்கள். வயல் வேலை முடிந்து வீட்டுக்குத் திரும்பும் போது ஏழு மணி. மீண்டும் எங்களுக்கு டீ போடுவார்கள். கொஞ்சம் ஓய்வெடுப்பார்கள். அடுத்து இரவு உணவுக்கான ஏற்பாட்டில் இறங்குவார்கள். இப்படியே அவர்களின் வாழ்க்கை ஓடிக் கொண்டிருக்கிறது. அறுவடைக் காலமாக இல்லாதிருக்கும் நாட்களிலும் ஐம்பது வயது ஆன ஒரு பெண்மணி மூன்று வளர்ந்த ஆடவருக்கு இப்படி சமைத்துப் போடுவது ஒரு கொடுமையான வேலைதான் இல்லையா? எனவே நீங்கள் நேற்று எழுதிய பதிவைப் படித்த போது என் அம்மாவைப் பற்றி யோசித்தேன். ஒரு விஷயத்தை மறந்து விட்டேன். துணி துவைப்பதும் என் அம்மாதான். நான் மட்டுமே என் துணிகளை நானே துவைத்துக் கொள்கிறேன். சில சமயங்களில் என் தந்தை முரட்டுத்தனமாக நடந்து கொள்வார். நாளையிலிருந்து என் அம்மாவுக்குப் பாத்திரம் தேய்ப்பதில் உதவி செய்யலாம் என்று இருக்கிறேன். இந்த நரகத்திலிருந்து என் அம்மாவை மீட்க வேண்டும் என்று ஆசைப்படுகிறேன் சாரு.

விஜய்.

இந்தக் கடிதத்துக்கு பதில் எழுத வேண்டுமானால் எனக்கு நூறு பக்கம் தேவை. பக்கங்கள் இருக்கின்றன. நேரம்தான் இல்லை. சுருக்கமாக எழுதுகிறேன். விஜய் சொன்ன விஷயத்துக்கு இரண்டு பக்கங்கள் இருக்கின்றன. இல்லை, பல பக்கங்கள் இருக்கின்றன. இப்போது சில உதாரணங்களைச் சொல்கிறேன். விஜய்க்கு இருபத்தாறு வயது இருக்கும். இன்னும் திருமணம் ஆகவில்லை. வேலையில் இருக்கிறார். சீக்கிரம் ஆகி விடும். விஜய் போல் பல இளைஞர்களை எனக்குத் தனிப்பட்ட முறையில் தெரியும். எனவே இதை விஜய் தனக்கானதாக எடுத்துக் கொள்ளக் கூடாது. நான் கண்டதைச் சொல்கிறேன். கண்டது பல என்பதை மட்டும் ஞாபகம் வைத்துக் கொள்ளுங்கள். இளைஞர்கள் என் எழுத்தைப் படிக்கிறார்களா, அதனால் அவர்களின் ஆணாதிக்கத் தன்மையைக் களைந்து விடுவார்கள். திருமணம் ஆனதும் என் நூல்களைத் தன் புது மனைவியிடம் அறிமுகப்படுத்துவார்கள். உடனே அந்தப் பெண் இனிமேல் சாருவுடன் பழகாதே என்று உத்தரவு போட்டு விடுவார். மீறிப் பழகினால் சாருவா நானா முடிவு செய்து கொள் என்று பெட்டியைத் தூக்கி விடுவார்கள். இப்படி பலரது வாழ்வில் நேரடியாகப் பார்த்திருக்கிறேன். இதே இளைஞன் என்னைப் படிக்காமல், எல்லா சராசரிகளையும் போல் ஆணாதிக்கத்தன்மை கொண்டவனாக ரஜினிதான் என் தலைவன் என்று சொல்லிக் கொண்டு திரிந்தால் அதே பெண்கள் அவனுக்கு அடங்கி ஒடுங்கி நடந்து கொள்வார்கள். அந்த மாதிரி ஜோடிகளையும் பார்த்துக் கொண்டிருக்கிறேன். இதையெல்லாம் பார்க்கும்போது எனக்கு என்ன தோன்றுகிறது என்றால், ஆணும் பெண்ணும் சரி சம் (கொஞ்சம் பொறுங்கள், நேற்று 'நாய்க்கு நிய்க்க நேரமில்லை; செய்ய வேலையும் இல்லை' என்று சொன்னேன் அல்லவா? இதை மிகுந்த கவனத்துடன் தட்டச்சு செய்து கொண்டிருக்கும்போது திடீரென்று டம் டம் என்று பெரும் சப்தம் கேட்டது. பார்த்தால் வாசலில்தான் அவந்திகா ரொம்ப நேரமாக கதவைத் தட்டிக் கொண்டிருக்கிறாள் போல் தெரிந்தது. தட்டும் சத்தம் அல்ல. டொம் டொம் என்று மிதிக்கும் சப்தம். தட்டச்சு செய்வதை அப்படியே நிறுத்தி விட்டு ஓடினேன். பார்த்தால் இரண்டு கையிலும்

தூக்க முடியாமல் பாரமாக காய்கறிகள். சொல்லி விட்டுத்தான் போனாள், தெருவில் நம் காய்கறிக்காரர் வந்திருக்கிறார் என்று. சரி, பையைக் கீழே வைத்து விட்டுக் கதவைத் திறக்கலாமே? அது எப்படி, முட்டாள்தனமாகக் கேட்காதீர்கள். வெளியே போய் காய்கறியைத் தொட்டு எடுத்திருக்கிறாள். கையில் கொரோனா இருக்க வாய்ப்பு இருக்கிறது. அதே கையால் எப்படி நாதாங்கியைத் தொட்டு கதவைத் திறப்பது? அதனால்தான் முழங்கையாலேயே கதவைப் போட்டு தொம் தொம் என்று முட்டியிருக்கிறாள். நீங்கள் வெளிநாடுகளில் பார்த்திருக்கிலாம், இந்தியாவின் நமஸ்தே தெரியாத பல உலகத் தலைவர்களும் ஒருவரை ஒருவர் பார்த்துக் கொள்ளும் போது பழையபடி கை குலுக்காமல் முழங்கையால் முட்டிக் கொள்கிறார்கள். அந்த மாதிரிதான் முட்டியிருக்கிறாள். இதைத்தான் சொன்னேன், எடுபிடி வேலை என்று...) ஆணும் பெண்ணும் சரி சமமாக வாழவே முடியாது போல. ஒன்று, ஆண் எஜமானன்; பெண் அடிமை. அல்லது, பெண் எஜமானி; ஆண் அடிமை. என்னுடைய எழுத்தைப் படிக்க நேர்கின்ற ஆண்களில் பெரும்பாலானோர் தங்கள் மனைவிக்கு சலாம் போட்டுக் கொண்டு வாழ்வதைப் பார்க்கிறேன். இதை அவர்கள் சமத்துவம் என்று வேறு நம்பிக்கொண்டிருக்கிறார்கள். பெருமையாக வேறு சொல்லிக் கொள்கிறார்கள். அடப் பாவமே, அடிமைப்பட்ட எலிக்குஞ்சு போல் மனைவிக்கு அடங்கி வாழ்வதையா நான் இதுகாறும் பேசி வந்தேன்? நான் சொன்னது, சுதந்திரம். ஆணும் பெண்ணும் சுதந்திரம் பேணுங்கள் என்றேன். எல்லோரும் அப்படி இல்லை. ஒத்துக் கொள்கிறேன். ஒரு பெங்களூர்ப் பெண்ணின் பெயர் ஞாபகம் வருகிறது. சமமாக, சுதந்திரமாக, கணவனும் மனைவியும் சிநேகிதர் போல் வாழும் சிலரும் இருக்கிறார்கள். ஆனால் பல ஆண்கள் தங்கள் மனைவிக்கு அடிமையாக வாழ்வதையே பார்க்கிறேன்.

என் அம்மாவும் விஜய்யின் அம்மா மாதிரிதான். என்ன, எங்களுக்கு நிலம் இல்லாததால் வயல் வேலை இல்லை. ஆனால் பல விவசாயிகளுக்கு இட்லி சுட்டு விற்பார்கள். அம்மா பற்றி எழுதினால் நூறு பக்கம் வரும். நெல் அவித்துக் காய வைத்து

மில்லில் கொண்டு போய் அரைத்து அரிசியாக்கிக் கொண்டு வந்து வைத்திருப்பார்கள். வீட்டில் எட்டு உருப்படி. கடையில் போய் அரிசி வாங்க நிதி நிலை ஒத்துக் கொள்ளாது. சாணியைச் சேகரித்து ராட்டி தட்டி காய வைத்துக் கொள்வார்கள். கள்ளிக்காட்டுக்குப் போய் கள்ளி மரங்களிலிருந்து கள்ளிக் கிளைகளை வெட்டி வந்து காய வைத்து விறகாக வைத்துக் கொள்வார்கள். தரையில் குத்துக்காலிட்டு அமர்ந்துதான் சமைக்க வேண்டும். மேடை என்ற ஒன்று இருக்கிறது என்பதே அம்மாவுக்கோ எங்களுக்கோ தெரியாது. ஈர விறகாக இருந்தால் புகை வரும். ஊதாங்கோலால் ஊதிக் கொண்டே இருக்க வேண்டும். அம்மியில்தான் குழம்புக்கான மசாலா அரைக்க வேண்டும். தரையில்தான் குடக்கல் இருக்கும். தரையில் இடது காலை மடக்கிக் கொண்டு வலது காலை நீட்டியபடி இட்லிக்கான அரிசி, உளுந்து இரண்டையும் அரைக்க வேண்டும். எட்டு உருப்படிகளின் துணிகளை அள்ளி எடுத்துக் கொண்டு குளத்துக்குப் போய் துவைத்து அலசிக் கொண்டு வர வேண்டும். வீட்டில் தண்ணீர் வராது. வீட்டிலும் தண்ணீர் வரும் என்பதே எனக்கு இருபத்தைந்து வயதுக்கு மேல்தான் தெரியும். எல்லோருக்கும் குளிக்க கொள்ள தண்ணீர் தெருமுனைக் குழாயிலிருந்து தூக்கிக் கொண்டு வர வேண்டும். இப்படி நூற்றுக்கணக்கான வேலைகள். இருபத்தைந்து வயது வரை இந்த வேலைகளில் நாமும் உதவி செய்யலாம், செய்ய வேண்டும் என்பதே எனக்குத் தெரியாது. அப்படி யாரும் தெரியப்படுத்தவும் இல்லை. கொஞ்சமாவது உதவி செய்திருக்கலாம். வீட்டில் குளிக்காமல் தினமும் குளத்தில் குளித்திருக்கலாம். வேறு எந்த உதவியும் செய்திருக்க வாய்ப்பு இல்லை. இதையெல்லாம் அன்றைய விளிம்புநிலை சமூக நிலையிலிருந்து இடம் பெயர்ந்து இன்று நடுத்தர வர்க்கத்தில் வந்து அமர்ந்து கொண்டு பார்க்கும்போது துயரம் மேலிடலாம். எனக்கு அப்படித் தோன்றுவதில்லை. அம்மா ஒரு ராணி மாதிரி வாழ்ந்தார்கள். எந்தப் பயலுக்கும் சலாம் போட்டதில்லை. யாரையும் அண்டி வாழ்ந்ததில்லை. உழைப்பே தவம். நம் உடம்பு இப்படி உழைப்பதனால் மட்டுமே தன்னை நிலைநிறுத்திக் கொள்ளும் என்பதாகத்தான் படைக்கப்பட்டிருக்கிறது. அதுதான்

மனித உடம்பின் விதி. என் அம்மா, நைனா இருவரில் நைனாதான் அதிகம் உழைத்தவர்கள். காலையில் ஏழு மணிக்குக் கிளம்பினால் இரவு வீடு திரும்ப பத்து பதினொன்று ஆகும். அத்தனை நேரமும் டியூஷன் மற்றும் பள்ளிக்கூடம். டியூஷன் என்றால், இப்போது போல் எல்லா மாணவர்களையும் சேர்த்து உட்கார்த்தி வைத்து சொல்லிக் கொடுப்பது அல்ல. ஒவ்வொரு மாணவராக அவரவர் வீட்டுக்கு வாத்தியாரே போக வேண்டும். சைக்கிள்தான் எல்லாவற்றுக்கும். சுமாராக தினமும் ஐம்பது கிலோமீட்டர் சைக்கிள் விட்டிருக்கிறார்கள். அறுபது வயது வரை. எண்பத்தைந்து வயது வரை வாழ்ந்தார்கள். அம்மா சாகும்போது எண்பதுதான். தொண்ணூற்றைந்து வரை வாழ்ந்திருக்க வேண்டும். ஆனால் குடும்பத்தில் நடந்த ஒரு அதிர்ச்சி சம்பவத்தால் மூளையில் ரத்தக் கசிவு ஏற்பட்டு திடீர் மரணம். எனக்கு ஹார்ட் அட்டாக் வந்தபோது உங்கள் பெற்றோருக்கு ஷுகர், ப்ரஷர் உண்டா என்று கேட்ட போது திருதிருவென்று விழித்தேன். ஏனென்றால், அம்மாவும் நைனாவும் இறுதிநாள் வரை டாக்டரிடம் போனதே இல்லை. அதனால் அவர்களுக்கு என்ன இருந்தது என்ன இல்லை என்பதே தெரியாது. ஆறு குழந்தைகளும் சுகப் பிரசவம். சிஸேரியன் என்றால் என்னவென்றே தெரியாது. ஆக, இப்போது சொல்லுங்கள், என் அம்மாவின் வாழ்க்கை பரிதாபத்துக்குரியதா? இப்போதைய பெண்களால் குனிந்து நிமிர முடியுமா? குனிந்தால் சைனஸ் வந்து விடுகிறது. ஒரு குழந்தைதான். அதுவும் சிஸேரியன். வலியே தாங்க முடியாது.

என்ன சொல்ல வந்தேன் என்றால், என் எழுத்தைப் படிக்கும் தம்பிகள் ஆணாதிக்கத்தைத் தூக்கிப் போட்டு விட்டு, “இதோ நான் பாத்திரம் தேய்க்கிறேன் பார், சாருவே தேய்க்கிறார், அப்புறம் என்ன?” என்று ஆரம்பிப்பார்கள். உடனே அந்தப் பெண் உன் அம்மாவுக்கு மாதா மாதம் பணம் அனுப்பாதே என்று சொல்லும். பணம் அனுப்புவதாக இருந்தால் நான் கிளம்புகிறேன் என்று பெட்டியைத் தூக்கும். சமத்துவம் என்பதே இல்லை. நான் என்ன செய்யட்டும்? உடனே சாரு ஆணாதிக்கத்தைத் தூக்கிப் பிடிக்கிறான் என்று என்னிடம் ஓடி வராதீர்கள். ஆண் அடி பணியாமல், அடிமையாக

மாறாமல், சராசரியாக ரஜினி ரசிகனாக இருந்தால், பெண் செத்தாள். சமைத்து சமைத்தே சாக வேண்டும். “ஏன், உன் அம்மா சமைத்தாள் அரசி? என் மனைவி சமைத்தால் அடிமையா?” என்று நீங்கள் கேட்கலாம். எங்கள் வீட்டில் அம்மாவோ நைனாவோ ஒருவருக்கொருவர் அடிமையாக இல்லை. இருவரும் சுதந்திரமாக இருந்தார்கள். இப்போதைய ஆண்கள் (இலக்கியம் படித்தவர்கள்!) ஒன்று அடிமையாக இருக்கிறார்கள்; இல்லாவிட்டால், பெண்களை அடிமையாக வைத்திருக்கிறார்கள். இப்போது பாருங்கள். கொரோனோவின் காரணமாக இந்தியாவில் மட்டும் அல்ல; உலகம் பூராவும் வீட்டு வன்முறை அதிகமாகி விட்டது. அப்படியென்றால்? ஆண்கள் திரும்பவும் பெண்களைக் கொடுமைப்படுத்த ஆரம்பித்து விட்டார்கள். நூற்றுக்கு இருபத்தைந்து சதவிகித வீடுகளில் பெண்கள் ஆண்களைக் கொடுமைப்படுத்துகிறார்கள். வீட்டு வன்முறை அதிகமாகி விட்டது.

சரி, இதற்குத் தீர்வுதான் என்ன? உண்மையைச் சொன்னால், தெரியவில்லை. ஒரு நண்பர். படு சுதந்திரமான பேர்வழி. இந்த உலகத்திலேயே சுதந்திரமான பேர்வழி அவந்திகாதான். அந்த நண்பரும் அவ்வாறே. அவர் மனைவி அந்தக் காலத்து ரிஷி பத்தினி மாதிரி. இன்னொரு நண்பர், சுதந்திரம் என்றால் என்னவென்றே தெரியாது. அடிமையிலும் அடிமை. அவர் மனைவியோ பட்டத்து ராணி. நான் சொன்னேன், பெண்கள் இடம் மாறினாலும் அந்த நண்பர் சுதந்திரமாகத்தான் இருப்பார். பட்டத்து ராணி அங்கே போனால் அடிமையாகி விடுவார். அங்கே அடிமையாக இருந்த பெண், இங்கே வந்து பட்டத்து ராணியாகி விடுவார். ஆண் - பெண் உறவில் அதிகமாக சமத்துவத்தைப் பார்க்க முடியவில்லை. அது மிகவும் அரிதாகவே நிகழ்கிறது.

இப்போது உலகமே வீட்டுக்குள் முடங்கிக் கிடப்பதால் இந்தியா, ஃப்ரான்ஸ் போன்ற தேசங்களில் வீட்டு வன்முறை அதிகரித்திருப்பதாக செய்திகள் வருகின்றன. அதில் எந்த ஆச்சரியமும் இல்லை. உலகம் பூராவுமே ஆண்கள் பெண்களை அடக்கி ஆளத்தான் நினைக்கிறார்கள். பெண்கள் சமையலுக்கும்

காமத்துக்கும் மட்டுமே லாயக்கு என்று நினைக்கிறார்கள். சரி, சுதந்திரம் அடைந்த பெண்கள் எப்படி இருக்கிறார்கள் என்று பார்த்தால் சைக்கோவாக மாறி விடுகிறார்கள்.

நான் அரசு அலுவலகத்தில் வேலை பார்த்தபோது இரண்டு விதமான அதிகாரிகளுக்கு அஞ்சுவேன். நான் மட்டும் அல்ல; எல்லோரும். தலித் அதிகாரி மற்றும் பெண் அதிகாரி. அதிகாரிகளாக தலித்துகள் வரும்போது அவ்வளவு காலம் ஒடுக்கப்பட்டதாலோ என்னவோ அலுவலகத்தில் இருக்கும் தலித்துகளாகப் பார்த்து டார்ச்சர் கொடுப்பார்கள். என்னய்யா இது அக்கிரமம்? பிராமணர்களை ஒன்றும் செய்ய மாட்டார்கள். பிராமணர்களை நெருங்க அச்சமோ என்னவோ, தன் சாதிக்காரனையாகப் பார்த்துப் பார்த்துத் துன்பம் கொடுப்பார்கள். அதேபோல் பெண் அதிகாரிகள். அதிலும் குறிப்பாக, திருமணமாகாத பெண் அதிகாரிகள் என்றால் உச்சக்கட்ட சைக்கோவாக இருப்பார்கள். ஒரு விதிவிலக்கு கூட சொல்ல முடியாத படி எல்லா பெண் அதிகாரிகளும் எல்லோரையும் டார்ச்சர் கொடுப்பார்கள். கவனிக்கவும். அதிகாரிகள் மட்டத்தில்தான் இப்படி. மற்றபடி குமாஸ்தா பெண்களெல்லாம் ஒவ்வொருவருமே துலாபாரம் சாரதா போல் ஒரு மூட்டை துயரக் கதையைச் சுமந்து கொண்டிருப்பார்கள்.

ஆனால் இத்தனை எழுதினாலும் இன்னமும் நடுத்தர வர்க்கப் பெண்களும், மேட்டுக்குடிப் பெண்களும் ஆண்களிடம் படு பயங்கரமாக, நம்பவே முடியாத அளவுக்கு அடியும் உதையும் பட்டுக்கொண்டுதான் இருக்கிறார்கள். மேட்டுக்குடிப் பெண்களும் என்பதை அடிக்கோடிட விரும்புகிறேன்.

விஜய்யின் கடிதத்தைப் படித்தபோது இதெல்லாம் எண்ணச் சிதறல்களாக மனதில் ஓடின. ஒன்று மட்டும் நிச்சயமாகச் சொல்வேன். பெண் அடிமையாக இருக்கிறாள்; அல்லது அடிமைப்படுத்துகிறாள். இதற்குப் பெண்ணா காரணம்? தெரியவில்லை. மிகவும் குழப்பமான விஷயமாகத்தான் இருக்கிறது இது.

5.4.2020.

10

எழுதும் வேகத்தில் பல நுணுக்கங்கள் விடுபட்டு விடுகின்றன. அதெல்லாம் புத்தகமாக வரும்போதுதான் சரி செய்யப்படும். இப்போது எல்லாமே அவசரம். ந. முத்துசாமி தன்னுடைய ஒவ்வொரு கதையையும் பல முறை திரும்ப எழுதுவாராம். பல முறை என்றால் என்ன அர்த்தம்? உங்கள் மனதில் என்ன எண்ணிக்கை வருகிறது? அஞ்சு? பத்து? ம்ஹூம். திருப்தி வரும் வரை எழுதிக் கொண்டே இருப்பாராம். நீர்மை கதையை அவர் அப்படி எழுபது முறை திரும்பத் திரும்ப எழுதியிருக்கிறார். இப்போதோ நாம் ஹாயாக தட்டச்சு செய்து விட்டு, தட்டச்சு செய்ததைக் கூடத் திரும்ப ஒருமுறை படித்துப் பார்க்க மனமில்லாமல் அதை அப்படியே பதிவேற்றி விடுகிறோம்.

வேலைக்குச் சேர்ந்த இரண்டே வாரத்தில் மூவாயிரம் ரூபாய்க்கு சுடிதார் வாங்கிக் கொடுத்ததும் ஒரு பணிப்பெண் அந்த மாதமே நின்று போய் விட்டது பற்றி எழுதியிருந்தேன். எனக்கு 1980களின் முற்பகுதியில் ஆர்.கே. புரத்தில் உள்ள ஒரு டாபாவில் நடந்த சம்பவம் ஞாபகம் வருகிறது. எனக்குத் தயிர் ரொம்பப் பிடிக்கும். அதிலும் டெல்லித் தயிர் உயிர். தந்தூரி ரொட்டி, சப்ஜி இரண்டும் இருந்தன. கடையில்

தயிர் இல்லை. “தயிர் வேணுமே? சோட்டூவிடம் பணம் கொடுத்து அனுப்பினால் பக்கத்துக் கடையில் வாங்கி வரச் சொல்கிறீர்களா பையா?” என்று கேட்டேன் கடைக்காரரிடம். ஓ, தாராளமாக என்றார் டாபாக்காரர். பத்து ரூபாய் கொடுத்து அனுப்பினேன். அவ்வளவுதான், சோட்டூவைக் காணவில்லை. ஓடி விட்டான். உத்தரப் பிரதேசத்தில் உள்ள அவனுடைய கிராமத்துக்கு பஸ்ஸில் போக டிக்கட் பத்து ரூபாய்க்குள்தான் இருக்க வேண்டும். இப்படி என் கடை ஆள் ஒருத்தனை பணம் கொடுத்து கிராமத்துக்கு அனுப்பி விட்டீர்களே மதறாஸி பாபு என்றார் கடைக்கார சர்தார்ஜி. பத்தே ரூபாயில் பையனுக்கு விடுதலை கிடைத்து விட்டது. அப்படி அந்தப் பணிப்பெண் மூவாயிரம் ரூபாய்க்கு சுடிதாரை வாங்கிக் கொண்டு ஓடி விட்டார். வேலை செய்தது ஒரே மாதம். இந்த மூவாயிரம் ரூபாய் வந்தது எப்படித் தெரியுமா? கதையைத் திரும்பவும் படியுங்கள். மார்கழி என்று சொன்னேன். மார்கழி மூன்றாம் தேதிதான் என் பிறந்த நாள். டிசம்பர் 18. அன்றைய தினம் சென்னை கிரிக்கெட் கிளப்பில் நண்பர்கள் கூடினோம். கொஞ்சமாக ஒயின் அருந்தினேன். ஒரு நண்பர் என் பாக்கெட்டில் ஒரு கவரை வைத்தார். பிறந்த நாள் பரிசு. கவர் கனமாக இருந்தது. சரி, பூனைகளுக்கு ரெண்டு மூணு மாசத்துக்குக் கவலையில்லாமல் இருக்கலாம் என்று ஆசுவாசப்பட்டேன். பொதுவாக இப்படிக் கிடைக்கும் கவர்களை மிகுந்த பிரயாசை எடுத்து ஒளித்து வைத்து விடுவேன். அன்றைய தினம் வைன் அருந்தியிருந்ததால் பேண்டிலிருந்து பணத்தை எடுத்துப் பதுக்கி வைக்காமல் தூங்கி விட்டேன்.

மறுநாள் காலையில் பார்த்தால் கவரைக் காணோம். சரி, அவந்திகா எடுத்து வைத்திருப்பாள் என்று விட்டு விட்டேன். கேட்டேன். ஆமாம், எடுத்து வைத்தேன் என்றாள். அதற்கு மேல் பேச முடியவில்லை. ஆள் கொலை பிஸி. ரொம்பக் கேட்டால் கோவித்துக் கொள்வாள். மூணு நாள் சென்று அவள் அபூர்வமாக ஓய்வாக இருந்த வேளையில் கவர் பற்றிக் கேட்டேன். ஆமாம்ப்பா, இதோ எடுக்கிறேன் என்று எடுத்துப் பார்த்தாள். பத்தாயிரம் இருந்தது. அப்பாடா, எனக்கு டிரெஸ்

எடுக்க பணத்துக்கு என்னா பண்றதுன்னு இருந்தேம்ப்பா, இதை எடுத்துக்கவா என்றாள். அவந்திகா வேலையில் இருந்திருந்தால் ஒன்றரை லட்சம் ரூபாய் மாத ஊதியம். அக்கவுன்ட்ஸ் ஆஃபிஸர் போஸ்டிங்குக்காகக் காத்திருந்த போது விருப்ப ஓய்வு கொடுத்து விட்டாள். ஆன்மீக சேவை செய்ய வேண்டும் என்பதற்காக. ஆடை, அணிகலன், வீடு, ஓட்டல், சினிமா, வெளியே செல்வது, ஷாப்பிங் எதுவுமே அவளுக்குப் பிடிக்காது. காந்தி மாதிரி எளிமை. அவள் டிரெஸ் எடுத்தும் நாலைந்து ஆண்டுகள் ஆகின்றன. அதனால் அவள் கேட்டவுடன் ஓ எடுத்துக்கம்மா என்று சொல்லி விட்டேன்.

"உனக்கு எதாவது செலவு இருந்தா சொல்லு, வச்சுட்றேன்."

"இல்லை, இல்லை, ஒரு செலவும் இல்லை."

என்ன பிரச்சினை என்றால், அந்தப் பத்தாயிரத்தையும் பிரித்துப் பிரித்து இங்கே உள்ள உழைப்பாளிகளுக்கும் விளிம்பு நிலை மனிதர்களுக்கும் கொடுத்து விடுவாள். அதில்தான் மூவாயிரம் ரூபாய்க்கு பணிப்பெண்ணுக்கு சுடிதார்.

(நண்பா, டிசம்பர் பதினெட்டாம் தேதியிலிருந்து இதை நான் உன்னிடம் சொல்ல வேண்டும் என்று நினைத்துக் கொண்டிருந்தேன். நீ அந்தப் பணத்தை ராம்ஜியிடம் கொடுத்திருந்தால் கூட அது என்னிடம் பத்திரமாகச் சேர்ந்திருக்கும். அவந்திகாவுக்குக் கொடுக்கக் கூடாது என்று இல்லை. அவந்திகாவுக்குக் கொடுத்தால் அது அவளுக்குச் சேராது. அவ்வளவுதான். இனிமேல் கொடுத்தால் ராம்ஜியிடம் கொடுத்து விடு. அல்லது, எனக்கு கூகிள் பே மூலம் அனுப்பி விடு. இப்படிக் கையில் கொடுத்தால் அது என் வீட்டுக்குப் பக்கத்தில் இருக்கும் வங்காள விரிகுடாவில்தான் போய் விழும்!)

இப்படித்தான் ஒரு பத்திரிகையிலிருந்து ஆயிரம் ரூபாய்க்கு ஒரு செக் வந்தது. வீட்டு முகவரிக்கு. சென்ற ஆண்டு எழுதிய கட்டுரைக்கான சன்மானம். அது எப்படி அவந்திகாவின் காந்தி கணக்கில் போய்ச் சேர்ந்தது தெரியுமா? (அதற்கு முன் இந்த காந்தி கணக்கு பற்றி: நானுமே பலரையும் போல் இந்த காந்தி கணக்கு என்ற வார்த்தை பற்றித் தவறாகவே நினைத்துக்

கொண்டிருந்தேன். நாமம் என்பது ஸ்ரீவைஷ்ணவர்களின் அடையாளமாக இருந்தாலும் பட்டை நாமம் போட்டு விட்டான் என்றால் ஏமாற்றி விட்டான் என்றுதானே நினைக்கிறோம், அப்படித்தான் காந்தி கணக்கு பற்றியும் நினைத்து விட்டேன். அப்புறம்தான் அவந்திகாவின் கணக்கு பற்றித் தெரிந்ததும் ஓ, இப்படித்தான் காந்தி கணக்கும் என்று புரிந்தது. காந்தியும் எல்லோரிடமிருந்தும் நன்கொடை திரட்டுவார். அதை வைத்து அவர் என்ன சொத்தா வாங்கினார்? எல்லாம் சமூகத்துக்கு. அதுபோலவே அவந்திகா. கிடைக்கும் பணமெல்லாம் ஏழைகளுக்கு. தெருவில் குப்பை அள்ளும் பெண்மணிகள் நாலு பேர் வாராவாரம் வந்து பணம் வாங்கிக் கொண்டு போவார்கள். அப்புறம் வாட்ச்மேன். இப்படி அது ஒரு பெரிய கதை. அதெல்லாம் அவளுடைய பென்ஷன் பணம். அதோடுதான் இப்படி எனக்குக் கிடைக்கும் சன்மானம், பிறந்த நாள் பரிசு எல்லாமும் சேர்ந்து விடும். அதனால்தான் அவள் கண்ணில் நான் பணத்தையே காட்டுவதில்லை. நானே ஒரு விளிம்பு. எனக்குக் கொடுப்பவனும் விளிம்பு. இதை எடுத்து இன்னொரு விளிம்புக்குக் கொடுக்கணுமா? என்னங்கடா இது!)

ஆயிரம் ரூபாய் செக் பல நாட்களாக அப்படியே கிடந்தது. எனக்கு அதை வங்கியில் போட இஷ்டமில்லை. போக வர ஒரு மணி நேரம் செலவாகும். என்னுடைய ஒரு மணி நேரம் பத்தாயிரம் ரூபாய்க்குச் சமம். தேவையெனில் அவந்திகாவே கொண்டு போய் போடட்டும். எப்படியோ அது ஒரு விளிம்புக்குத்தான் போய்ச் சேரும். அதற்கு ஏன் என்னுடைய ஒரு மணி நேரத்தைச் செலவிட வேண்டும்? ஆனாலும் அந்தப் பத்திரிகை நண்பர்கள் மீது கோபம் கோபமாக வந்தது. விடுங்கள். ஆனால் அவந்திகாவுக்கு நேரமே இல்லை. அதனால் ஒருநாள் நீ போய் வா சாரு என்றாள். அவள் சொல்லி விட்டால் அதற்கு மேல் அப்பீலே இல்லை. கிளம்பினேன். செலான் எல்லாம் எழுதி நிரப்பி விட்டாள். நேராக ஆக்ஸிஸ் வங்கிக்குப் போய்க் கொடுத்தேன். ஏனென்றால், எனக்கு வங்கி என்றால் அதுதான் ஞாபகத்தில் இருக்கும். என் கணக்கு அங்கே இருப்பதால். ஆனால் வங்கிக்காரர் செலானைப் பார்த்து

விட்டு, நீங்கள் சி.யூ.பி. போகவும் என்று சொல்லி விட்டார். சி.யூ.பி.யில்தான் காந்தி கணக்கு இருக்கிறது. அதை மறந்து போனேன். கிளம்பு அதே ஆட்டோவில். சி.யு.பி. மந்தவெளியில் இருக்கிறது. எல்லாம் முடிந்து திரும்ப ஒரு மணி நேரம் ஆகி விட்டது. ஆட்டோவுக்கு வேறு நூறு ரூபாய் செலவு. அடப் பாவிகளா! கட்டுரையும் எழுதிக் கொடுத்து, அதற்காக ஒரு மணி நேரமும் செலவு பண்ணி, நூறு ரூபாய் செலவு வேறே? என்னங்கடா அந்யாயம்!)

பாத்திரம் தேய்ப்பதில் இன்னுமொரு 'நுவான்ஸ்' விடுபட்டு விட்டது. எனக்குக் கஞ்சத்தனம் பிடிக்காது. சிக்கனமும் பிடிக்காது. அவந்திகா எனக்கும் மேலே. அதனால் அது சம்பந்தமான வாதப் பிரதிவாதங்களே எங்களிடம் எழுந்ததே இல்லை. தக்காளி வாங்கி வா என்றால் நான் மூணு கிலோ வாங்குவேன். அவளோ நாலு கிலோ வாங்குவாள். அன்று ஒருநாள் வாஷிங் மெஷினில் போடும் சோப்புப் பாக்கெட் வாங்கி வர சொன்னாள். ஒரு பாக்கெட் மூணு ரூபாய். அந்தப் பாக்கெட்டை அவள் அடிக்கடி வாங்குவது போல் தெரிந்தது. பார்த்தேன். ஒரு இருநூறு பாக்கெட் வாங்கிக் கொண்டு போய் நீட்டினேன். மிரண்டு விட்டாள். அப்படிப்பட்டவள் பாத்திரம் தேய்க்கும் லிக்விட் இருக்கிறதல்லவா, அதில் நீரை கன்னாபின்னா என்று கலந்து வைத்துக் கொண்டிருந்தாள். பார்த்தால் பாத்திரங்களை வெறும் தண்ணீரில் கழுவுவது போல் கடினமாக இருந்தது. உயிரை விட்டு அழுத்தித் தேய்க்க வேண்டியிருந்தது. ஓ, இதனால்தான் பணிப்பெண்கள் ஓடி விட்டதுகளோ என்று சம்சயம் கொண்டேன். ஆனால் நான் எத்தனுக்கு எத்தன். அந்தத் தண்ணீரில் மேலும் லிக்விட்டைக் கலந்தே பாத்திரம் தேய்ப்பேன். ஒருநாள் அவந்திகா என்னப்பா சாரு, லிக்விட் எல்லாம் தீர்ந்துடும் போல இருக்கே, இவ்வளவு செலவு பண்றே என்றாள். ஆ, இப்படிப்பட்ட கேள்விகளை நாம் கேட்டதே இல்லையே டார்லிங் என்றேன்.

அட லூசு, இப்போ உனக்கு எங்கே கடை திறந்து வச்சுருக்கான்?

ஏன், எதிர்த்தாற்போல் மளிகைக்கடை இருக்கிறதே?

இருக்கு. அங்கே போய் வாங்கினால் கொரோனா வராதா?

அதாவது ஒருவர் தொட்டு விட்ட பாக்கெட்டில் கொரோனா ஒட்டிக்கொண்டு இருக்குமாம். அவள் ஏற்கனவே வெளியிலிருந்து வரும் ரூபாய் நோட்டுகளைக் கூட ஹேண்ட் வாஷ் போட்டுக் கழுவி கொடியில் க்ளிப் போட்டுக் காய வைத்துத்தான் உபயோகப்படுத்துகிறாள். ரூபாய் நோட்டுகளில் கொரோனா இருந்தால் என்னய்யா செய்வது?

5.4.2020.

11

"இப்போது புரிகிறதா?

எந்தவொரு இலக்கியவாதியோ, எந்தவொரு எழுத்தாளனோ, எந்தவொரு நடிகனோ, எந்தவொரு அரசியல்வாதியோ, எந்தவொரு மதத் தலைவனோ, எந்தவொரு ஆன்மீகச் சாமியாரோ, எந்தவொரு கோடீஸ்வரனோ... யாருமே பெரியவனில்லை. நீ அவன் காலைக் கழுவும்படி எதிலும் அவன் உன்னிலும் உயர்ச்சியில்லை. நீ தூக்கும் பல்லக்கில் உட்காரவே அவனுக்குத் தகுதியில்லை.

உன்னைப் போலவே அவனும் பயத்தில் வீட்டினுள் ஒளிந்திருக்கிறான். உனக்கு உதவியென்று வெளிவரத் தயங்குகிறான். பயத்தில் சாகிறான்.

எந்த விதத்திலும் அவன் உன்னைவிட உயர்ந்தவனில்லை என்பதை இன்றுள்ள சூழ்நிலை உனக்கு உணர்த்தி இருக்கிறது. கொரோனா கற்றுத் தந்த பெரும் பாடம் இது."

விஞ்ஞானம் சார்ந்து எழுதுபவர்கள் தமிழில் ஒன்றிரண்டு பேர்தான் இருப்பார்கள். அவர்களில் முதன்மையானவர் ராஜ் சிவா. அறிவியலில் நான் பூஜ்யம். ஆர்க்கிமிடீஸ் விதி கூடத் தெரியாது. எனக்கு மிகவும் பிடித்த தாமஸ் பிஞ்ச்சன் *(Thomas Pynchon)* எழுதிய *The Crying of Lot 49* என்ற நாவல் *Entropy* என்ற அறிவியல் கருத்தாக்கத்தை அடிப்படையாகக் கொண்டது என்று தெரிந்ததுமே அந்த நூலை தூர வைத்து விட்டேன். எனக்கு அத்தனை அலர்ஜியான அறிவியலை திருநெல்வேலி அல்வா போல் சொல்லிக் கொடுப்பவர் ராஜ் சிவா. அவரது ஃபேஸ்புக் பக்கத்திலும் அவர் தன்னை எழுத்தாளன் என்றே குறிப்பிட்டுக் கொண்டிருக்கிறார். ஆனால் கொரோனாவைப் பற்றியும் அதன் காரணமாக மானுட குலத்தைப் பீடித்திருக்கும் பயம் பற்றியும் எழுதப் புகுந்தவர் எடுத்த எடுப்பில் இலக்கியவாதியின் கொட்டையில் போடுகிறார். சாகவில்லை என்று தெரிந்ததும் இன்னும் ரெண்டு போடுகிறார். செத்தானா சாகவில்லையா பார். ஒட்டு மொத்த தமிழ்ச் சமூகமே எழுத்தாளன் என்றால் கொலைவெறி கொண்டு அலைகிறது என்பதை நூற்றுக்கணக்கான உதாரணங்கள் கொடுத்து விளக்கி எழுதிக் கொண்டே இருக்கிறேன். அந்தப் பொருளில் வாரம் ஒரு கட்டுரையாவது எழுதத் தவறுவதில்லை. அதில் ஒன்றைக் கூட கணக்கில் எடுத்துக் கொள்ளாமல் கட்டையை எடுத்துப் போடுகிறார் சிவா. கோவிட் 19 கிருமி உருவாகி மனித குலம் அச்சுறுத்தலுக்கு உள்ளானால் அதற்கு எழுத்தாளன் என்ன ஐயா செய்வான்? ஏன் எதற்கு எடுத்தாலும் எழுத்தாளனிடமே வருகிறீர்கள்? நீங்கள் ஜெர்மனியில் வசிக்கிறீர்கள். அங்கே உள்ள வதைமுகாம்களையெல்லாம் பார்வையிட்டிருப்பீர்கள். *Holocaust* படங்களையெல்லாம் பார்த்திருப்பீர்கள். தொண்ணூறு லட்சம் யூதர்கள் கொடூரமான முறையில் வதைக்கப்பட்டு கொல்லப்பட்டார்கள். அதன் சாட்சியங்கள் ஜெர்மனியிலும் மற்ற சில ஐரோப்பிய நகர்களிலும் இன்னமும் இருக்கின்றன. படங்களாகவும் புத்தகங்களாகவும் ஆவணப்படுத்தப்பட்டிருக்கின்றன. இப்போது ஒருத்தர் வந்து "இத்தனை மனிதப் படுகொலைகள் நடந்துள்ளன, ஏ

எழுத்தாளர்களே, நீங்கள் என்ன செய்து கொண்டிருந்தீர்கள்? உங்களால் இந்த மானுட குலத்துக்கு ஒரு பயனும் இல்லை. நீங்கள் எழுதுவதெல்லாம் வீண். ஒழிந்து போங்கள்" என்று சொன்னால் அது எத்தனை அபத்தமோ அதே போன்றதுதானே நீங்கள் கேட்பதும்? இரண்டுக்கும் என்ன வித்தியாசம்? கோவிட் 19 உலகமெல்லாம் பரவியதற்கு சீன அரசின் பொறுப்பற்ற தனமே காரணம். இது எல்லோருக்கும் தெரிந்த உண்மை. இத்தாலியிலும் ஸ்பெயினிலும் நடந்த மனித இழப்புகளுக்குக் காரணம், அங்கே மக்கள் தங்களைத் தனிமைப்படுத்திக் கொள்ளவில்லை. மற்ற காரணங்களும் இருக்கலாம். இதற்கெல்லாம் எழுத்தாளன் என்ன செய்வான்? அவன் என்ன உலகைக் காக்கும் கடவுளா? கொரோனாவுக்கு மருந்து கண்டு பிடிக்க முடியாத மருத்துவமும் அறிவியலும் தண்டம், எல்லாவற்றையும் ஏறக் கட்டுங்கள் என்று எவனாவது சொன்னால் அவனைப் போன்ற முட்டாள் யாரேனும் உண்டா?

நடிகன், அரசியல்வாதி, மதத் தலைவன், ஆன்மீகச் சாமியார், கோடீஸ்வரன் ஆகியவர்களுக்கு எல்லாம் முன்னால் இலக்கியவாதியும் எழுத்தாளனும் உங்களிடம் அடி வாங்குகிறான். நடிகனும் எழுத்தாளனும் ஒன்றா? குறைந்த பட்சம், தமிழ்நாட்டில்? இங்கே சி.சு. செல்லப்பா என்று ஒருத்தர் இருந்தார். தன் சொத்தையெல்லாம் விற்று எழுத்து என்று ஒரு பத்திரிகை நடத்தினார். மூட்டையில் கட்டி தோளில் போட்டு எடுத்துக் கொண்டு போய் கல்லூரி கல்லூரியாக விற்றார். ஒரு பேராசிரியர் ஒரு எழுத்தாளரிடம் திருச்சி செயிண்ட் ஜோஸஃப் கல்லூரியில் உள்ள ஒரு திண்ணையைக் காண்பித்து இந்தத் திண்ணையில்தான் செல்லப்பா ஓய்வெடுப்பார் என்றாராம். எழுத்து பத்திரிகையைத் தோளில் போட்டு அலைந்து ஜோஸஃப் கல்லூரி மாணவர்களிடையே விற்றுவிட்டு அந்தத் திண்ணையில் படுத்து இளைப்பாறி இருக்கிறார் செல்லப்பா. அவர் காலத்தில் வாழ்ந்த நடிகரும், அரசியல்வாதியுமான எம்ஜியாரும் செல்லப்பாவும் ஒன்றா? பாரதியின் படிப்புக்கு அவர் அந்தக் காலத்தில் கலெக்டர் ஆகி இருக்கலாமே? ஆனால் அவர் பட்டினி கிடந்தபடி கவிதை அல்லவா

பாடினார்? ஏன் பட்டினி கிடந்தார் தெரியுமா? அப்போதும் உங்களைப் போன்றவர்கள் எழுத்தாளன் கிடக்கிறான் *Assdick* என்று சொல்லிக் கொண்டு திரிந்திருப்பார்கள். அவர்கள் நோபல் பரிசு பெற்ற விஞ்ஞானிகளாகவும் காந்தியின் நண்பர்களாகவும் கூட இருந்திருப்பார்கள், யார் கண்டது? எழுத்தாளன் என்பதற்கு உலகம் பூராவும் உள்ள அர்த்தம் வேறு. தமிழ்நாட்டில் அதன் அர்த்தம் வேறு. உலகம் பூராவும் எழுத்தாளன் என்றால் சமூகத்தின் மேல்மட்டத்தில் இருப்பவன். தூதராக இருப்பான். அல்லது, நாட்டின் அதிபர் அவனைத் தன் எதிரி என்று நினைத்து சிறையில் தள்ளியிருப்பார்; அல்லது விஷம் கொடுத்துக் கொன்றிருப்பார். என்ன விஷயம் என்றால், அதிபர் ஒரு எழுத்தாளனைத் தன் எதிரி என நினைக்கிறார். அந்நாளைய சவூதி அதிபர் தன் நண்பராக இருந்த அப்துர்ரஹ்மான் முனீஃப் ஒரு நாவல் எழுதி அதில் தன்னையும் கதாபாத்திரமாக ஆக்கியதும் முனீஃபை நாடு கடத்தினார். பேரீச்சம் பழத்தையும் பெட்ரோ டாலரையும் தவிர வேறு ஒன்றும் தெரியாதவர்கள் என்று கருதப்படும் சவூதியிலேயே ஒரு எழுத்தாளனின் அடையாளம் அப்படி இருந்தது. ஆனால் தமிழ் மண்ணில் எழுத்தாளர்கள் மூவாயிரம் ஆண்டுகளாகத் தங்கள் வயிற்றுப்பாட்டுக்குக் கையேந்திக் கொண்டிருக்கிறார்கள். அப்படிப்பட்டவர்களும் கோடி கோடியாய் சம்பளம் வாங்கிக் கொண்டு சமூகத்தைக் கெடுத்துக் கொண்டு திரியும் நடிகனும் ஒன்றா? இந்தியா இப்படி ஒரு பிச்சைக்கார நாடாக இருப்பதற்கு முழுமுதற் காரணம் அரசியல்வாதி. அப்படிப்பட்ட அரசியல்வாதியும் தன் மொழிக்காகவும் தன் கலாச்சாரத்துக்காகவும் தன் சமூகத்துக்காகவும் தன் வாழ்க்கையையே அர்ப்பணம் செய்து வாழ்ந்து கொண்டிருக்கும் எழுத்தாளனும் ஒன்றா? கோபி கிருஷ்ணன் என்ற எழுத்தாளரின் ஒரு கதையையேனும் நீங்கள் படித்திருந்தால் இப்படி ஒரு வாக்கியத்தை எழுதியிருப்பீர்களா? கோபி கிருஷ்ணனுக்குத் தேவைப்பட்டது மாதம் ஐநூறு ரூபாய். தேநீருக்கும் சிகரெட்டுக்கும். அந்த ஐநூறு ரூபாய் இல்லாமல் செத்துப் போனான் கோபி கிருஷ்ணன். பாரதிக்குப்

பிறகு தமிழ் மொழியை செழுமைப்படுத்தியவர்களில் முக்கியமானவர்கள் புதுமைப்பித்தனும் தர்மு சிவராமுவும். இவர்களும் பஞ்சத்திலும் பட்டினியிலும்தான் நோய்வாய்ப்பட்டு இறந்தார்கள். ஜெயமோகனின் அறம் என்ற கதையைப் படித்துப் பாருங்கள். அதில் வரும் எழுத்தாளன் எம்.வி. வெங்கட்ராம். அவர் இந்தத் தமிழ் சமூகத்தை சபித்திருப்பார் பாருங்கள் அப்படி ஒரு சாபம். படிக்கும் போது ரத்தம் கொதிக்கும். ஜெயமோகன் அல்ல, அங்கே இருப்பது, பட்டினி கிடந்த எம்.வி. வெங்கட்ராமின் கண்ணீரும் சாபமும்தான் அது. எனக்குத் தெரிந்து எத்தனையோ எழுத்தாளர்கள் திருமணம் கூட செய்து கொள்ளாமல் எழுத்தையே தவம் என நினைத்து எழுதித் தீர்த்துக் கொண்டிருக்கிறார்கள். தங்கள் வாழ்வையே பலியாகக் கொடுத்துக் கொண்டிருக்கிறார்கள். அவர்களின் வாழ்க்கைதான் அவர்களின் எழுத்து. அதற்காக அவர்கள் தங்களை பலியாக்கிக் கொண்டிருக்கிறார்கள். நாற்பது ஆண்டுகளாக நான் இலவசமாக எழுதிக் கொண்டிருந்தேன். வணிகப் பத்திரிகையில் எழுதினால் ஐநூறு ரூபாய் தருகிறார்கள். இலக்கியப் பத்திரிகைகளோ ஆசிரியரின் தியாகத்தில் நடக்கிறது. இந்த நிலையில் அவர்கள் எப்படி எழுத்தாளருக்குக் காசு கொடுப்பார்கள்? எத்தனை கட்டுரைகள், எத்தனை ஆய்வுகள், எத்தனை எத்தனை... எல்லாமே இலவசம், தமிழ்நாட்டில். இங்கே வேசி கூட இலவச சேவை செய்ய மாட்டாள். எழுத்தாளனின் எழுத்து மட்டுமே இலவசம்.

"உன்னைப் போலவே அவனும் பயத்தில் வீட்டினுள் ஒளிந்திருக்கிறான். உனக்கு உதவியென்று வெளிவரத் தயங்குகிறான். பயத்தில் சாகிறான்" என்று எழுதுகிறார் ராஜ் சிவா. யாமார்க்கும் குடியல்லோம்; நமனை அஞ்சோம் என்று பாடியவன் எழுத்தாளன். அவன் ஏன் இந்தக் கொரோனாவுக்கு அஞ்ச வேண்டும்? அவன் மூலமாக மற்றவருக்குப் பரவி விடுமே என்றுதான் அவனும் உங்களைப் போல் வீட்டில் அடைந்திருக்கிறான். இன்னொரு விஷயம். அவன் வேலையே அவன் வீட்டுக்குள்ளேதான். ஒரு ரிஷி, ஒரு துறவி எங்கே இருப்பார்? பன்னாட்டு நிறுவன அலுவலகத்திலா? அவர்

அவருடைய குகையில்தானே இருப்பார்? பூகம்பமாக இருந்தாலும் சரி, தேசத்தில் புரட்சி நடந்தாலும் சரி, அவர் குகையில்தான் அவர் இருப்பார். அவரைப் போய் நீங்கள் கம்பெனி மீட்டிங்குக்கு அழைத்தால் எப்படி வருவார்? அப்படியாகத்தான் எழுத்தாளனும் தன்னுடைய எழுத்துப் பட்டறையான அறைக்குள்ளே அமர்ந்து எழுதிக் கொண்டிருக்கிறான். அது கொரோனாவாக இருந்தாலும் சரி, எதுவாக இருந்தாலும் சரி.

ஒரு மொழி, அந்த மொழியைச் சார்ந்த கலாச்சாரம் போன்றவை நூற்றாண்டு நூற்றாண்டுகளாக சங்கிலித் தொடரைப் போல் மானுட குலத்தின் சாட்சியமாக விளங்குவதை செயல்படுத்துபவன் எழுத்தாளன். அப்படியாகத்தான் நமக்கு மூவாயிரம் ஆண்டுகளின் சங்கிலி சங்க இலக்கியத்தின் மூலம் கிடைத்திருக்கிறது. அப்பேர்ப்பட்ட எழுத்தாளர்களை அவமதிக்கலாமா?

ராஜ் சிவா மட்டும் எழுதியிருந்தால் நான் இத்தனை நீண்ட பதிலை எழுதியிருக்க மாட்டேன். மதுரை காமராஜ் பல்கலைக்கழகத்தில் *Folklore and Culture Studies* துறையின் தலைவரான டி. தர்மராஜும் இதே ரீதியில் எழுதியிருக்கிறார்: அவரது பதிவை கீழே தருகிறேன்:

“சமூகத் தொடர்புகளை விலக்கி, தனிமைப்படுத்திக் கொள்ளும் தருணம், சில பேர், ஒரு குறிப்பிட்ட நேரத்தில் வெளிப்பட்டு கைகளைத் தட்டிக் கொள்கிறார்கள். என்றால், இன்னும் சில பேர், மனித மாண்புகளையும் கீழ்மைகளையும் சரிசமமாகச் சித்தரிக்கும் (என்று சொல்லப்படும்!) உலக இலக்கியங்களை வாசிக்கத் தொடங்கியிருக்கிறார்கள். ஆல்பெர் காம்யு, டால்ஸ்டாய், தாஸ்தாவ்ஸ்கி, செகாவ் மாதிரியான இலக்கியங்களில் தஞ்சமடைவது ஆசுவாசமாய் இருக்கிறது என்றாலும் ....

நெருக்கடியான இந்த நேரத்தில் வாழ்வது எந்தவொரு உன்னத இலக்கியத்தையும் விட குழப்பமாக இருப்பதையும் கொஞ்சம்

கவனியுங்கள். இந்தக் குழப்ப மனநிலையை எந்த இலக்கியமாவது பதிவு செய்திருக்கிறதா என்றால், இல்லை!

இலக்கியமும், வரலாற்றைப் போலவேதான். எல்லாம் நடந்தேறியதும் சாவகாசமாக மானுட உளவியலை அலசத் தொடங்குகிறது. வரலாறு கண்ணுக்குத் தெரிந்ததை அலசுகிறது என்றால், இலக்கியம் கண்ணுக்குத் தெரியாததை. ஆனால், இரண்டுமே, மரணத்திற்குப் பின் எழுதப்பட்ட அஞ்சலிக் குறிப்புகள்.

இன்றைக்கு, பக்கத்திலுள்ள கண்ணன் டிப்பார்ட்மெண்டல் ஸ்டோருக்குப் பொருட்கள் வாங்கப் போயிருந்தேன். பயம் ஒரு பக்கம். கடைக்காரர்கள், 'சீக்கிரம், சார். சீக்கிரம், சார்' என்று பதட்டத்தைக் கூட்டினார்கள். கணிசமான வாடிக்கையாளர்கள் இருந்தனர். எல்லோரும் விதவிதமான முகமூடிகளோடு. இடையே ஒரு பணியாளர், மூகமூடி அணியாதவர்களையும் அணியும்படி சொல்லிப் போனார். கர்ச்சீப்பையாவது கட்டிக் கொள்ளுங்கள். இல்லையென்றால் வெளியே அனுப்பி விடுவோம். உடனே, அணியாதவர்கள் கூட அணிந்து கொண்டனர். பரபரவென்று தேவையான பொருட்களையெல்லாம் எடுத்துக் கொண்டு, பணத்தை செலுத்தி விட்டு வெளியேறுவதற்குள் போதும் போதுமென்றாகி விட்டது. டிவியில் காட்டப்படும் ஷாப்பிங் சேலஞ்ச் மாதிரியிருந்தது. ஒரு மரண பயம், அதை ஒட்டியே ஒரு கேளிக்கை மனம். விழுவதற்கு முன் உருண்டு கொண்டிருக்கும் தாயக்கட்டை போல இருக்கிறது இந்த கணம். இந்தக் கொரோனா காலம் பேரழிவைத் தந்தது என்றால், இந்த நிமிடத்தின் மரண பயமே ஞாபகத்தில் எஞ்சியிருக்கப் போகிறது. இல்லை, பெரிதாக எல்லோரும் நம்புவது போல் கொரோனா காலம் வந்தது போலவே சென்று விட்டால், கேளிக்கை மனமே மேலோங்கப் போகிறது. நிச்சயமாய், இந்த நிமிட அலைபாய்ச்சலை இலக்கியத்தால் வெளிப்படுத்திவிட முடியும் என்று நான் நம்பவில்லை. இலக்கியம், ஒட்டுமொத்த விளையாட்டும் முடிந்த பின்பே தனது கமென்ட்ரியை ஆரம்பிக்கிறது.

அதனால், இந்த நெருக்கடியான நேரத்தில் இலக்கியம் நமக்கு எந்த வெளிச்சத்தையும் தந்து விடாது என்றே நான் நினைக்கிறேன். மானுடம் கீழ்மை, மாண்பு என்ற பண்புகளுக்குள் இல்லை. அப்படியென்றால் என்னவென்று வரையறுக்க முடியாத சிக்கலில் உளன்று கொண்டிருக்கிறது."

மேலே கண்ட பத்தியை எந்தவொரு இலக்கியப் பிரதியையுமே படிக்காத ஒருவர் சொல்லியிருந்தால் அதுதான் தமிழ் மரபு; அந்த மரபுக்கேற்றபடி பேசியிருக்கிறார் என்று கடந்து விடுவேன். ஆனால் பேசியிருப்பவர் ஒரு புத்திஜீவி. அதிலும் வலதுசாரிகளும் மதவாத ஃபாஸிஸமும் தலையோங்கிக் கொண்டிருக்கும் இந்தக் காலகட்டத்தில் கலைக்காகவும் எழுத்தாளர்களுக்காகவும் பேச வேண்டிய, அவர்கள் தோளோடு தோள் கொடுக்க வேண்டிய ஒருவர் வலதுசாரிகளின் சொல்லாடலை எடுத்துக் கொண்டிருக்கிறார். எழுத்தையும் கலையையும் ஃபாஸிஸ்டுகள் என்றுமே தங்களுடைய எதிரியாக நினைத்து வந்தவர்கள். அதனால்தான் மோடியின் ஆட்சியில் எழுத்தாளர்களும் கலைஞர்களும் பதற்றம் கொள்கிறார்கள். அந்த எழுத்தாளர்களின், கலைஞர்களின் சமூக ஸ்தானத்தை நன்றாக அறிந்திருப்பதாலேயே அவர்களை ஒடுக்குவதிலும், அவர்களின் குரலை நசுக்குவதிலும், தேவையானால் அவர்களின் பௌதீக இருப்பையே இல்லாமல் ஆக்குவதிலும் முனைகிறார்கள் ஃபாஸிஸ்டுகளும் அவர்களின் ஆதரவாளர்களும். ஆக, எழுத்தாளர்களின் அடையாளமும், முக்கியத்துவமும், செயல்பாடும் ஃபாஸிஸ்டுகளுக்குப் புரிகிறது. அப்படிப் புரிந்ததால்தானே தென்னமெரிக்க சர்வாதிகாரிகள் அத்தனை பேரும் அங்கே உள்ள எழுத்தாளர்களையும் புத்திஜீவிகளையும் சிறையில் தள்ளினார்கள்? பினோசெத் ஆட்சிக்கு வந்த கையோடு பாப்லோ நெரூதாவுக்கு விஷ மருந்து கொடுக்கப்பட்டதற்கு அதுதானே காரணம்? ஃபாஸிஸ்டுகள் துப்பாக்கிகளை விட எழுத்துக்கு அச்சமடைகிறார்கள். ஃபாஸிஸ்டுகளால் அவ்வளவு ஆபத்தானதாகக் கருதப்படும் எழுத்து தர்மராஜ் போன்ற புத்திஜீவிகளுக்கு ஏன் அர்த்தமற்றதாகத் தெரிகிறது?

நெருக்கடியான நேரத்தில் இலக்கியம் எந்த வெளிச்சத்தையும் தந்து விடாது. இது தர்மராஜ். இலக்கியம் தராது என்றால், வேறு எது தரும்? எத்தனையோ விஷயங்கள் வெளிச்சத்தைத் தரலாம். இலக்கியம் ஒன்றுதான் வெளிச்சம் தரும் என்று நான் சொல்ல மாட்டேன். ஒருவருக்கு அவரது ஆன்மீகம் வெளிச்சத்தைத் தரலாம். பதினாறாம் நூற்றாண்டில் வாழ்ந்த ஞானியான *John of the Cross*-ஐ ஒரு இருட்டுச் சிறையில் அடைத்த போது அவருக்கு இயேசுவின் மீதான நம்பிக்கையே ஒளியாகத் திகழ்ந்தது. அந்த அனுபவத்தை அவர் ஒரு கவிதையாக்கினார். ஆனால் அதை எழுத அவரிடம் காகிதம் இல்லை. மனதில் தோன்றியதையெல்லாம் மனனப்படுத்திக் கொண்டார். அதுதான் *Dark Night of the Soul*. எப்படி விஷமே விஷ முறிவாகவும் இருக்கிறதோ - எப்படி ஒரு கொலைக்கருவி தியாகத்தின் குறியீடாக மாறி பல கோடி பேரால் வணங்கப்படுகிறதோ அதேபோல் ஜான் ஆஃப் தெ க்ராஸ் அந்த ஸ்பானிய சிறையில் கழித்த இருண்ட பகல்களும் இரவுகளும் நமக்கு இந்தக் கொரோனா காலத்தைக் கடந்து வர மிகவும் உதவிகரமாக இருக்கும்.

மேலும், தங்கள் வாழ்நாளில் ஒரே ஒரு புத்தகத்தைக் கூட படித்திராத மூடர் கூட்டம்தான் வீட்டுத் தனிமையில் மாட்டிக் கொண்டு மனநோயாளிகளாக மாறிக் கொண்டிருக்கிறார்கள் என்றால், இலக்கியத்தாலேயே உருவாகி இலக்கியத்தின் மற்றொரு துறையான கலாச்சாரத்திலும் நாட்டார் கலையிலும் பணியாற்றிக் கொண்டிருக்கும் ஒரு புத்திஜீவிக்கு என்ன வந்தது? தர்மராஜ் கடவுள் நம்பிக்கை இல்லாதவர் என நினைக்கிறேன். இலக்கியமும் உதவாது என்றால் பயமும் பீதியும் பீடித்துத் தற்கொலை செய்து கொள்ளவா?

என்னிடமிருந்து இலக்கியத்தைப் பறித்தால் நான் அந்தக் கணமே மரித்துப் போவேன். எல்லோருக்கும் இப்படி இருக்க வேண்டிய அவசியம் இல்லை. ஆனால் தனித்து விடப்படும் போது ஒரு மனிதனுக்கு இலக்கியத்தைத் தவிர வேறு வெளிச்சம் எதுவுமே கிடையாது. அதனால்தான் ஐரோப்பிய நாடுகளிலும்

அமெரிக்காவிலும் ஆயுள் தண்டனைக் கைதிகள் - ஏன், மரண தண்டனைக் கைதிகள் கூட ஒரு கல்லூரி மாணவனைப் போல் புத்தகம் புத்தகமாகப் படித்துத் தள்ளுகிறார்கள். அதன் காரணமாகத்தான் அந்த நாடுகளில் சிறை நூலகங்கள் என்பவை மிக முக்கியமான பங்கை வகிக்கின்றன.

நீங்கள் எந்த வெளிநாட்டுக்குப் போனாலும் இந்தியாவைப் பற்றி மிகுந்த மனவருத்தம் கொள்வீர்கள். இந்தியா எந்த அளவுக்கு வாழத் தகுதியற்ற நாடாக ஆகி விட்டது என்பதை நீங்கள் நம் தினசரிகளைப் பார்த்துத் தெரிந்து கொள்ளலாம். வெளிநாட்டு மண்ணைத் தொட்டாலே அது உங்களுக்குப் புரிந்து விடும். இப்படி வாழத் தகுதியற்ற நாடாக ஆனதற்குக் காரணமே இங்குள்ளவர்கள் இலக்கியம் படிக்காததுதான். நாம் என்ன மிருகமா? மிருகங்கள்தானே தின்கின்றன; உறங்குகின்றன; இனப்பெருக்கம் செய்கின்றன. சாகின்றன. மனிதனும் அப்படி வாழ்ந்தால் அவன் மிருகம் என்கிறார் பர்த்ருஹரி. மனிதப் பதர்கள் என்கிறார் பாரதி. வேடிக்கை மனிதரைப் போலே என்ற கவிதை தெரியாத யாருமுண்டோ நம்மில்?

தேடிச்சோறு நிதந் தின்று - பல
சின்னஞ் சிறு கதைகள் பேசி - மனம்
வாடித் துன்பமிக வுழன்று - பிறர்
வாடப் பலசெயல்கள் செய்து - நரை
கூடி கிழப்பருவமெய்தி - கொடும்
கூற்றுக் கிரையென பின்மாயும் - பல
வேடிக்கை மனிதரை போலே - நான்
வீழ்வே னென்று நினைத் தாயோ?

“நிச்சயமாய், இந்த நிமிட அலைபாய்ச்சலை இலக்கியத்தால் வெளிப்படுத்திவிட முடியும் என்று நான் நம்பவில்லை. இலக்கியம், ஒட்டுமொத்த விளையாட்டும் முடிந்த பின்பே தனது கமென்ட்ரியை ஆரம்பிக்கிறது.”

இல்லை, விளையாடிக் கொண்டிருக்கும்போதே உருவாக்கப்படுவதுதான் இலக்கியம். மேலே கூறிய ஜான் ஆஃப் தெ க்ராஸ் ஒரு உதாரணம். ஜானைக் காப்பாற்றியது

யேசுவின் மீதான நம்பிக்கை மட்டும் அல்ல. கவிதையின் வழியேதான் அவர் வெளிச்சத்தைக் கண்டார். கவிதைதான் அவரது சுவாசம். அப்படிப்பட்ட சுவாசமாக இருப்பதுதான் இலக்கியம்.

நீங்கள் பேசுவது “என் கடவுள்தான் கடவுள், நீ நம்பும் கடவுள் வீண்” என்று சொல்லும் மதத் தீவிரவாதியின் பேச்சைப் போல் இருக்கிறது. உங்களுக்கு இலக்கியம் உதவவில்லை. அது நீங்கள் மட்டுமே விசாரித்துத் தீர வேண்டிய தனிப்பட்ட பிரச்சினை. ஆனால் அதை நீங்கள் பொதுமைப்படுத்தும் போது எல்லோருடைய அனுபவங்களையும் காலால் உதறி அடிக்கிறீர்கள். சீலே போன்ற தென்னமெரிக்க நாடுகளில் - நம்மை விட வறுமையும் கல்வி அறிவின்மையும் நிலவும் நாடுகளில் - இன்னமும் அவர்களை மனிதர்களாக வைத்துக் கொண்டிருப்பது கலையும் இலக்கியமும்தான். இந்தியாவை விட வறுமை மிகுந்த சீலேவில் எந்த ஒரு பெண்ணும் நள்ளிரவில் நடமாட முடிகிறது. குற்றங்களே இல்லை. எல்லோருடைய கையிலும் அப்போதுதான் வெளிவந்த நாவல் கையில் இருக்கிறது. அவர்களுக்கு ஸ்பானிஷ் தவிர வேறு எந்த மொழியும் ஒரு வார்த்தை தெரியவில்லை. கல்வியின் தரம் மிக மிகக் கீழே கிடக்கிறது. ஆனால் சாந்த்தியாகோ நகரில் என் வழிகாட்டியின் கையில் *Jose Donoso*வின் நாவல் புத்தகம் புத்தம் புதிதாக இருந்தது. இலக்கிய வாசிப்பு ஒன்றே அவர்களுக்கு வெளிச்சமாக இருக்கிறது. இலக்கியம் ஒன்றே மானுடத்தைக் காப்பாற்றும். இலக்கியம் ஒன்றே நம் சக உயிர்களை நேசிக்கக் கற்பிக்கிறது. வாடிய பயிரைக் கண்ட போதெல்லாம் வாடினேன் என்று பாடியது கவிஞனா, சாமியாரா? இலக்கியம் ஒன்றே என் சக மனிதனையும், என் சக உயிர்களையும், இந்த பூமியையும், இந்த நிலவையும் நட்சத்திரங்களையும் இந்தப் பிரபஞ்சத்தையும் நேசிக்க எனக்குக் கற்பித்தது. இந்த உண்மையை அறிந்து கொள்ளாதவர்களே தனிமையில் கிடந்து உழல்கிறார்கள். அவர்களை யாராலும் காப்பாற்ற முடியாது. ஏனென்றால், அவர்கள் தங்கள் கண்களைத் தாங்களே கட்டிக் கொண்டு இருளில் தடுமாறிக் கொண்டிருக்கிறார்கள். கட்டை அவிழ்த்துக்

கொண்டு சாளரத்தைத் திறப்பது மட்டுமே அவர்களுக்கான விடுதலை. அந்த விடுதலை உங்கள் கையிலும் இல்லை; என் கையிலும் இல்லை. அவர்களின் தளைகளை அவர்களேதான் அவிழ்த்துக் கொள்ள வேண்டும். அதையும் நான் சொல்லத்தான் செய்கிறேன். மூடனே என்று என்னைத் திட்டி விட்டு மீண்டும் மீண்டும் இருளிலேயே உழல்கிறார்கள். அவர்கள் இருப்பது இருள் அல்ல. முழு வெளிச்சம். அந்த வெளிச்சத்தைக் காண அவர்கள் வெறுமனே கண்களை மட்டுமே திறக்க வேண்டும். அவ்வளவுதான்.

5.4.2020.

12

இல்லை, இன்னமுமே பதில் சொல்லி முடித்து விட்டதாகத் தோன்ற மாட்டேன் என்கிறது. ஏனென்றால், 'இலக்கியத்தினால் எந்தப் பயனும் இல்லை; ஏன் இலக்கியம் வாசிக்க வேண்டும்?' என்பது போன்ற கேள்விகளுக்கு நான் நாற்பது ஆண்டுகளாக பதில் சொல்லிக்கொண்டு வந்தாலும் எனக்கு இன்னும் சரியான பதிலை சொல்லி விட்டதாகத் தோன்றவில்லை. ஒரே வார்த்தையில் சொல்கிறேன். நேற்று நான் எழுதிய கட்டுரைகளின் மொத்த வார்த்தைகள் 4267. இன்னும் நேரம் கிடைத்திருந்தால் இன்னும் நாலாயிரம் வார்த்தைகளை எழுதியிருப்பேன். இத்தனை வார்த்தைகளை எந்தச் சூழ்நிலையில் எழுதுகிறேன்? விளக்கமாகச் சொல்லியிருக்கிறேன். எடுபிடி வேலை, சமையல் வேலை, பாத்திரம் கழுவும் வேலை, பூனைக்கு இரண்டு வேளை சாப்பாடு போடும் வேலை (அரை மணி ப்ளஸ் அரை மணி - மொத்தம் ஒரு மணி நேரம்), நடைப் பயிற்சி ஒரு மணி நேரம், அப்புறம் குளியல் சாப்பாடு இத்யாதி. பூனை சாப்பாட்டுக்கு ஏன் ஒரு மணி நேரம் என்றால் சாப்பாட்டை வைத்து விட்டு வந்து விட்டால் என்ன பசி இருந்தாலும் அவை ஓடி விடுகின்றன. ஆள் பக்கத்தில் இருக்க வேண்டும்.

அப்போதுதான் பாதுகாப்பாக உணர்கின்றன. மாலை நான்கு மணி ஆனால், ஐயோ இன்னும் ஐந்து மணி நேரம்தானே எழுத முடியும், சே என்னடா வாழ்க்கை என்று கவலைப்படுவேன். இப்படியே ஒரு மணி நேரத்துக்கு ஒருமுறை மணி பார்த்துப் பதற்றம். ம்...? உங்களுக்கு நேரத்தை எப்படிப் போக்குவது என்று தெரியவில்லை? ஒத்துக் கொள்கிறேன். எல்லோருக்கும் எழுத முடியாது. சரி, நெட்ஃப்ளிக்ஸில் சீரீஸ் பார்க்க வேண்டியதுதானே? எழுதியிருந்தேனே, தினம் எட்டு மணி நேரம் பார்த்தாலும் உங்கள் வாழ்நாள் முழுவதும் பார்த்துத் தீர்க்க முடியாத அளவுக்கு வெப்சீரீஸ் இருக்கின்றன. நீங்கள் பார்க்கப் பார்க்க வந்து கொண்டே இருக்கும். ஆனால் வெப்சீரீஸ் என்பது போதை மாத்திரை மாதிரி. (கஞ்ஜா மாதிரி என்று சொல்ல மாட்டேன். அது உடம்புக்கு நல்லது. கஞ்ஜாவுக்கு அடிமையானால்தான் பிரச்சினை.) *Myth of Sisyphus* கதையில் வரும் சிஸிஃபஸ் மன்னன் பாறையை உருட்டிக் கொண்டு போய் மலை உச்சியில் வைக்கிறான், உச்சிக்குப் போனதும் பாறை கீழே விழுகிறது, மீண்டும் பாறையை உச்சிக்கு உருட்டுகிறான் - இப்படியே அவன் வாழ்நாள் கழிந்து போகிறது. அவன் ஒரு வேலையில் ஈடுபட்டிருக்கிறான்தான்; இல்லையென்று சொல்லவில்லை. ஆனால் எத்தனை அபத்தமான வேலை. அதே மாதிரிதான் நீங்கள் வெப்சீரீஸ் பார்ப்பதும். அதனால் உங்களுக்கு நேரம் போவதைத் தவிர வேறு எந்தப் பயனும் இல்லை. சும்மா மோட்டுவளையைப் பார்த்துப் பார்த்துப் பைத்தியம் பிடிப்பதற்கு இது பரவாயில்லை என்று நினைத்தால் பரவாயில்லைதான்.

தமிழர்களுக்கு வாசிக்கும் பழக்கம் இல்லை என்பதால்தான் வெப்சீரீஸ் பற்றிச் சொன்னேன். சரி, வெப்சீரீஸூம் அலுப்படிக்கிறது என்றால், உலக சினிமா பார்க்கலாம். என்னென்ன படங்கள் என்று ஒரு நூறு படங்களைப் பற்றி என் தளத்தில் எழுதியிருக்கிறேன். பார்க்கப் பார்க்கத் தெவிட்டாத அமிர்தம். சரி, அதுவும் முடியவில்லை என்றால், நமீதா மாதிரி தெருப்பூனைகளுக்கும் நாய்களுக்கும் உணவு கொண்டு போய் கொடுக்கலாம். அதற்குக் கொஞ்சம் பணம்

செலவாகும். பாருங்கள், படிப்பு பற்றி நான் எழுதவே இல்லை. செவியைப் பயன்படுத்தாதவர்களிடம் போய் நான் சங்கீதம் கேளுங்கள் என்று சொல்வேனா? வேண்டாம், நீங்கள் படிக்கவே வேண்டாம். புத்தக விழாவில் ஐம்பத்துக்கு அள்ளிக் கொண்டு வந்திருக்கும் புத்தகங்களைப் படிக்கவே உங்களுக்குப் பத்து ஆண்டுகள் பிடிக்கும். அதையெல்லாம் எடுத்துக் கொஞ்சம் தூசியாவது தட்டி வைக்கலாம் இல்லையா? அதற்கே ரெண்டு நாள் ஆகி விடுமே? என்ன புத்தகம் படிக்கலாம் என்று நான் சொன்னேன் என்றால், என்னைப் போன்ற பெவகூஃப் வேறு எவனும் கிடையாது. வேண்டாம், நீங்கள் படிக்காதீர்கள். தமிழனின் மரபணுவிலேயே இந்தக் கோளாறு இருப்பதாக எண்ணத் தொடங்கி விட்டேன். எழுத்தாளன் என்றால் வெறுக்கிறான். இலக்கியம் என்றால் எட்டிக்காய்.

ஒரு உதாரணம் சொல்கிறேன். ஒரு நண்பர் ராமாயணக் கதைகளை எழுதியிருந்தார். படித்தேன். மிக நல்ல புத்தகம். இன்னும் பிரசுரம் ஆகவில்லை. இதை ஜெயமோகனைக் கொண்டு வெளியீட்டு விழா நடத்துங்கள்; நல்ல அறிமுகமாக இருக்கும் என்றேன். உடனே அங்கே அமர்ந்திருந்த ஒரு நண்பர் வேளுக்குடி கிருஷ்ணன்தான் அதற்கு சரியாக இருப்பார் என்றார். அதில் எனக்கும் ஆட்சேபணை இருக்கவில்லை. வேளுக்குடி நல்ல சாய்ஸ்தான். ஆனால் நண்பர் அதோடு நிறுத்தாமல் வேறு ஒன்றும் சொன்னார்.

"ஜெயமோகனையெல்லாம் அழைத்தால் அது நன்றாக இருக்காது. (அதாவது நீங்கள் நினைக்கும் விளம்பரம் கிடைக்காது.) அது அப்புறம் ஒங்க எழுத்தாளர் வட்டத்துக்குள்ளயே போய்டும்" என்றாரே பார்க்கலாம். மிரண்டு போய் விட்டேன். ஆக, எழுத்தாளர் என்றாலே அவன் சமூகத்திலிருந்து அந்நியமானவன். இலக்கிய உலகம்தான் ஜெ. வலதுசாரி, அது இது என்கிறது. ஆனால் சராசரி மனிதனைப் பொருத்தவரை எழுத்தாளன் என்றாலே நக்ஸலைட்டுதான். அது ஜெயமோகனாக இருந்தாலும் சரி, சாருவாக இருந்தாலும் சரி. இரண்டு பேரும் ஒன்றுதான், காமன்மேன் பார்வையில். என் கண்களைத் திறந்த ஒரு தருணம் அது.

இந்த ஆண்டில் இனி ஒரு மணி நேரம் கூட வெப்சீரீஸ் பார்க்க வேண்டாம் என்று முடிவு செய்து விட்டேன். நான் முடிவு செய்தால் அதை எக்காரணம் கொண்டும் மீற மாட்டேன். முடிவெடுத்து விட்டு மீறும் பழக்கம் எனக்கு எப்போதுமே இல்லை. இரண்டு முக்கியமான பணிகள் உள்ளன. அவற்றை முடிக்க வேண்டும். எப்படியும் டிசம்பர் ஆகும்.

இடையில் நேற்று தக்ஷிணாமூர்த்தி பூனை உணவுக்காக ஆயிரம் ரூபாய் அனுப்பி இருந்தார். முதலில் திருப்பி அனுப்பி விடலாமா என்று நினைத்தேன். இந்தக் கொரோனா காலத்தில் அவருக்கு வேலை கிடைப்பதே அரிது. அவர் தொழில் தச்சு. யார் வீட்டுக்கு இப்போது தச்சு வேலைக்கு அழைப்பார்கள்? உங்களுக்கு இந்தப் பஞ்ச காலத்தில் ஏது பணம் என்றேன். ரேஷன் கடையில் ஆயிரம் ரூபாய் கொடுத்தார்கள்; அந்தப் பணம் சார் என்றார். இதற்கு நான் என்ன பதில் சொல்லட்டும்? “ஏழ்மை நிலையில் இருப்பவர்களுக்குத்தான் அடுத்தவரின் கஷ்டம் தெரிகிறது; உதவி என்று செய்பவர்கள் நடுத்தர வர்க்கத்தினரோ கீழ்நடுத்தர வர்க்கத்தினரோதான்; பணக்காரர்களில் மிகச் சிலர்தான் உதவி செய்கிறார்கள்” என்று சுதா மூர்த்தியின் *Here, There and Everywhere* என்ற புத்தகத்தில் ஒரு வாக்கியம் படித்தேன். அது உண்மைதான் என்பதை என் வாழ்வின் பல தருணங்களில் அனுபவம் கொண்டிருக்கிறேன்.

என் எழுத்து இயக்கம் தேர் இழுப்பது போன்ற செயல். அவந்திகாவுக்குக் கிடைக்கும் பணம் ஏழைபாழைகளுக்குப் போய் விடும். ரேஷன் கடையில் அவளுக்கும் ஆயிரம் ரூபாய் கிடைத்து, உடனடியாக அது நான்கு பாகமாகப் பிரிந்து நான்கு வாட்ச்மேன்களுக்கும் போய் விட்டது. பூனை உணவுக்கு ஆகுமேம்மா என்று சொல்ல வாயெடுத்து அடக்கிக் கொண்டேன். பணம் பற்றிப் பேசினாலே, “நீ ரொம்ப மாறிட்டே சாரு, முன்னேல்லாம் பணத்தைப் பத்தி கவலையே பட மாட்டே... இப்போல்லாம் பணத்துக்குக் கணக்குப் பார்க்கிறியே?” என்பாள். அதற்கு மூன்று காரணங்கள். முன்பு என்னைப் பணம் பற்றியே யோசிக்க விடாமல் என் லௌகீக

வாழ்வை கவனித்துக் கொண்ட இரண்டு நண்பர்கள் மோடியின் பொருளாதாரக் கொள்கையால் வியாபாரம் கீழே இறங்கி தங்களின் தர்ம காரியங்களை நிறுத்தும்படி ஆகி விட்டது. இரண்டாவது, பதினைந்து பூனைகளுக்குச் சாப்பாடு போட வேண்டிய பொறுப்பு. மூன்றாவது, பயணத்துக்குப் பணம் வேண்டும்.

அவந்திகா சொல்வது உண்மைதான். முன்பெல்லாம் பணம் பற்றி நினைத்ததே இல்லை. இப்போது “நாகேஸ்வர ராவ் பூங்காவிலிருந்து வீட்டுக்கு தினமும் பைக்கில் அழைத்துக் கொண்டு வந்து விடுகிறேன்” என்று நண்பர் பாக்யராஜ் சொன்னதும் சம்மதித்து விட்டேன். ஆட்டோ செலவு ஐம்பது ரூபாய் மிச்சமாகும். இப்படியெல்லாம் நான் இருந்ததே இல்லை. மோடி போய் காங்கிரஸ் வந்தால் கொஞ்சம் பணத்தைப் பற்றி யோசிக்காமல் வாழலாம் என்று கனவு கண்டேன். ஆனால் சில இஸ்லாமிய அமைப்புகள் செய்வதைப் பார்த்தால் மீண்டும் மோடி ஆட்சிதான் போல் இருக்கிறது. இவர்களின் மதவாதம் அதிகரிக்க அதிகரிக்க அது மோடியின் கரங்களை வலுப்படுத்துவதை இவர்கள் உணர மாட்டேன் என்கிறார்கள். இல்லாவிட்டால் பண நீக்க நடவடிக்கைக்குப் பிறகு இத்தனை பெரிய வெற்றியை மோடி அடைந்திருக்க முடியுமா? சில இஸ்லாமிய அமைப்புகளின் நடவடிக்கைகள் தேசம் பூராவிலும் வசிக்கும் ஹிந்துக்களை ஒன்றிணைக்கிறது. நான் சொல்வது புரிகிறதா? சாதாரண நிலையில் இருந்த ஹிந்துக்கள் கூட தப்லிக் ஜமாத் போன்ற அமைப்புகளின் காரணமாக ஒன்றிணைகிறார்கள். இதன் மூலம் மோடி பலனடைகிறார்.

இந்த கொரோனா நோய்ப் பரவலையும் இதைத் தொடர்ந்த தனிமைப்படுத்தலையும் எப்படி சமாளிப்பது என்று தெரியாத மோடியின் நடவடிக்கைகள், இதற்கு முன்பான அவரது மிக மோசமான பொருளாதார நடவடிக்கைகள் ஆகியவற்றின் காரணமாக இந்தியா இதுவரை கண்டிராத பொருளாதார வீழ்ச்சியை, பொருளாதார நசிவை அனுபவிக்கப் போகிறது. இது விளிம்புநிலை மக்களையும் கீழ்நடுத்தர, நடுத்தர

வர்க்கத்தினரையும் மிகக் கடுமையாக பாதிக்கப் போகிறது. கொரோனாவினால் ஏற்படும் மரணம் இந்திய அளவில் ஆயிரங்களில்தான் இருக்கும். ஏனென்றால், இந்தியர்கள் தெருநாயை ஒத்தவர்கள்; மேற்கத்தியர் வீட்டுநாயை ஒத்தவர்கள். தெருநாய்களுக்கு நோய் எதிர்ப்பு சக்தி அதிகம். வீட்டு நாய் வெளி உணவைச் சாப்பிட்டால் ஒரே வேளையில் செத்து விடும். யோசித்துப் பாருங்கள், அமெரிக்காவிலிருந்தோ வேறு எந்த மேற்கத்திய நாடுகளிலிருந்தோ இந்தியாவுக்கு வரும் இந்தியரோ, அந்த நாட்டுக்காரர்களோ இங்கே வந்து இறங்கிய மறுநாளே காய்ச்சலில் படுத்து விடுகிறார்கள். அமெரிக்காவில் வசிக்கும் என்னுடைய நூற்றுக்கணக்கான நண்பர்களை முப்பது ஆண்டுகளாகப் பார்த்துக் கொண்டிருக்கிறேன். குடும்பத்தோடு வருவார்கள். வந்த அடுத்த நாள் அவர்களின் குழந்தைக்கு உடம்பு சரியில்லாமல் போய் விடும். பதினைந்து நாள் விடுப்பும் உடம்பை சரி பண்ணுவதிலேயே போய் விடும்.

நாங்கள் தெருநாய்கள். என்ன சாப்பிட்டாலும் என்ன குடித்தாலும் தாங்கும். உங்களுக்கு அப்படி அல்ல. நாங்கள் ரெண்டுக்குப் போனால் மட்டுமே கை கழுவுவோம். எனக்கெல்லாம் கொஞ்ச காலத்துக்கு முன்பு வரை ஸானிடைஸர் என்றால் என்னவென்றே தெரியாது. ஆனால் மேற்கத்தியர் படு சுத்தம். இங்கே நாங்கள் சுவாசிக்கும் விஷக் காற்றையும் விஷத் தண்ணீரையும் விஷ மதுவையும் அனுபவித்தால் அடுத்த நாளே காய்ச்சலில் படுத்து விடுவார்கள். நமக்கு இதெல்லாம் மரத்துப் போய் விட்டது. எனவே இந்தக் காரணத்தினால் இந்தியர்களுக்கு அத்தனை பாதிப்பு இராது. ஒரு அமெரிக்க-இந்திய விஞ்ஞானி சொன்னார், இந்தியாவில் அறுபது கோடி பேருக்கு கொரோனா தொற்றும்; இரண்டு கோடி பேர் மரணம் அடைவார்கள் என்று. அதெல்லாம் நடக்காது. அதெல்லாம் மேற்கத்திய கணக்கு; மேற்கத்திய மூளை. இங்கே உள்ளவர்கள் மந்திரித்தே பாம்புக் கடி விஷத்தை இறக்கியவர்கள். இங்கே உள்ள வாழ்வியலே வேறு. அதை மேற்கத்தியர்களால் புரிந்து கொள்ளவே முடியாது.

சரி, மோட்டார் சைக்கிள் என்ற சாதனம் கண்டுபிடித்த காலத்திலிருந்து இன்று வரை ஹெல்மெட் போடாமலேயே தமிழர் என்று ஒரு இனம் வாழ்கிறதே, இப்படி வாழ்ந்தால் இந்த எட்டு கோடியில் ரெண்டு கோடி பேர் போய்ச் சேர்ந்திருக்க வேண்டுமே? நான்கு குழந்தைகளையும் ஒரு குண்டு மனைவியையும் வைத்துக் கொண்டு கணவன் மோட்டார் சைக்கிளை ஓட்டுகிறான், இதை விடவா ஒரு உலக அதிசயம் இருக்கிறது? இருக்கிறது. அதுவும் மோட்டார் பைக் விஷயம்தான். பைக்கிலோ ஸ்கூட்டரிலோ ஆறு மாதக் குழந்தையையும், மூணு மாதக் குழந்தையையும் மடியில் வைத்துக் கொண்டு பெண்கள் பைக்கின் ஒரு பக்கத்திலேயே இரண்டு கால்களையும் வைத்துக் கொண்டு செல்கிறார்களே, உலக அதிசயம் என்பதெல்லாம் சாதாரண வார்த்தை. இந்த அதிசயம் எப்படி ஐயா சாத்தியம்?

மேல்நாடுகளில் காரின் முன்பக்கத்திலேயே குழந்தைகளை வைத்துக்கொள்ளக் கூடாது. இன்னும் ஏகப்பட்ட கெடுபிடிகள். நீங்களெல்லாம் இங்கே நடக்கும் பைக் வித்தைகளை நேரில் பார்க்க வேண்டும். இதையே சாதிப்பவர்களுக்குக் கொரோனா எல்லாம் சும்மா. மேலும், இந்தியர்களிடம் இடைவெளி என்பதே சாத்தியம் இல்லை. அவர்களின் வாழ்க்கையிலேயே அது இல்லை. ஒரு நகரத்துப் பெண் - எனக்குத் தெரிந்தவர் - தன்னுடைய ஒரே ஒரு பெண் குழந்தையுடன் கிராமத்துக்குப் போனார். பஸ்ஸில் ஒரு மூதாட்டி இந்த நகரத்துப் பெண்ணிடம் எல்லோரும் கேட்கிறாற்போல் "ஒரு பொண்ணா தாயி?" என்று கேட்க, ஆமாம் என்று நகரம் பதில் சொல்கிறது. மூதாட்டி உடனே, ஒரே ஒரு பொண்ணுதானா என்று கேட்க நகரம் மீண்டும் ஆமாம் சொல்கிறது. ஏம் பொண்ணு, குடும்பக் கட்டுப்பாடு ஆபரேஷன் பண்ணிக்கிட்டியா என்று கேட்டதாம் அந்த மூதாட்டி. இப்படிப்பட்டவர்களிடம் போய் நீ தூர உட்கார் என்று சொன்னால் அடச்சீ போ நாயே என்றுதான் திட்டுவார்கள்.

மோடியின் ஜாலி ஆட்சியாலும் நடப்பு கொரோனா வைரஸாலும் ஏற்படப் போகும் பொருளாதார

சீர்குலைவினால் பல்லாயிரக்கணக்கான பேர் உயிரிழக்கவும் பிச்சைக்காரர்களாகவும் ஆக நேரிடும். இந்த நேரத்தில் காங்கிரஸ் ஆட்சியில் இருந்திருந்தால் இத்தனை சீர்கேடுகள் நடந்திருக்காது. எனவே ஒருவகையில் "நீங்கள்தானே இந்த நபரைத் தேர்ந்தெடுத்தீர்கள், அனுபவியுங்கள்" என்றும் எனக்கு குரூரமாகத் தோன்றுகிறது. காங்கிரஸை நான் பிஜேபியை விடவும் அதிகம் வெறுப்பவன் என்றாலும் இப்போது காங்கிரஸ் ஆட்சி இருந்திருந்தால் பொருளாதாரம் இந்த அளவு வீழ்ச்சி அடைந்திருக்காது. குறைந்த பட்சம் அதிகாரிகளின் ஆட்சியாவது நடந்திருக்கும். இப்போது நடப்பது கொள்கைவாதிகளின் ஆட்சி. அது என்ன கொள்கை என்று பார்த்தால் சுத்த மதவாதம். உருப்படுமா தேசம்? ராகுல் மக்குதான். மோடி அளவு புத்திசாலி இல்லைதான். ஆனால் கொரோனா காலகட்டத்திலும் அதை அடுத்து வரும் காலகட்டத்திலும் தேசம் இந்த அளவு படுபாதாளத்தை நோக்கிப் போயிருக்காது. ராகுலுக்குப் பொருளாதாரத்தில் அட்சரம் கூடத் தெரியாமல் இருந்தாலும் அவரைச் சுற்றி பல பொருளாதார நிபுணர்கள் இருந்திருப்பார்கள். இப்போதுபோல் எதுவுமே தெரியாத அகல்விளக்கு தேசபக்திக் கும்பல் இருந்திருக்காது.

இந்த அகல்விளக்கு விஷயமாகவும் எனக்கு சொல்ல இருக்கிறது. விளக்கு ஏற்றுவது இந்தியப் பாரம்பரியம். ஒளி நம்முடைய மனநோயை, மனச் சிதைவை, மன உளைச்சலைப் போக்கக் கூடியது. கடவுளுக்கு அதனால்தான் தீபாராதனை காட்டுகிறார்கள். அது மக்களின் *morale*ஐ வலுப்படுத்துவதில் உதவி செய்யும். ஆனால் மோடி அதை மட்டும்தானே சொல்கிறார்? இந்த கொரோனாவை எப்படிக் கடப்பது? என்னென்ன திட்டங்கள்? என்னென்ன நிவாரணங்கள்? போயும் போயும் *WWF* குத்துச்சண்டைக் களத்தில் ரவுடிகளோடு ரவுடியாக நின்று கொண்டு விசிலடித்துக் கொண்டிருந்த ட்ரம்ப் கூட கொரோனா எதிர்ப்பில் மோடியை விட பரவாயில்லை என்பது போல் செயல்படுகிறார். இந்தக் காரணத்தினால்தான் மோடி கிண்டல் செய்யப்படுகிறார். ஆனால் எத்தனை பேர் கிண்டல் செய்தாலும் மோடிக்கு

வெற்றிதான். ஏனென்றால், கொரோனாவோ என்னவோ, அவர் விளக்கை வைத்து அரசியல் பண்ணிக் கொண்டிருக்கிறார். அவர் சொன்னவுடன் எல்லோரும் தீப்பந்தத்தை ஏந்தி வெடி வெடிக்கிறார்கள் பாருங்கள். ஃபாஸிஸ்டுகளின் அணுகுமுறை இப்படித்தான் இருக்கும். இதற்கு மிகப் பெரிய பலத்தைத் தாங்கள் அறியாமலேயே கொடுப்பது இஸ்லாமிய அமைப்புகள்.

மீண்டும் அவந்திகாவின் தானதர்மத்துக்கு வருவோம். இம்மாதிரி தனிப்பட்ட தானதர்மத்தில் - அதாவது, ரேஷன் கடையில் கிடைக்கும் ஆயிரம் ரூபாயை வாட்ச்மேன்களுக்குப் பிரித்துக் கொடுப்பது, பணிப்பெண்ணுக்கு மூவாயிரம் ரூபாயில் சுடிதார் எடுத்துக் கொடுப்பது, இத்யாதி - இது போன்ற காரியங்களில் எனக்குக் கொஞ்சமும் மரியாதை இல்லை; நம்பிக்கையும் இல்லை. ஏன் என்றால், நாம் யாருக்குக் கொடுக்கிறோமோ அவர்கள் மற்றவரைச் சுரண்டுவார்கள். உங்களுக்குச் சந்தேகம் இருந்தால், *Viridiana* என்ற படத்தைப் பாருங்கள். அதுதான் ஏழைகளின் உளவியல். 1961-இல் லூயிஸ் புனுவேல் எடுத்த படம். எல்லோரும் அப்படி என்று சொல்லவில்லை. சுதா மூர்த்தியெல்லாம் எத்தனையோ ஏழைகளுக்கு உதவி செய்கிறார்; படிக்க வைக்கிறார். ஆனால் அவந்திகாவிடம் உதவி பெறுபவர்களை அப்படி நான் பார்க்கவில்லை. இந்தக் கையால் உதவி பெற்றுக் கொண்டு அடுத்த கையால் அடுத்தவரைச் சுரண்டுகிறார்கள். நாம் செய்யும் உதவியை அவர்கள் உதவியாக நினைப்பதில்லை. நீ ஒரு ஏமாளி என்றே நம்மைப் பற்றி நினைக்கிறார்கள். ஒரு பெண்மணி தன் வீட்டுப் பணிப்பெண்ணின் மகளுக்குக் கல்லூரிக் கட்டணம் கட்டினார். இருபத்தையாயிரம் ரூபாய். ஆனால் அந்தப் பணிப்பெண்ணுக்கு தன் வீட்டு முதலாளியம்மாள் தீபாவளிக்குத் தனக்குப் புடவை வாங்கித் தரவில்லையே என்று குறை. வாயை விட்டே சொன்னாராம் பணிப்பெண்.

ஆனால் எனக்குக் கிடைக்கும் பணத்தை நான் இப்படியான காரியங்களில் செலவழிப்பதில்லை. எனக்கு வரும் பணம் நேரடியாக பூனைகளுக்கும் காகங்களுக்கும் உணவாக மாறுகிறது. விலங்குகள் மனிதர்களைப் போல் ஏமாற்றுப் பேர்வழிகள்

அல்ல. நன்றியோடு கூட இருக்க வேண்டாம். கிரிமினலாக இல்லாமல் இருந்தால் போதும். நான் உங்களிடம் சொன்னேன், என் எழுத்தையும் இது போன்ற என்னுடைய “மனித விரோத” கருத்துக்களையும் புரிந்து கொள்ள வேண்டுமானால் நீங்கள் தயவுசெய்து *The Platform* என்ற படத்தைப் பாருங்கள் என்று. ஒருத்தர் கூடப் பார்க்கவில்லை. சென்ற ஆண்டு வெளிவந்த ஸ்பானிஷ் படம். நெட்ஃப்ளிக்ஸில் கிடைக்கிறது. சரி, நீங்கள் பார்க்க மாட்டீர்கள் என்பதால் கதையைச் சொல்லி விடுகிறேன்.

ஒரு சிறைச்சாலை. ஆனால் அதன் அமைப்பு நாம் இதுவரை பார்த்த சிறை மாதிரி இருக்காது. இது சயன்ஸ் ஃபிக்‌ஷன் கதை. சிறைச்சாலை என்றால், நீள அகலத்தில்தானே இருக்கும்? அல்லது, பாதாளச் சிறை பூமிக்கு அடியில் இருக்கும். ஆனால் இந்தச் சிறை கீழிருந்து மேலே. செங்குத்தாக இருக்கும். நடுவில் ஒரு திறப்பு. அந்தத் திறப்பின் வழியே மேலேயிருந்து கீழே ஒவ்வொரு அடுக்காக உணவுப் பொருட்கள் வரும். சுமார் நூறு அடுக்குகள் என்று வைத்துக் கொள்வோம். (ஞாபகத்திலிருந்து எழுதுகிறேன்) ஒவ்வொரு அடுக்கிலும் இரண்டு இரண்டு பேர். ஆக மொத்தம் இருநூறு கைதிகள். மேலே உள்ள நூறாவது அடுக்கில் சாப்பாட்டு மேஜை வரும்போது அதில் மாமன்னர்கள் சாப்பிடுவது போன்ற உணவுப் பதார்த்தங்கள் நிறைந்திருக்கும். இருநூறு பேருக்கும் அந்த உணவு தாராளமாகப் போதும். மீதி கூட இருக்கும். பெரிய பெரிய ஜார்களில் பழரசம், ஐஸ்க்ரீம், பழங்கள் எல்லாமே இருக்கும். ஆனால் நிபந்தனை என்னவென்றால், பிறகு சாப்பிட்டுக் கொள்கிறேன் என்று சொல்லி அதில் எதையும் எடுத்து வைத்துக் கொள்ளக் கூடாது. வைத்துக் கொண்டால் உங்கள் அறையில் மைனஸ் முப்பது டிகிரி நாற்பது டிகிரி என்று குளிர் அடிக்கும். குளிரில் விறைத்து மரணம் சம்பவிக்கும். எனவே யாராவது அப்படி எடுத்தாலும் குளிர் வந்ததும் எடுத்த பொருளைத் தூக்கிப் போட்டு விடுவார்கள்.

இப்போது சொல்லுங்கள். என்ன நடக்கும்? பத்து கோடி பேரில் ஒரே ஒரு யேசு. பத்து கோடி பேரில் ஒரே ஒரு காந்தி. மற்றவர்கள்? ஒரு சம்பவம் சொல்கிறேன். ஒருநாள் லாக் டவுன்

அறிவித்த அன்று காலை, மருந்து வாங்குவதற்காக பக்கத்தில் உள்ள அப்பல்லோ மருந்துக் கடைக்குப் போயிருந்தேன். நாற்பத்தைந்து வயது மதிக்கத்தக்க ஒரு பெண்மணி ஏழெட்டு ஸானிட்டரி நாப்கின்ஸ் பண்டல்களைத் தூக்க முடியாமல் தூக்கிக் கொண்டு வந்து பில் போட்டார். எனக்கு இதில் ஜெனரல் நாலட்ஜ் ரொம்பக் கம்மி. ஒரு பண்டலில் எத்தனை பாக்கெட்டுகள் இருக்கும்? ஒரு பண்டல் ஒரு பெண்ணுக்கு எத்தனை மாதம் வரும்? நான் இதில் பூஜ்யம். ஆனாலும் ஆச்சரியமாக இருந்தது. அவர் பணம் கொடுத்து வாங்கிக் கொண்டு போய் விட்டார். எனக்கு மருந்துகளைத் தேடிக் கொண்டிருந்தார்கள். அப்போது இன்னொரு பெண் வந்தார். ஸானிட்டரி நாப்கின் கேட்டார். அப்போது கடையிலிருந்த பெண் நக்கலாகச் சிரித்தபடி, "இப்பதாம்மா ஒரு லேடி வந்து ரேக்கையே காலி பண்ணிட்டுப் போனாங்க, ஸ்டாக் தீர்ந்துடுச்சு" என்றார். சீனி சொன்னார், அவர் ஒரு டிபார்ட்மெண்ட்டல் ஸ்டோருக்குப் போனாராம். அங்கே எல்லா பொருட்களும் இருந்திருக்கிறது. ஆனால் சிறுபிள்ளைகள் சாப்பிடும் ஸ்நாக்ஸ் எதுவுமே இல்லாமல் அந்த அடுக்குகளே காலியாக இருந்ததாம். அடப்பாவிகளா, வெறும் முறுக்கும் தட்டையுமாகவே காலி பண்ண ஆரம்பித்து விட்டீர்களா?

சரி, நாம் ப்ளாட்ஃபார்முக்கு வருவோம். நூறாவது அடுக்கில் உள்ள இரண்டு பேரும் கன்னா பின்னா என்று சாப்பிட்டு விட்டு மீதியில் எச்சிலைத் துப்பி விடுவார்கள். ஒவ்வொரு அடுக்கிலும் சாப்பாட்டு மேஜை குறிப்பிட்ட நேரம் நிற்கும். பிறகு கீழே உள்ள அடுத்த அடுக்குக்குப் போய் விடும். அடுத்த அடுக்கில் உள்ளவன் அந்த எச்சிலைப் பார்ப்பான். அந்த இடத்தை மட்டும் விட்டு விட்டு மற்ற பாகங்களில் உள்ளதைச் சாப்பிட்டு விட்டு ஒன்றுக்கு அடிப்பான். ஆறு அடுக்கு வரைதான் சாப்பிடக் கிடைக்கும். அதற்கு மேல் வெறும் சாக்கடைதான். இருபது அடுக்குக்கு மேல் குப்பைத் தொட்டியிலிருந்து நாய்கள் சாப்பிடுமே அப்படித்தான். இந்தப் படத்தை பலராலும் பார்க்க முடியவில்லை என்றார்கள். (நமக்கெல்லாம் இது ஜுஜுபி.) ஐம்பது அடுக்குக்கு மேல்

குப்பையும் இருக்காது. எழுபது அடுக்குக்கு மேல் காலிப் பாத்திரங்கள், மலம் மூத்திரம். எழுபது அடுக்குக்கு மேல் உள்ளவர்கள் தன் சக கைதியையே அடித்துத் தின்பார்கள். இந்த நரகத்தில் வந்து மாட்டிக் கொள்வான் ஒருவன். அவன் யார் என்றால், மேலே சொன்னேன் இல்லையா, கோடியில் ஒருத்தன், அவன். அவனைக் கட்டிப் போடும் சகா உன் உடம்பைப் புசிக்கப் போகிறேன், எங்கிருந்து ஆரம்பிக்கட்டும் என்று கேட்கிறான். ஆனால் படம் த்ரில்லர். இந்தச் சூழ்நிலையிலிருந்து அந்த ஆள் எப்படித் தப்பிக்கிறான்? வழியே இல்லை அல்லவா? ஒரே ஒரு வழி இருக்கிறது. சாப்பாட்டு மேஜை மேலேயிருந்து கீழே வருகிறது அல்லவா? அந்த மேஜையில் அமர்ந்து கீழே வரும் ஒரு பெண் அந்தக் கொலைகாரனைக் கொன்று விடுகிறாள். இடையில் பல ருசிகரமான சம்பவங்களெல்லாம் நடந்தேறுகின்றன. மேலே உள்ள ஒருவன் கீழே உள்ளவனிடம் நீ மேலே வருகிறாயா என்று கேட்கிறான். ஏனென்றால் கீழே உள்ளவனிடம் நீண்ட கயிறு இருக்கிறது. (சொல்ல மறந்து விட்டேன், கைதிகள் தாங்கள் விருப்பப்பட்ட ஏதேனும் ஒரு பொருளை தாங்களுடன் சிறைக்கு எடுத்துச் செல்லலாம். அதன்படி அந்தக் கைதி ஒரு கயிறை எடுத்துப் போயிருப்பான். மற்ற கைதிகள் பெரும்பாலும் கத்தியை எடுத்துக் கொண்டிருப்பார்கள். நம் ஆள் மகாத்மாவாயிற்றே, அவர் மெழுகுவர்த்தி வைத்திருப்பார்.) கயிற்றின் மூலம் ஏறி மேல் தளத்தைத் தொடும்போது மேலே அவனை அழைத்தவன் கயிற்றில் வந்து கொண்டிருப்பவன் முகத்தில் மலம் கழிப்பான். கயிற்றுக்காரன் கீழே விழுந்து நல்லவேளையாக துளையின் மூலம் அதலபாதாளத்துக்குப் போய் விடாமல் அடுத்த அடுக்கிலேயே விழுந்து உயிர் பிழைப்பான். மேலே மலம் கழித்தவன் வெள்ளைத்தோல்காரன். கயிற்றுக்காரன் கறுப்பன்.

இதை நீங்கள் மேலைநாடுகள், மூன்றாம் உலக நாடுகள் என்றும் அர்த்தப்படுத்திக் கொள்ளலாம். தொண்ணூறிலிருந்து நூறாவது அடுக்கு வரை மேலைநாடுகள். முப்பதாவது அடுக்குக்குக் கீழே உள்ளவை ஆஃப்ரிக்க நாடுகள். முப்பதிலிருந்து தொண்ணூறு இந்தியா போன்ற நாடுகள். ஆனால் அது இருக்கட்டும், மனித

இயல்பு என்ன என்பதற்காக இந்தப் படத்தைக் குறிப்பிட்டேன். இலக்கியம் படிக்காவிட்டால் மனிதர்கள் இப்படித்தான் இருப்பார்கள். அந்த முந்நூறு பேரில் (கடைசியில்தான் தெரியும், அந்தச் சிறையில் நூற்றைம்பது அடுக்குகள் உள்ளன என்று) ஒரே ஒருத்தன்தான் என் எழுத்துக்கான நம்பிக்கை ஒளி. அந்த மெழுகுவர்த்திக்காரனுக்காகத்தான் நான் எழுதிக் கொண்டிருக்கிறேன். நீங்கள்தான் அந்த மெழுகுவர்த்திக்காரன். இந்த உலகில் யாரொருவர் இலக்கியம் வாசிக்கிறார்களோ அவரெல்லாம் அந்த மெழுகுவர்த்திக்காரனை ஒத்தவர்கள்தான். தமிழ்நாட்டின் எட்டுக் கோடி பேரில் உங்களின் விகிதாச்சாரம் எத்தனை இருக்கும்?

ஆனால் மனித இயல்பு எப்படி இருக்கிறது பாருங்கள். முந்நூறு பேருக்கான உணவை பத்தே பேர் சாப்பிட்டு விட்டு மீதி இருநூற்றுத் தொண்ணூறு பேரை மிருகமாக மாற்றுகிறார்கள். யார்? மேல்தட்டுகளில் இருக்கும் பத்து பேர். ஒட்டு மொத்த மனித இனமே எனக்குப் பிடிக்கவில்லை; எனக்குப் பிடித்ததெல்லாம் விலங்குகளே என்று ஏன் சொல்கிறேன் தெரிகிறதா? அந்தச் சிறையில் வேறொரு விதி இருக்கிறது. திடீர் திடீரென்று உங்களுடைய இடம் மாறும். உங்களுக்கு மயக்க மருந்து கொடுக்கப்பட்டு மயக்கம் தெளிந்ததும் தொண்ணூற்றொன்பதாவது அடுக்கில் இருந்த நீங்கள் மூன்றாவது அடுக்குக்கு வருவீர்கள். அங்கே உள்ளவன் உங்களை அடித்துத் தின்ன கத்தியோடும் கொலைப்பசியோடும் காத்திருப்பான். ஏனென்றால், ஆள் கிடைக்காத போது சிலர் தங்கள் கை விரல்களையே வெட்டித் தின்பார்கள். தொண்ணூற்றொன்பதாவது அடுக்குக்காரன் மூன்றாவது அடுக்குக்கு வரும்போது மூன்றாவது அடுக்குக்காரன் தொண்ணூற்றொன்பதாவது அடுக்குக்குப் போவான் இல்லையா? அவன் அங்கே போனதும் சாப்பிட்டு விட்டு மீதி உணவில் மூத்திரம் போவான். இதைத்தான் இந்த உலகின் மனித இயல்பு என்கிறேன். இதைத்தான் *Viridiana* படத்தில் லூயிஸ் புனுவேல் சொல்கிறார். அதனால்தான் தில்லி நிர்பயா பலாத்காரம் நடந்த பஸ்ஸில் இருந்த ஐந்து பேருக்குப்

பதிலாக வேறு நபர்கள் இருந்தாலும் அதேதான் நடந்திருக்கும் என்றேன். வேறு நபர்கள் என்றால் நீங்களோ நானோ அல்ல; நிர்பயாவை குதறித் தள்ளிய அந்த ஐந்து பேரும் எப்படி எந்தச் சூழலில் வளர்ந்தார்களோ அதே சூழலில் நீங்களும் நானும் வளர்ந்திருந்தால் நீங்களும் நானுமே அப்படித்தான் இருந்திருப்போம். இல்லை, ப்ளாட்ஃபார்ம் படத்தில் வரும் மெழுகுவர்த்திக்காரன் மாதிரிதான் இருப்பேன் என நீங்கள் நம்பினால் உங்களால்தான் இந்த உலகம் பிரபஞ்ச இயக்கத்தில் அடித்துக் கொண்டு போய் விடாமல் நிலையாகத் தொங்குகிறது.

6.4.2020.

13

மோடி மஸ்தான் வேலை என்று கேள்விப்பட்டிருப்பீர்கள்தானே? அது ஒரு எழுத்தாளனையும் பாதித்து விட்டது. இல்லாவிட்டால் பாருங்களேன், ப்ளாட்ஃபார்ம் படத்தில் வரும் நாயகன் கையில் வைத்திருப்பது ஒரு நாவல். அதுவும் எப்படிப்பட்ட நாவல், அதைப் போன்ற புகழ்பெற்ற ஒரு நாவல் உலகிலேயே இலை. செர்வாந்தேஸ் எழுதிய தோன் கெஹோத்தே *(Don Quixote)*. அதைப் போய் மறந்து விட்டு, அவன் கையில் வைத்திருந்தது மெழுகுவர்த்தி என்று எழுதியிருக்கிறேன். மோடி வித்தையின் பலம் புரிகிறதா? இதைத்தான் மஸ்தான் சாதிக்க நினைக்கிறார். சாதித்தும் விட்டார். மேலே நம் வேலையை கவனிப்போம்.

சென்ற அத்தியாயத்தில் "இலக்கியத்தினால் எந்தப் பயனும் இல்லை; ஏன் இலக்கியம் வாசிக்க வேண்டும் என்பது போன்ற கேள்விகளுக்கு நான் நாற்பது ஆண்டுகளாக பதில் சொல்லிக்கொண்டு வந்தாலும் எனக்கு இன்னும் சரியான பதிலை சொல்லி விட்டதாகத் தோன்றவில்லை. ஒரே வார்த்தையில் சொல்கிறேன்" என்று நேற்று சவடாலாக எழுதி விட்டு இப்போது படித்துப் பார்த்தால் அந்த ஒரே வார்த்தையைக் காணோம். அந்த ஒரே வார்த்தை ஒன்றும்

பெரிய விஷயம் இல்லை. வாசிப்பினால் காலத்தையும் *(Time)* இடத்தையும் *(Space)* கடக்கலாம். தனிமையில் நீங்கள் வாழ நேர்ந்திருப்பதால் நீங்கள் அனைவரும் சிரமப்படுகிறீர்கள். இத்தனைக்கும் குடும்பத்தினரெல்லாம் கூடவேதான் இருக்கிறார்கள். ஆனாலும் தனிமைதான். இங்கே இதுகாறும் நீங்கள் எதிர்கொண்டிராத இரண்டு பிரச்சினைகளை எதிர்கொள்ள வேண்டியிருக்கிறது. மேலே குறிப்பிட்டவைதான். காலமும் இடமும். நேரத்தை என்ன செய்வது? உங்களுக்குத் தெரியவில்லை. இதுவரை நேரம் இப்படி நமக்குப் பிரச்சினை கொடுத்ததில்லை. ஏனென்றால், நாம் ஓடிக் கொண்டே இருந்தோம். நாற்பது ஆண்டுகளாக ஓடிக் கொண்டிருக்கிறோம். ஐம்பது ஆண்டுகளாக... அறுபது ஆண்டுகளாக... ஓட்டம் ஓட்டம் ஓட்டம். இப்போதுதான் நின்றிருக்கிறோம். நிற்க வைக்கப்பட்டிருக்கிறோம். நிறுத்தியிருப்பது கண்ணுக்குத் தெரியாத ஒரு பூச்சி. அந்தப் பூச்சியோடு சம்பந்தம் வைத்துக் கொண்டால் நாம் இல்லை. நம் முன்னே இப்போது இருக்கும் இரண்டு பூதங்கள். காலம் மற்றும் பூச்சி. காலம் கொடுக்கும் சவாலை எதிர்கொள்ளலாம் என்றால் நமக்கு இதுவரை இருந்த ஒரே வழி, இடம். இருக்கின்ற இடத்திலிருந்து வேறு இடம் செல்வது. அலுவலகம், நண்பர்களின் அறை, உணவுக் கூடம், கேளிக்கைக் கூடங்கள், தோழி/தோழனின் இருப்பிடங்கள், மதுக் கூடங்கள்... இப்படி எண்ணற்ற இடங்கள் காலத்தின் தாக்குதலிலிருந்து நம்மைக் காப்பாற்றிக் கொண்டிருந்தன. இப்போது கொரோனா அந்த இடங்களை நம்மிடமிருந்து விலக்கி வைத்து விட்டது. காலமும் நாமும்தான் எதிரெதிரே நிற்கிறோம். நம் வாழ்வில் முதல் முறையாக நடந்திருப்பது இந்தச் சந்திப்பு. இப்போது காலத்தை வெல்ல நமக்கு இருக்கும் ஒரே ஆயுதம் புத்தகங்கள் என்கிறேன் நான். எந்த இடத்தில் என்னைக் கொண்டு போய் விட்டாலும் என் கையில் புத்தகமோ அல்லது என் கைபேசியோ இருந்தால் சாகும் வரை என்னால் வாசித்துக் கொண்டே வாழ்ந்து முடித்து விட முடியும். என் அலைபேசியில் முன்னூறு ஆண்டுகள் படித்தாலும் தீர்த்து விட முடியாத ஒரு மாபெரும் நூலகம் உள்ளது. அது ஒன்றே போதும்.

அதனால்தான் தனிமை கொல்கிறது, நேரம் போக மாட்டேன் என்கிறது என்று சொல்லும் அன்பர்களைப் பார்த்து மிகவும் பரிதாபப்படுகிறேன். கையில் வெண்ணெயை வைத்துக்கொண்டு நெய்க்கு அலைகிறார்களே என்று வருத்தமாக இருக்கிறது.

நேற்று எனக்கு வந்த ஒரு கடிதம் இது:

அன்புள்ள சாரு அவர்களுக்கு,

என்னுடைய பெயர் மா.பொன்ராஜ். வயது இருபத்து நான்கு. உங்களுடைய எழுத்தின் மிகத் தீவிரமான வாசகன். தற்பொழுது நீங்கள் உங்களுடைய வலைத்தளத்தில் பதிவேற்றிக் கொண்டிருக்கும் பூச்சி என்ற தலைப்பிலான அனைத்து அத்தியாயங்களும் அற்புதம். உங்களுடைய எல்லா நாவல்களையும் ஒன்றுக்கு இரண்டு முறை வாசித்துள்ளேன். ஒவ்வொரு முறை வாசிக்கும் போதும் அதிலிருந்து புதுப்புது அனுபவங்கள் கிடைக்கின்றன. என்னுடைய சொந்த ஊர் ராஜபாளையம் அருகே உள்ள சேத்தூர் எனும் கிராமம். இப்பொழுது சென்னையில்தான் வேலை செய்கிறேன். நான் 144 தடை அன்றிலிருந்தே என்னுடைய சொந்த ஊருக்குச் செல்லாமல் இங்கு சென்னையில்தான் தனியாக என்னுடைய அறையில் இருக்கிறேன். என்னுடைய சக அறைவாசிகள் அனைவரும் அவர்களுடைய சொந்த ஊருக்குச் சென்றுவிட்டனர். எனக்கு மற்றவர்கள் சொல்கிற மாதிரி நேரம் போகவில்லை என்று சொல்ல முடியவில்லை. ஏனெனில், என்னிடம் நீங்கள் அறிமுகப்படுத்திய தமிழ் இலக்கிய எழுத்தாளர்களின் புத்தகங்கள் சுமார் நூறு உள்ளன. தினமும் புத்தகப் படிப்பும் மற்றும் நீங்கள் அறிமுகப்படுத்தின நெட் ஃபிளிக்ஸ் சீரிஸ் பார்ப்பதும்தான். அதனால் நேரம் போவதே தெரியவில்லை. உண்மையைச் சொல்ல வேண்டும் என்றால் எனக்கு நேரம் போதவில்லை. உங்களுடைய எழுத்து மட்டும் அறிமுகமாகி இருந்திருக்காவிட்டால் எனக்குத் தமிழ் இலக்கியத்தைப் பற்றி எதுவுமே தெரிந்திருக்காது. இதற்கு நான் கடவுளுக்கு நன்றியைத் தெரிவிக்கிறேன். நான் தினமும் தனிமையை அறியாமல் இருப்பதற்கு உங்களுயை எழுத்து மற்றும்

நீங்கள் அறிமுகப்படுத்தின இலக்கியம் மட்டுமே காரணம். உங்களால் வீட்டு வேலைகள், பூனைகளுக்கு உணவிடுதல் போன்றவற்றால் அதிக நேரம் எழுத முடியவில்லை என்று அடிக்கடி தங்களுடைய வலைத்தளத்தில் பதிவு செய்கிறீர்கள். எனக்கு மட்டும் என் தாய், தந்தை மற்றும் என்னுடைய குடும்பத்தைக் காப்பாற்ற வேண்டிய பொறுப்பு இல்லாமல் இருந்திருந்தால் நான் உங்கள் வீட்டிற்கு வந்து உங்களுடைய தேவைகளையெல்லாம் பூர்த்தி செய்யும் ஒரு வேலைக்காரனாக உங்களுடனேயே இருப்பதற்கு ஆசையாக உள்ளது. இதை நான் உணர்ச்சிவசத்தால் எழுதவில்லை. ஆகச் சிறந்த எழுத்தாளன் கூடவே இருப்பதற்கு எத்தனை பேருக்குக் கொடுத்து வைத்திருக்கும்? அது ஒரு வரம். எனக்கு உங்களை நேரில் சந்தித்து நீங்கள் பேசுவதைக் கேட்பதற்கு மிகுந்த ஆசை. நீண்ட காலம் நீங்கள் ஆரோக்கியமாக வாழ வேண்டும். அதற்கு நான் கடவுளிடம் தினமும் பிரார்த்திப்பேன். நன்றி.

இப்படிக்கு உங்களுடைய வாசகன்.
மா.பொன்ராஜ்

ஏன் இலக்கியம்? இலக்கியம் என்ன செய்யும்? இதுதான் பலன். புத்தகங்கள் இருந்தால் காலமும் இடமும் நம் ஏவலாட்கள். பொன்ராஜ், வேலையெல்லாம் செய்ய வேண்டாம். இந்தக் கொரோனா எல்லாம் போன பிறகு நாம் ஒருநாள் காஃபி ஷாப்பில் சந்திப்போம். வீட்டில் வேண்டாம். வீட்டில் சந்தித்தால் முதல் சந்திப்பிலேயே நட்பு முறிந்து விடும். நிச்சயம் வெளியில் சந்திப்போம். மற்றபடி வீட்டுக்கு அருகிலேயே கூடித் தேரிழுக்க நண்பர்கள் இருக்கின்றனர். இன்று நம் வீட்டுப் பூனைகள் ஐந்துக்கும் மீன் தீர்ந்து விட்டது. ஏன் நேற்றே சொல்லவில்லை என்றாள் அவந்திகா. முறைத்தேன். போய் விட்டாள். மேல் வீட்டு (முன்னாள்) கலெக்டரின் உதவியாளரை நாடினேன். அவசரத்துக்கு அவர்தான் போய் வருவார். இன்று அவருக்கும் வேலை. அதனால் பாக்யராஜுக்கு ஃபோன் செய்தேன். வந்தார். மீனும் வாங்கி வந்தார். நான் கூட போகலாம். நடை நல்லதுதான். ஆனால் கனத்தைத் தூக்கிக் கொண்டு திரும்புவது கஷ்டம். வண்டி ஓட்டத் தெரியாது. ஆட்டோவும் இல்லை.

நம்மூர் போலீஸ் நன்றாகத்தான் கடமையாற்றுகிறார்கள் போல. பாக்யராஜை நிறுத்தி விட்டார்களாம். என் நண்பர்கள் எல்லொரும் மகாத்மா. மீன் வாங்கப் போகிறேன் என்று உண்மை பகர்ந்திருக்கிறார். போலீஸ் கடுப்பாகி விட்டாராம். "ஏன்யா, ஊரே லோல்பட்டுக்கிட்டு இருக்கு; ஒனக்கு மீன் கேக்குதா?" அப்புறம் பாக்யராஜ் "எழுத்தாளர் சாரு நிவேதிதா பத்து பூனை வளர்க்கிறார், அதெல்லாம் மீன் இல்லாமல் பட்டினி கிடக்கு; வாங்கப் போறேன்" என்றதும் விட்டு விட்டாராம். போலீஸ்காரருக்கு என்னைத் தெரிந்திருக்கிறது.

★★★

இதுவரை நான் காஃப்கா படித்ததில்லை. தமிழிலோ அந்தக் காலத்தில் காஃப்கா படிக்கவில்லையானால் நீங்கள் இலக்கியவாதியே இல்லை. அதனால் ஆரம்பிப்பேன். பத்து பக்கத்துக்கு மேல் முடியாது. விட்டு விடுவேன். இப்படியே பலமுறை ஆகியிருக்கிறது. அந்த அளவுக்கு காஃப்கா எனக்கு அலுப்பூட்டும் எழுத்து. ஆனால் இப்போது படித்தே ஆக வேண்டிய ஒரு கட்டாயத்தில் இருக்கிறேன். ஏனென்றால், நானே ஒரு அலுப்பூட்டும் வேலையைச் செய்தாக வேண்டியிருக்கிறது. அதனால்தான் நம் தலைவர் என்ன பண்ணியிருக்கிறார் என்பதைப் பார்க்க வேண்டி மெட்டமார்ஃபஸிஸ் குறுநாவலை எடுத்திருக்கிறேன். ஆனால் இதைப் பல பேர் ஜெர்மனிலிருந்து ஆங்கிலத்துக்கு மொழிபெயர்த்திருக்கிறார்கள். இதில் *Susan Bernofsky*-இன் மொழிபெயர்ப்பே சிறந்ததாக இருக்கும் என்று நினைத்து அதை கிண்டிலில் வாங்கியிருக்கிறேன். மற்ற மொழிபெயர்ப்புகள் இலவசமாகவே கிடைக்கின்றன. இதை எதற்குச் சொன்னேன் என்றால், முதலிலிருந்து நீங்களே படித்துத் தெரிந்து கொள்ளலாம்.

7.4.2020.

14

நேற்று முழுநாளும் பூச்சியின் பக்கம் வரவில்லை. வர முடியாமல் வேறு ஒரு முக்கியமான பணியில் ஈடுபட்டிருந்தேன். இப்போது கொஞ்சம் எழுதி விட்டு அந்த வேலையின் பக்கம் போக வேண்டும்.

எல்லா உயிர்களும் பிரம்மத்தின் அம்சங்களே. ஒரு கூழாங்கல் கூட ஏதோ ஓர் அர்த்தத்தில்தான் இந்தப் பிரபஞ்சத்தின் ஓர் அம்சமாக நம் காலடியில் கிடக்கிறது. இது பற்றிய ஒரு வசனத்தை ஃபெலினியின் *La Strada* (தெரு) படத்தில் காணலாம். அப்படியானால் கூழாங்கல்லும் வைரமும் ஒன்றா? என்னைப் பொருத்த வரை ஒன்றுதான். ஏதோ எழுதுவதற்காக பந்தாவாக சொல்லவில்லை. எனக்கு ஒன்றுதான். எனக்கு மட்டும் அல்ல; தன் சொத்தையெல்லாம் விற்று இலக்கியப் பத்திரிகை நடத்திய, எந்தப் பிரதிபலனும் இல்லாமல் எழுதிய, எழுதிக் கொண்டும் இருக்கின்ற அத்தனை தமிழ் எழுத்தாளர்களுக்கும் கூட அப்படித்தான். ஆனால் கூழாங்கல்லுக்கும் வைரத்துக்குமான வித்தியாசம், கூழாங்கல் எங்கே பார்த்தாலும் இறைந்து கிடக்கிறது. வைரம் அபூர்வமாக இருக்கிறது. இந்த அபூர்வத்தன்மையினால்தான் அதன் விலையும் நம்மால் நினைத்துப் பார்க்க முடியாத உயரத்தில் இருக்கிறது.

எத்தனையோ எழுத்தாளர்கள் தமிழில் உண்டு. தமிழ் மொழி அளவுக்கு இத்தனை பிரமாதமான எழுத்தாளர்கள் உலகில் வேறு எந்த மொழியிலும் இல்லை. மற்ற மொழிகளில் வாசகர் எண்ணிக்கை அதிகம். இங்கே எழுத்தாளர் எண்ணிக்கை அதிகம். ஒரு காலகட்டத்தில் எந்த அளவு ருஷ்ய எழுத்தாளர்களின் கூட்டம் நட்சத்திரக் கூட்டத்தைப் போல் ஜொலித்துக் கொண்டிருந்ததோ அந்த அளவு எழுத்தாளர்கள் நாற்பது ஐம்பது ஆண்டுகளுக்கு முன்னே தமிழில் இருந்தார்கள். இப்போது அந்த அளவுக்கு இல்லை என்றாலும் மற்ற மொழிகளை ஒப்பிடும்போது தமிழில் அதிகம்தான். ஒரு புத்தக விழாவின்போது எனக்குப் பக்கத்தில் நின்று கொண்டிருந்த வண்ணநிலவனைப் பார்த்து காயத்ரியிடம் அறிமுகப்படுத்தி வைத்து லெஜண்டரி ரைட்டர் என்று சொன்னேன். வண்ணநிலவன் என்னை அதிர்ச்சியோடு பார்த்தார். எஸ்தர் என்ற கதையையும் அதுபோல் எத்தனையோ கதைகளையும் எழுதிய ஒருவரை லெஜண்டரி என்று சொல்வதில் என்ன தப்பு? மெக்ஸிகோவின் யுவான் ருல்ஃபோவும் வண்ணநிலவனும் எனக்கு ஒன்றுதான். இப்படி வண்ணநிலவன் ஒருத்தர் மட்டும் அல்ல; அசோகமித்திரன் இருக்கிறார்; இந்திரா பார்த்தசாரதி, சா. கந்தசாமி, ந. முத்துசாமி என்று சொல்லிக்கொண்டே போகலாம். இத்தனை எழுத்தாளர்கள் இவ்வளவு அதிக எண்ணிக்கையில் இருக்கும்போது அது ஏன் ஜெயமோகன், எஸ்.ராமகிருஷ்ணன், சாரு நிவேதிதா என்று மூவரை மட்டும் தனியாக வைத்துப் பேசுகிறார்கள் என்று எப்போதாவது யோசித்துப் பார்த்திருக்கிறீர்களா? இந்த மூவரும்தான் இளைஞர்களோடு உரையாடுகின்றனர். இந்த மூவரும்தான் சமகாலப் பிரச்சினைகளை எதிர்கொள்கின்றனர். இந்த மூவரும்தான் கருத்துக்களையும் அபிப்பிராயங்களையும் உருவாக்குகிறார்கள். இப்படி இருந்தவர் பாரதி. பிறகு ஜெயகாந்தன். பிறகு சுந்தர ராமசாமி. அவருக்குப் பிறகு இந்த மூவர். சு.ரா. காலத்தில் எத்தனையோ ஜாம்பவான்கள் இருந்தார்கள். ஏன், அசோகமித்திரனின் பக்கத்தில் வருவது கூட சு.ரா.வின் படைப்பில் சாத்தியம் இல்லை. ஆனால்

அகிலனுக்கு ஞானபீடம் கொடுத்தால் அசோகமித்திரன் “சரி, விடுங்கோ, போனால் போகிறது” என்று பம்மி விடுவார். ஆனால் சு.ரா. அகிலனை மலக்கிடங்கு என்று எழுதினார். அந்த வார்த்தைகளின் மூலம் சு.ரா. என் காலத்து இளைஞர்களின் மனதில் ஒரு பொறியை ஏற்றி வைத்தார். அந்தப் பொறிதான் இன்னமும் அணையாமல் எரிந்து கொண்டிருக்கிறது. இப்படியாக சு.ரா. தன் வாழ்நாள் முழுவதும் இளைஞர்களோடு உரையாடிக் கொண்டே இருந்தார். அது இளைஞருடனான வெறும் உரையாடல் மட்டுமல்ல; ஒரு எழுத்தாளர் தன் சமகாலத்தோடு நிகழ்த்தும் உரையாடல். இதை ஃப்ரெஞ்ச் சமூகத்தில் சார்த்தரும், பிறகு ஃபூக்கோவும் அதற்குப் பிறகு ஃப்ரெஞ்ச் பெண்ணியவாதிகளும் நிகழ்த்தினார்கள்.

இரண்டு நாட்களுக்கு முன்பு நான் காஃப்காவின் மெட்டமார்ஃபஸிஸ் குறுநாவல் பற்றி எழுதியிருந்தேன். அது பற்றி எனக்கு ஒரு கடிதம் வந்தது. எழுதியவர் அர்ஜுன். சென்ற ஆண்டு வரை மாணவர். இப்போது திரைத்துறையில் பணி. எத்தனை வயது இருக்கும் என்று யூகித்துக் கொள்ளலாம். அவர் கடிதம்:

I've come to know from your blog post that you have purchased Susan Bernofsky's translation of Kafka's Metamorphosis. I'd also request you to have a take on Joachim Neugroschel's translation which is considered superior, as Joachim consciously sacrifices his perfect sentences in order to bring across the essence of the text. Joachim has qouted "I've suspired and festinately drowned in German just like Kafka". But Susan's translation is equally good, she attends to some important trivial like: both the adjective ungeheuer (meaning "monstrous" or "huge") and the noun Ungeziefer are negations—virtual nonentities—prefixed by un." Ungeziefer, a term from Middle High German, describes something like "an unclean animal unfit for sacrifice," belonging to "the class of nasty creepy-crawly things." It suggests many types of vermin—insects, yes, but also rodents. "Kafka," writes Bernofsky, "wanted us to see

Gregor's new body and condition with the same hazy focus with which Gregor himself discovers them."

I'm awaiting eagerly for your appraisal of Kafka's works.....

P.s. Your books have some of the finest translations in English, sir.

இப்போது நான் *Bernofsky*யின் மொழிபெயர்ப்பை முடித்து விட்டு *Joachim Neugroschel*-இன் மொழிபெயர்ப்பையும் படிக்க இருக்கிறேன். யோவாக்கிம் ஃப்ரெஞ்ச், ஜெர்மன், ஆங்கிலம், இத்தாலி, ருஷ்யன், யிட்டிஷ் போன்ற பல மொழிகளில் நிபுணராகவும் மொழிபெயர்ப்பாளராகவும் இருந்திருக்கிறார்.

9.4.2020.

15

"நியாய சாஸ்திரம் செய்த கௌதம மஹரிஷிக்கு 'அக்ஷபாதர்' என்று ஒரு பேர். அவர் அறிவால் ஓயாமல் சிந்தனை பண்ணிக்கொண்டே இருப்பாராதலால் வெளி உலகமே அவர் கண்ணுக்குத் தெரியாது. ஒருமுறை எதையோ பலமாக யோசித்துக் கொண்டே போய் ஒரு கிணற்றில் விழுந்து விட்டார். அப்போது பகவானே அவரை மேலே ஏற்றி விட்டு அவருடைய காலிலேயே கண்ணையும் வைத்து விட்டார்! பாதத்திலே அக்ஷம் (கண்) ஏற்பட்டதால் அவருக்கு அக்ஷபாதர் என்று பெயர் வந்தது."

இன்று கைபேசியைப் பார்த்துக் கொண்டிருந்தபோது ஐசிஐசிஐ வங்கியிலிருந்து சில தினசரிகளின் இணைப்பை அனுப்பியிருந்தார்கள். தினமும் அனுப்பினாலும், ரொம்ப காலமாக பேப்பர் படிக்கவில்லையே, உலகத்தில் என்ன நடக்கிறது என்று பார்ப்பதற்காக அந்த இணைப்பின் உள்ளே சென்றேன். தமிழ் இந்து இருந்தது. புரட்டிக்கொண்டே போன போது என் பிரியத்துக்குரிய சந்திரசேகரேந்திர சுவாமிகளின் பேச்சு காணக் கிடைத்தது. அந்தப் பேச்சின் முதல் பத்திதான் அக்ஷபாதர் கதை. அந்த அக்ஷபாதர் மாதிரிதான் நானும்.

அல்லது இப்படிச் சொல்லலாம். இந்தப் பயிற்சியைப் பாருங்கள். நூறு மீட்டர் தூரத்தை நீங்கள் நடந்து கடக்கிறீர்கள். நீங்கள் மது அருந்தவில்லை. நிதானமாகத்தான் இருக்கிறீர்கள். மீண்டும் மீண்டும் அந்த தூரத்தை நடந்து கடக்கிறீர்கள். ஒரு பத்து முறை. இந்தப் பத்து தடவை நடைகளில், ஒவ்வொரு முறையும் எத்தனை தூரத்தை அகலவாக்கில் எடுத்துக் கொண்டிருப்பீர்கள்? அதாவது, ஒரு நேர்க்கோட்டில்தானே வந்திருப்பீர்கள்? அதற்கு அகலவாக்கில் எவ்வளவு இடம் தேவைப்பட்டிருக்கும்? அதாவது, நீங்கள் நடந்து வந்த பாதையின் அகலம் எவ்வளவு இருக்கும்? சுமார் ஒன்றரை அடி. இதே ஒன்றரை அடி அகல பாதையில் நீங்கள் நடக்க வேண்டும். காற்று நிதானமாகத்தான் இருக்கிறது. ஆனால் அந்தப் பாதை இருநூறு அடி உயர சுவரில் இருக்கிறது. உங்களால் நடக்க முடியாது. கீழே விழுந்து விடுவீர்கள். இதே தூரத்தை தரைத்தளத்தில் அனாயாசமாக நடந்தீர்களே? இப்போது ஏன் நடக்க முடியவில்லை? பயம். உயரத்தைக் கண்டு பயம். ஆனால் இதே சுவரை - இதே ஒன்றரை அடி அகலப் பாதையை ஒரு ஜென் குரு படு சாதாரணமாக நடந்து கடப்பார். ஏனென்றால், அவர் மனதில் இந்த உயரம் இல்லை. அவரைப் பொருத்தவரை அவர் தரையில்தான் நடக்கிறார்.

நான் அந்த ஜென் குருவைப் போன்றவன். கொரோனா என் மனதில் இல்லை. அதற்காகத் தான்தோன்றித்தனமாகத் திரிகிறேன் என்று அர்த்தமல்ல. கவனமாகவே இருக்கிறேன். வீட்டை விட்டு எங்குமே வெளியில் செல்வதில்லை. காலையில் மொட்டை மாடியில் நடைப் பயிற்சி. அப்போது எந்தக் கதவுப் பிடியையும் தொட வேண்டிய அவசியம் இல்லை. லிஃப்ட்டையும் பயன்படுத்துவதில்லை. மற்றபடி காலையிலும் இரவிலும் இரண்டு வேளை பூனைகளுக்கு உணவு கொடுப்பதற்காகக் கீழே வருகிறேன். அப்போது கீழே உள்ள கதவு இரண்டின் கைப்பிடிகளைத் தொட வேண்டியிருக்கிறது. தொட்டவுடனேயே கையில் எடுத்துப் போயிருக்கும் சானிடைஸரில் கைகளைத் துடைத்துக் கொண்டு விடுவேன். வீட்டுக்கு வந்ததும் கையை சோப்புப் போட்டுக் கழுவி, சானிடைஸர் போட்டு ஏக அமர்க்களம். வெளிக்கதவைத் தொட்டு விட்டு எங்கள் வீட்டுக்

கதவுப்பிடியைத் தொடுகிறேன் அல்லவா? அதனால் எங்கள் வீட்டுக் கதவுப்பிடிகளும் சுத்தம் செய்யப்படும்.

அமெரிக்க நண்பர் சொன்னார். அங்கெல்லாம் யாரும் எதைப் பற்றியும் கண்டு கொள்கிற மாதிரியே தெரியவில்லை. மினியாபலீஸில் ஒரு ஓல்ட் ஏஜ் ரெஸ்ட் ஹவுஸில் இருக்கிறார். “வீட்டுக் கதவின் கைப்பிடியை எல்லோரும் தொட்டுத் தொட்டுத்தான் திறக்கிறார்கள், மூடுகிறார்கள்; யாரும் சானிடைஸரே போடுவதில்லை. உடற்பயிற்சிக் கூடத்துக்குப் போனால் அங்கே பயிற்சி சைக்கிளில் ஒருத்தர் முடித்ததும் இன்னொருவர் போய் உட்கார்ந்து பெடல் செய்கிறார். சீட்டையோ கைப்பிடியையோ துடைப்பது கூட இல்லை.” இன்னொரு சுவாரசியமான சம்பவம் சொன்னார். கையுறையோடு வருகிறார் நர்ஸ். சோதனை முடிந்ததும் கையுறையைக் கழற்றி குப்பைக்கூடையில் போட்டு விட்டு வெறும் கையால் அறைக் கதவின் கைப்பிடியைப் பிடித்துத் திறந்து கொண்டு போகிறார். கைப்பிடியில் கொரோனா இருந்தால்?

சரி, என் கதைக்கு வருவோம். எங்கள் வீட்டில் காய்கறி வாங்கினால் எல்லா காய்கறிகளுக்கும் இங்கே மஞ்சள் நீராட்டு உண்டு. பிறகு எல்லாவற்றையும் காற்றில் உலர்த்தி பிறகு துணியால் துடைத்து ஃப்ரிட்ஜில் வைக்கிறாள் அவந்திகா. காய்க்காரர் கொடுக்கும் மீதிப் பணத்தில் கொரோனா இருக்கலாம் இல்லையா? எனவே பண நோட்டுகளையும் நீரில் கழுவி கொடியில் க்ளிப் போட்டுக் காய வைக்கிறாள். இதைச் சொன்னபோது “உங்கள் வீடு எங்கே இருக்கிறது, சொல்லுங்கள்?” என்று கேட்டார் நண்பர். ஜோக் கிடக்கட்டும். பண நோட்டில் கொரோனா இருக்காதா?

இதெல்லாம் கொரோனாவுக்காக எங்கள் வீட்டில் எடுத்துக் கொள்ளப்படும் சில முன்னெச்சரிக்கைகள். சாலையில் சிவப்பு விளக்கு எரிந்தால், அநிச்சையாகவே நிற்கிறோம் இல்லையா, அது போன்ற விஷயம். கொரோனாவுக்கான முன்னெச்சரிக்கை வேறு, கொரோனாவை மனதில் சுமப்பது வேறு. கொரோனா

என் மனதில் இல்லை. தமிழ்நாட்டில் எத்தனை மரணம்? இந்தியாவில் எத்தனை? அமெரிக்காவில் எத்தனை? இந்தப் பேச்சே இல்லை. இதற்கெல்லாம் பதிலாக தினமும் ரெண்டு மூணு கஷாயத்தைக் குடித்து விட்டு வேலையைப் பார்த்துக் கொண்டிருக்கிறேன்.

ஆனாலும் அவ்வப்போது ஃபேஸ்புக் வழியாகவும் நண்பர்கள் வழியாகவும் செய்திகள் காதில் விழுந்துகொண்டுதான் இருக்கின்றன. முதலில் தப்லிக் ஜமாத் மாநாடு. தில்லியில் மார்ச் பதினாறாம் தேதியிலிருந்தே ஐம்பது பேருக்கு மேல் ஒரு இடத்தில் கூடுவது தடை செய்யப்பட்டிருந்தது. அந்தத் தடையைப் பற்றி எந்தக் கவலையும் இல்லாமல் - உலகம் பூராவுமே கொரோனா வைரஸால் மக்கள் செத்து மடிந்து கொண்டிருந்தபோது மார்ச் மாதத்தில் ஆயிரக்கணக்கான பேர் கூடி நிகழ்ச்சி நடத்தியது சமூக விரோதமான செயல்தான். இதைப் பல இஸ்லாமிய அமைப்புகள் கண்டித்திருந்தாலும் போதுமான அளவுக்கு இது குறித்த எதிர்ப்பு இஸ்லாமியரிடையே இல்லாதது வருந்தத்தக்கதுதான். ஏனென்றால், தப்லிக் ஜமாத் மாநாடு தில்லியில் நடப்பதற்கு முன்னால் ஃபெப்ருவரியில் மலேஷியத் தலைநகர் கோலாலம்பூரில் நடந்துள்ளது. அதில் 16000 பேர் கலந்து கொண்டனர். இந்த மாநாட்டில் ப்ரூனே, கம்போடியா, சிங்கப்பூர், ஸ்ரீலங்கா, தாய்லாந்து, இந்தியா போன்ற நாடுகளிலிருந்து பலரும் கலந்து கொண்டு பிரிந்ததால் அங்கிருந்து கொரோனா இந்த நாடுகளுக்கெல்லாம் பரவி இருக்கிறது. அதன் தொடர்ச்சியாகவே தில்லியில் கூட்டம் கூடுவதற்குத் தடை உத்தரவு இருந்தும் அதை மதிக்காமல் ஆயிரக்கணக்கான பேர் தில்லி நிஸாமுத்தீனில் தப்லிக் ஜமாத் தலைமையகத்தில் கூடியிருக்கிறார்கள். முஸ்லிம் நண்பர்கள் பலரும் கேட்கிறார்கள், திருச்சி கோவிலில் கூடவில்லையா, திருவனந்தபுரம் கோவிலில் கூடவில்லையா என்று. அப்படிப்பட்ட கூட்டம் இந்தியா முழுவதும்தான் கூடிக் கொண்டிருக்கிறது. மோடி இருபத்தோரு நாள் ஊரடங்கை அறிவித்தவுடன் தில்லியிலிருந்து ஆயிரக்கணக்கான விளிம்புநிலை மனிதர்கள் பீஹாருக்கும் உத்தரப் பிரதேசத்துக்கும் நடைப்பயணமாகக் கிளம்பிச்

சென்றார்கள். அவர்களெல்லாம் கொரோனா தொற்று உள்ளவர்கள் இல்லையே? அவர்களெல்லாம் கோலாலம்பூர், ப்ரூனே, சிங்கப்பூர் போன்ற கிழக்காசிய நாடுகளில் பயணம் சென்று வந்தவர்களோடு சேர்ந்து இருந்தவர்கள் இல்லையே? மக்கள் கூடின இடமெல்லாம் கொரோனா தொற்றும் என்றால், இந்நேரம் இந்தியாவில் மூன்று கோடி பேர் செத்து மடிந்திருப்பார்கள். நேற்று என் வீட்டுக்கு எதிரே உள்ள பழமுதிர் நிலையம் போனேன். அவந்திகாவின் இரவு உணவு பழம்தான். எனக்குப் போக விருப்பம் இல்லை. நான் போகாவிட்டால் அவந்திகா போவாள். வேறு வழியில்லாமல் முகக்கவசம் அணிந்து கொண்டு போனேன். உள்ளே ஒரே தள்ளுமுள்ளு. நாலு நாலு பேராக உள்ளே விடுவது பற்றிய பேச்சே இல்லை. எல்லோரும் எல்லோரையும் இடித்துக் கொண்டு... அசல் டவுன் பஸ் மாதிரியேதான் இருந்தது. கொரோனாவினால் எல்லோரும் செத்திருக்க வேண்டும். அப்படியில்லை. அங்கே வெளிநாட்டவர் யாரும் இல்லை. மைலாப்பூர் பகுதியில் கொரோனா தொற்று இல்லை. இதுவே ஒரு சர்வதேச மாநாடாக இருந்தால் கொரோனா தொற்றும். திருச்சி தேர்த் திருவிழாவை நடத்துவதற்கு போலீஸ் அனுமதி கொடுத்திருக்கக் கூடாது. முதலில் போலீஸ் செய்தது தப்பு. மீறி நடத்தினால் நடத்தியவர்களைக் கைது செய்திருக்க வேண்டும். ஆனால் ஒரு முக்கியமான விஷயம், அது தேர்த் திருவிழா. சர்வதேச ஆன்மீக மாநாடு அல்ல. அதில் கலந்து கொண்டவர்கள் கொரோனா தொற்றினால் சாகவில்லை. தில்லி தப்லிக் ஜமாத் மாநாட்டில் கலந்து கொண்ட பலர் காஷ்மீரில் இறந்து விட்டார்கள். காஷ்மீரிலிருந்து மட்டும் ஆயிரத்து நூறு பேர் தில்லி மாநாட்டில் கலந்து கொண்டவர்கள். இதில் எத்தனை பேருக்குத் தொற்று, எத்தனை இறப்பு என்ற கணக்கு ஆராய்ச்சியிலெல்லாம் நான் இறங்கவில்லை. நீங்களே கண்டு பிடித்துக் கொள்ளலாம். இன்னொரு வித்தியாசம், தில்லி மாநாட்டில் கலந்து கொண்டவர்கள் இந்தியா முழுவதிலும் இருந்து - காஷ்மீரிலிருந்து தமிழ்நாடு வரை - சென்றிருக்கிறார்கள். இந்த மாநாட்டின் வீரியமும் விளைவும் என்னவென்றால்,

இதற்குத் தமிழ்நாட்டிலிருந்து சென்றவர்களின் எண்ணிக்கை 1500; இதில் இதுவரை கண்டுபிடிக்கப்பட்டவர்கள் 1200; தமிழ்நாட்டில் கொரோனா தொற்று வந்தவர்கள் 834. இவர்களில் 750 பேர் தில்லி தப்லிக் ஜமாத்தில் கலந்து கொண்டவர்கள் என்றால் தொண்ணூறு சதவிகிதம் இல்லையா? இதை விட கலவரமான செய்தி வேறு உண்டா? இதை முஸ்லிம்கள் கண்டித்திருக்க வேண்டாமா? இதை ஹிந்துக்கள் எப்படி கவனிப்பார்கள்? காஷ்மீரின் ஒமர் அப்துல்லா, தப்லிக் ஜமாத்தின் மாநாடு இஸ்லாமிய வெறுப்புக்கு காரணமாகிப் போகும் என்று ட்வீட் போட்டிருக்கிறார்.

கொரோனா பாதிப்புப் பட்டியலில் தமிழ்நாடு கடைசியில் இருக்க வேண்டிய மாநிலம். ஏனென்றால், இங்கே வெளிநாட்டுப் போக்குவரத்து கம்மி. ஆனால் இப்போது அந்தப் பட்டியலில் தமிழ்நாடு இரண்டாவதாக நிற்கிறது. காரணம், தப்லிக் ஜமாத்தில் கலந்து கொண்டவர்கள். இது சமூகத்தில் என்னென்ன பின் விளைவுகளை ஏற்படுத்தும் என்று இஸ்லாமிய அமைப்புகளோ முஸ்லிம் நண்பர்களோ நினைத்துப் பார்க்கிறார்களா? நண்பர்களே, ஒரு லட்சம் ஆர்.எஸ்.எஸ். தொண்டர்கள் தேசம் பூராவிலும் பயணம் செய்து களத்தில் இறங்கிப் போராடி செய்ய முடியாத இஸ்லாமிய வெறுப்பு என்ற காரியத்தை, மதத்தின் பெயரால் ஹிந்துக்களை ஒருங்கிணைக்கும் செயலை தப்லிக் ஜமாத் ஒரே வாரத்தில் செய்து முடித்து விட்டது. இப்போதுதான் ஃபெப்ருவரியில் தில்லியில் ஒரு பெரிய கலவரம் நடந்து நூற்றுக்கணக்கான அப்பாவி முஸ்லிம்கள் கொல்லப்பட்டதன் ஈரம் கூடக் காயவில்லை. அதற்குள் இப்படி மறுபடியும் இஸ்லாமிய வெறுப்பை சமூகத்தில் தூவ வேண்டுமா? இது தேவையா? நம் உயிரை மாய்த்துக் கொள்ளவே நமக்கு இந்தியச் சட்டப்படி உரிமை இல்லாதபோது ஒட்டு மொத்த சமூகத்தையே புதைகுழிக்கு அனுப்புவதற்குக் காரணமாக இருப்பது... சமூக விரோதம் என்பது சாதாரண வார்த்தை... இதைவிடக் கொலைபாதகச் செயல் வேறு ஏதேனும் உண்டா? ஹிமாச்சலப் பிரதேசத்திலிருந்து தப்லிக் ஜமாத் மாநாட்டுக்குப் போய் வந்தவர்களை அதிகாரிகள் விசாரிக்கச்

சென்றபோது அவர்கள் மீது காறித் துப்பியிருக்கிறார்கள். உடனே அந்த மாநில டைரக்டர் ஜெனரல் ஆஃப் போலீஸ் இனிமேல் இப்படிச் செய்பவர்கள் மீது கொலை முயற்சிக்கான எஃப்.ஐ.ஆர். போடப்படும் என்று தெரிவித்திருக்கிறார். வாஸ்தவம்தானே? தும்மினாலே மற்றவர் மீது கொரோனா பரவி விடும் என்கிறபோது வேண்டுமென்றே காறித் துப்புவது கொலை முயற்சி அல்லாமல் வேறு என்ன?

எப்படிப்பட்ட காரியங்களெல்லாம் நடந்து கொண்டிருக்கின்றன என்று கவனிக்கிறீர்களா? தில்லி மாநாட்டில் கலந்து கொண்டதால் கொரோனா தொற்று ஏற்பட்டுத் தனிமைப்படுத்தப்பட்ட சிலர் நடந்து கொள்வதெல்லாம் காணொலிகளாகப் பரவி லட்சக்கணக்கான பேரால் பார்க்கப்பட்டுக் கொண்டிருக்கின்றன. தனிமைப்படுத்தப்பட்ட ஒரு ஆள் உடம்பில் பொட்டுத் துணியில்லாமல் அந்தக் கட்டிடத்தையே துவம்சம் செய்கிறார். அவர் அம்மணமாக இருப்பதால் அவருக்கு நாங்கள் சிகிச்சை செய்ய முடியாது என்று நர்ஸுகள் திரும்பி விட்டனர். கண்ணாடிக் கதவையெல்லாம் உடைக்கிறார். உடம்பெல்லாம் ரத்தம். இன்னொரு இடத்தில் கொரோனா தொற்று உள்ள நபர்கள் (தில்லி மாநாட்டில் கலந்து கொண்டவர்கள்) மருத்துவர்கள் மீது காறித் துப்புகிறார்கள்; மூத்திரம் பெய்து அடிக்கிறார்கள். எல்லாவற்றின் மீதும் எச்சில் துப்புகிறார்கள்.

இஸ்லாம் என்றால் அன்பு என்று மட்டுமே நான் அறிந்திருக்கிறேன். ஆனால் இஸ்லாமிய மார்க்கத்தின் மீது நம்பிக்கை கொண்ட சிலரது நடவடிக்கைகள் அந்த மார்க்கத்தின் அடிப்படைகளுக்கு எதிராக இருப்பதை கவலையுடன் கவனித்துக் கொண்டிருக்கிறேன். அது மட்டும் இல்லாமல், இது போன்ற நடவடிக்கைகள் மோடியைத்தான் மேலும் மேலும் பலப்படுத்திக் கொண்டிருக்கிறது என்பதில் எனக்குக் கொஞ்சமும் சந்தேகம் இல்லை.

9.4.2020.

16

ஜெயமோகன் பள்ளி, சாரு நிவேதிதா பள்ளி என்று இரண்டு பள்ளிகள். ஜெ. பள்ளி ஊட்டி கான்வெண்ட் மாதிரி. எஸ். ரா. பள்ளி டூன் ஸ்கூல். அது பற்றிப் பேசவே நமக்குத் தகுதி இல்லை. என்னுடைய பள்ளி ஆதி திராவிடர் நலத்துறைப் பள்ளி. ஆனால் இதிலும் பல பிராமணர்கள் படிப்பதுண்டு. நிஜமான ஆதி திராவிடர் பள்ளியில் அய்யங்கார் பையனான அராத்து பதினொன்னாங்கிளாஸ் வரை படிக்கவில்லையா, அது போல. ஆனால் அப்படிப் படிக்கும் பிராமணர்கள் எல்லாம் அவர்கள் பிறந்த சமூகத்தில் ஒடுக்கப்பட்டவர்கள்; அதில் சேர்த்துக் கொள்ளப்படாதவர்கள். சொல்ல வேண்டியதில்லை; உங்களுக்கே தெரியும். என் பள்ளியில் ஜெ. பள்ளி மாதிரி பெரிய சட்டதிட்டங்களெல்லாம் கிடையாது. மாணவனே வாத்தியாரை அடிக்கலாம். மன்னிப்புக் கேட்டு விட்டால் சேர்த்துக் கொள்ளப்படுவான். இந்த மாதிரி ரெண்டு மூணு முறை டி.சி. கொடுக்கப்பட்டு சேர்த்துக்கொள்ளப்பட்டவன் நம் ஜெகா. ஒவ்வொரு முறையும் பிரின்ஸிபாலை (அடியேன்தான், வேறு யார்?) அடித்து விட்டு ஆறு மாதம் தலைமறைவாகி விடுவான். பிறகு மனநல மருத்துவர் ஷாலினியிடம் போய் மருத்துவச் சான்றிதழ் வாங்கிக் கொண்டு வந்து கொடுத்து

விட்டு மீண்டும் சேர்வது ஜெகாவின் வழக்கம். அது என்ன சான்றிதழ் என்றால், சம்பந்தப்பட்ட தினம் மாணவனின் மனநிலை சரியில்லாமல் இருந்தது!

ஆனால் நம் பிரின்ஸிபாலும் ஒரு மாதிரியானவர்தான். அடித்த ஜெகாவை சேர்த்துக் கொண்டு விட்டார். ஆனால் அடிப்பேன் என்று மிரட்டிய மா சே துங்கை டிஸ்மிஸ் செய்து விட்டார். ஆனால் மா சே துங்கிடம் கேட்டால் 'அவுரு என்ன என்னை டிஸ்மிஸ் செய்றது, நான்ல அவரை டிஸ்மிஸ் செஞ்சுட்டு இப்போ ஊட்டி கான்வெண்ட்ல சேந்துட்டேன்' என்பான். இப்போது அவன் ஊட்டி கான்வெண்ட்டில் நல்ல நிலைமையில் இருப்பதாகக் கேள்வி. இந்த ஆதி திராவிடர் பள்ளியில் சில முரட்டுப் பையன்களும் உண்டு; செல்வகுமார் மாதிரி மகாத்மாக்களும் உண்டு. சமீபத்தில் செல்வா பண்ணிய அக்குறும்பு அட்டகாச அநியாயம் இது:

ஒருநாள் ஃபேஸ்புக்கில் செல்வா "இந்த நார்க்கோஸ் என்ற மொக்கை சீரியலை யாராவது முழுசாகப் பார்த்திருக்கிறீர்களா?" என்று கேட்டார். (மகாத்மாவை எப்படி "ன்" போட முடியும்? அதனால்தான் "ர்".) உடனே பிரின்ஸிபால் "அதெல்லாம் இருக்கட்டும்; உனக்கு நெட்ஃப்ளிக்ஸை அறிமுகப்படுத்தினவன் யார்?" என்று கேட்டார். ஏனென்றால், பிரின்ஸிபாலுக்கு ஆச்சரியம், மகாத்மா காந்தியெல்லாம் நெட்ஃப்ளிக்ஸ் பார்க்க ஆரம்பித்தால் நாடு தாங்குமா என்று. அப்புறம்தான் செல்வா நைஸாகச் சொன்னார், நார்க்கோஸ் சீரியலை தன்னுடைய ஏழு வயது மகன், ஐந்து வயது மகளோடு பார்க்கிறாராம். வெளங்கிடும்.

நம் பள்ளியில் ஒரு தோழர் - தோழர் என்றால் கம்யூனிஸ்ட் என்று நினைத்து விடாதீர்கள், சும்மா ஒரு நெருக்கத்துக்காகச் சொன்னேன். அவரைத் தோழர் என்பதை விடத் தொண்டர் என்று அழைப்பதே பொருத்தம். அசுரன் பார்த்தீர்களா, அதில் தனுஷ் ஒரு கட்டத்தில் ஊரில் உள்ள ஒவ்வொரு வீடாகப் போய் அவர்களின் கால்களில் சாஷ்டாங்கமாக விழுந்து வணங்குவார் இல்லையா, அப்படி அந்தத் தொண்டரும்

எல்லோரையும் சேவிக்கும் வழக்கம் உடையவர். அடிக்கடி என்னையும் கூப்பிடுவார், கூட சேர்ந்து சேவிக்க. போய்யா லூசு என்பதோடு நிறுத்திக் கொள்வேன். இன்று காலையிலும் கூப்பிட்டார். தனுஷ் விஷயத்தைச் சொன்னேன். கடுப்பாகி விட்டார். ஆனாலும் அதெல்லாம் பிரின்ஸிபாலிடம் மட்டும்தான். மற்றவர்களை சேவிப்பது நிற்காமல் தொடரும்.

ஸ்கூலுக்கே வராமல் என் பள்ளி ரோல்காலில் இருக்கும் பல நண்பர்களும் உண்டு. அதில் முதலாமவர் சாம் என்ற சாமிநாதன். பள்ளியின் என்சிசி கார்த்திக். ட்ரில் யூனிட் கவி பழனி. பாக்ஸிங் யூனிட் கருப்பசாமி. பள்ளி நிர்வாகி ஸ்ரீராம். மாணவர் தலைவர் அராத்து. மாணவர் தலைவர் என்பதால் தனிப்பட்ட முறையில் மாணவர்களோடு பிக்னிக் போவது, மதுபானம் அருந்துவது, தம் அடிப்பது போன்ற கேளிக்கைகளில் ஈடுபடுவதாகக் கேள்வி. ஆனால் பள்ளிக்கு வருடாவருடம் ரோலிங் ஷீல்ட் மற்றும் பல பரிசுகளை வென்று குவிப்பதால் பிரின்ஸிபாலுக்கு வேண்டிய பையன். இவனால்தான் பள்ளிக்கூடமே கெட்டுப் போகிறது என்று சொல்வோரும் உளர். அப்படிச் சொல்பவர்களில் ஒருவர் மேலே சொன்ன தொண்டர். இப்படிப் பலவிதமான மாணவர்களைக் கொண்டது என் பள்ளி.

நேற்றைய பதிவில் ஒரு முக்கியமான விஷயத்தை விட்டு விட்டேன். என் நண்பர்களுடன் நான் வீட்டில் இருக்கும்போது ஃபோனில் பேச முடியாது. ஏன் என்று இந்தப் பதிவின் முடிவுக்குள் தெரிந்து விடும். நான் ஓரிருவரைத் தவிர வேறு யாருடனும் ஒரு நிமிடத்துக்கு மேல் பேசவும் மாட்டேன். பொதுவாகவே. எனக்கு ஃபோனில் பேசுவது பிடிக்காது. நேரில் பேசுவது அதை விடவும் பிடிக்காது. அது வேறு விஷயம். பெண்களோடு பேசப் பிடிக்குமா என்று நையாண்டி பண்ணக் கூடாது. மனிதர்களே பிடிக்காது என்கிற போது பெண் என்ன, ஆண் என்ன? சொல்லப் போனால் பெண்களோடு பேசுவதுதான் இன்னும் சிரமம். காரணம், தாங்கள் ஒடுக்கப்பட்ட இனம்

என்பதற்கான சலுகையைக் கோருபவர்களாகவே இருக்கிறார்கள் பெரும்பாலான பெண்கள். அப்படிக் கோரும் பெண்ணல்ல நான் என்று சொல்லிக் கொண்டே கோருகிறார்கள். அப்படிக் கோராதவர்களிடம் நளினமோ மென்மையோ இல்லை. செயற்கையாகத் தருவித்துக் கொண்ட அவர்களின் முரட்டுத்தனம் தாங்கிக் கொள்ள முடியாததாக உள்ளது. ஆண்களும் சளைத்தவர்களாக இல்லை. ஒரு நண்பர் ஆறு மாதமாக என்னோடு பேச முயன்று கொண்டிருந்தார். நான் அழைக்கும்போது அவர் ஃபோன் அணைக்கப்பட்டிருக்கும். அவர் அழைக்கும்போது நான் வேலையாக இருப்பேன். இப்படி ஆறு மாதம். ஒருநாள் சரியாக அவர் அழைத்த நேரத்தில் எடுத்து விட்டேன். அவர் கேள்வி, "ம்... அப்றம்? என்ன சாரு செஞ்சுக்கிட்ருக்கீங்க?"

நான்: as usual. எழுத்து... படிப்பு...

அவர்: ம்... அப்றம்?

நான்: வேற என்ன? நீங்க என்னா பண்றீங்க?

அவர்: அப்டீ போவுது...

இப்படியே இந்த உரையாடல் மாற்றி மாற்றி இதே ரீதியில் பத்து நிமிடம் ஓடியது. என் மண்டைக்குள் ஆயிரம் பூச்சிகள் ஓட ஆரம்பித்தன. சரி, அப்புறம் கூப்புடுறேன்...... (பெயர்), பாப்பம். இது நான். அடப் பாவிங்களா! மொக்கை போடுவதற்கும் ஒரு அளவு இல்லையா? இந்த மொக்கைக்கா ஆறு மாத முயற்சி?

ஆனால் ஓரிருவருடன் மணிக்கணக்கில் பேச விஷயங்கள் இருக்கும். அதில் ஒருவர் சீனி. ஆனால் அவரோடு பேசுவது கடவுளோடு பேசுவது போல. அவர் அதிகாலை ஐந்து மணிக்குப் படுத்து மதியம் ரெண்டு மணிக்கு எழுபவர். மாலையில் எனக்குப் பேச நேரம் கிடைக்கும்தான். ஆனால் அதில் பல பிரச்சினைகள் வரும். என்ன என்று இதைப் படித்து முடிப்பதற்குள் உங்களுக்கு விளங்கி விடும். அதனால் சீனியுடன் பேச நினைத்தாலும் பேச முடிவதில்லை. ஆனால் நேற்று எழுதிய பதிவை எழுதுவதற்கு முன் அது பற்றி அவரோடு

கொஞ்சம் விவாதிக்க வேண்டியிருந்தது. அதனால் துணிந்து அழைத்தேன். மதியம் மூன்று மணி இருக்கும். இப்போதுதான் எழுந்தேன், படுக்க காலை ஏழு ஆகி விட்டது என்றார். பிறகு காலை வணக்கம் தெரிவித்து விட்டு நேற்றைய பதிவில் இருந்த விஷயங்கள் பற்றிப் பேசினேன். அவந்திகா என் எதிரே வந்து நின்று கொண்டு கூர்மையாக கவனித்தாள். போகட்டும் என்று விட்டுவிட்டேன். வேறு என்ன செய்வது? பேசியே ஆக வேண்டும். பிறகு ஒரு அரை மணி நேரம் கழித்து என்னை அழைத்தாள் அவந்திகா. சொன்னா நீ கோச்சுக்குவே என்றாள். ஒரு உரையாடலை இப்படி ஆரம்பித்தால் எனக்கு ஆரம்பத்திலேயே கோபம் வரும். ஆனாலும் அவந்திகா என்ன வேண்டுமானாலும் செய்யலாம். அந்த சலுகை அவளுக்கு உண்டு. நீ அதையெல்லாம் எழுதினா அவுங்கள்ளாம் சேந்து வந்து நம்ம வீட்டுல எச்சல் துப்பிடுவாங்க என்றாளே பார்க்கலாம். சிரித்துச் சிரித்து எனக்குப் புரையேறி விட்டது. இந்தக் கொரோனா எப்படியெல்லாம் ஒவ்வொருவரையும் பாதித்திருக்கிறது பாருங்கள். இதுதான் ஒரு சிலரது பொறுப்பற்ற செயல்களால் சமூக அளவில் உருவாகும் இமேஜ். அரசு அதிகாரிகளின் மீது சில கொரோனா நோயாளிகள் காறித் துப்பியதால் இந்தப் பேச்சு.

நண்பர்களே, நம்முடைய ஒவ்வொரு செயலும் விடியோவாகப் பதிவாகி அது லட்சக்கணக்கான பேரைச் சென்றடைகிறது. அச்செயல்களெல்லாம் குறியீடுகளாக மாறுகின்றன. அதை வைத்து அபிப்பிராயங்கள் உருவாகின்றன. அதனால்தான் நேற்று சொன்னேன், ஒரு லட்சம் ஆர்.எஸ்.எஸ். தொண்டர்களால் செய்ய முடியாத வேலையை தப்லிக் ஜமாத்தின் ஒரே நடவடிக்கை செய்து முடித்து விட்டது என்று. என்ன வேலை? இஸ்லாமிய வெறுப்பு. அதை விட முக்கியம், ஹிந்துக்களை ஒருங்கிணைத்த செயல். இது ஒரு லட்சம் அல்ல; பத்து லட்சம் ஆர்.எஸ்.எஸ். தொண்டர்களால் கூட முடியாத விஷயம். தப்லிக் ஜமாத் செய்து முடித்தது.

ஹிந்துக்கள் எதற்காகவும் ஒன்று சேர மாட்டார்கள். அவர்களை அப்படிச் சேர்க்க முடியாது. ஜாதிப் பிரிவினை ஒரு காரணம்.

மேலும், அவர்களை ஒருங்கிணைக்க, ஒன்றிணைக்க ஒரு குறிப்பிட்ட மறைநூல் கிடையாது. சட்ட திட்டங்களும் கிடையாது. மிக மிகப் பன்மைத்துவம் கொண்ட ஒரு மதம் அது. மேலும், ஹிந்துக்களுக்குத் தங்கள் மதத்தின் மீது என்றுமே தீவிரமான பற்றுதலோ வெறியோ கிடையாது. வெள்ளைக்காரர்கள் இங்கே நுழைந்த போது படைபடையாக இங்குள்ள பிராமணர்கள் கிறித்தவத்துக்கு மாறினார்கள். அநேகமாக மொகலாய மன்னர்களின் காலத்திலும் பல ஆயிரம் பிராமணர்கள்தான் இஸ்லாத்துக்கு மாறியிருக்க வேண்டும் என்று நினைக்கிறேன். அப்படி மாறக் கூடியவர்கள்தான்.

இன்னொரு சமீபத்திய உதாரணம் தருகிறேன். இரண்டாம் உலகப் போர் காலத்தில் ஒரு சமயம், ஹிட்லர் வெற்றி அடைந்து விடுவார் என்ற எதிர்பார்ப்பு இருந்தது. நேதாஜி அப்படி நம்பினார். சென்னை நகரம் ஹிட்லரின் கையில் போய் விடும் என்று நினைத்தார்கள். மாலை ஆறு மணி ஆனால் ஹிட்லரின் குண்டு விழுந்து விடும் என்று வீடுகளில் விளைக்கு எரியாது. அப்போது மைலாப்பூரில் ஒரு விஷயம் நடந்தது. தெருவுக்குத் தெரு ஜெர்மன் மொழி கற்பிக்கும் பயிற்சி நிலையங்கள் தோன்றின. மைலாப்பூர் பிராமணர்கள் ஹிட்லரோடு கை குலுக்கவும் பேசவும் ஜெர்மன் மொழி கற்றுக் கொண்டார்கள். அப்படிப்பட்டவர்கள் ஐயா, ஹிந்துக்கள். தங்களுக்கு ஆதாயம் என்றால் அரபி கூட கற்றுக் கொள்வார்கள்.

பொதுவாகவே ஹிந்துக்கள் சுய விமர்சனத்தில் ஈடுபடுவதில் ஆர்வம் உள்ளவர்கள். அதனால்தான் கடவுளே இல்லை என்ற பெரியாரை அவர்கள் ஏற்றுக் கொண்டார்கள். ஹிந்து என்றால் திருடன் என்ற கருணாநிதியையும் ஏற்றுக் கொண்டார்கள். விவேகானந்தர் எல்லாம் அமெரிக்கா சென்றாரே தவிர யாரையும் மதமாற்றம் செய்யவில்லை. ஹிந்து மதத்தின் பெருமைகளைச் சொன்னார். மதமாற்றம் இல்லை.

கடல் கடந்து சென்ற ஹிந்துத் தமிழ் மன்னர்களும் தாங்கள் சென்ற கிழக்காசிய நாடுகளில் யாரையும் மதம் மாற்றவில்லை. கோவில்கள் கட்டினார்கள். அதோடு சரி. பாங்காக்கில் சில

பிள்ளையார் கோவில்கள் உள்ளன. தாய்லாந்துக்காரர்கள் பிள்ளையாரை வழிபடுகிறார்கள். அந்தக் கடவுளின் பெயர் என்ன என்று கேட்டால் கணேஷா என்கிறார்களே தவிர அந்த கணேஷா எங்கிருந்து வந்தார் என்ற விபரம் கூட அவர்களுக்குத் தெரியவில்லை. இந்தச் செயல்பாடுகளோடு தென்னமெரிக்க நாடுகளுக்குச் சென்ற ஸ்பானியரையும் போர்த்துக்கீசியரையும் பாதிரிமாரையும் நினைத்துப் பாருங்கள்.

இப்போது ஹிந்து மதம் உலகில் ஒரு சிறுபான்மை மதம். மதமாற்றமும் நடப்பதில்லை. ஹிந்து சாமியார்களும் பிரம்மச்சரியத்தை வலியுறுத்துகிறார்கள். இவர்களின் ஆசிரமங்களில் பல இளம் பெண்களும் ஆண்களும் மொட்டை அடித்துக் காவி கட்டிக் கொண்டு துறவிகளாக இருக்கிறார்கள். முக்கியமாக, குழந்தை பெற்றுக் கொள்வது தடுக்கப்படுகிறது. எனக்குத் தெரிந்த எத்தனையோ குடும்பங்களில் எல்லா குழந்தைகளும் இப்படி சந்நியாசம் வாங்கியிருக்கின்றன. அவர்களின் குடும்ப விருட்சமே அதோடு நின்று போகிறது. மேலும், ஹிந்துக்கள் ஒரு குழந்தையோடு நிறுத்திக் கொள்கிறார்கள். அந்தக் குழந்தையையும் ஹிந்து சாமியார்கள் தங்கள் மடத்துக்கு என்று சொல்லிப் பிடுங்கிக் கொண்டு போய் சாமியாராக்கி விடுகிறார்கள். மற்ற மதத்தலைவர்கள் மத மாற்றத்தின் மூலமும் குழந்தைப் பேறுக்கான ஆதரவின் மூலமும் அந்த மதத்தின் மக்கள் தொகையைப் பெருக்கிக் கொண்டு போக, ஹிந்து மத சாமியார்கள் ஹிந்துக் குடும்ப வம்சங்களையே கருவறுத்துக்கொண்டு இருக்கிறார்கள். இக்காரணங்களால் இயல்பாகவே ஹிந்துக்கள் தங்கள் மதம் குறித்துப் பதற்றமடைகிறார்கள். அதன் காரணமாகத்தான் பண நீக்க நடவடிக்கைக்குப் பிறகும், அத்தனை பொருளாதார சீர்கேட்டுக்குப் பிறகும் ஹிந்துக்கள் ஒரே வரிசையில் நின்று மோடியைத் தேர்ந்தெடுத்தார்கள். படுதோல்வி அடைவார் என்று எதிர்பார்த்தேன். ஆனால் ஹிந்துக்களின் மத வரலாற்றிலேயே முதல் முறையாக அவர்கள் ஒற்றுமை நிகழ்ந்தது. அந்த ஒற்றுமையை மேலும் பலப்படுத்தியிருக்கிறது தப்லிக் ஜமாத்தின் சமீபத்திய செயல்பாடுகள்.

மோடியை வெற்றி கொள்வதற்கும், ஹிந்துக்கள் மதத்தின் பெயரால் ஒருங்கிணையாமல் இருப்பதற்கும் ஒரு வழி இருக்கிறது. அது, மோடியை எதிர்ப்பது அல்ல; புறக்கணிப்பது. இப்போதைய வழி, எதிர்ப்பு அல்ல; புறக்கணிப்பு மட்டுமே மோடிக்கு எதிரான மிக வலுவான ஆயுதமாக இருக்கும்.

10.4.2020.

17

“நான் அந்தப் பள்ளிக்கூடத்தின் கடைசி வரிசையில், மேசைக்குக் கீழ் தலையை விட்டு ஒளிந்துகொண்டு காலத்தை ஓட்டிக்கொண்டிருக்கும் ஒரு மாணவன் என்பதால் இதைச் சிறப்பாக என்னோடு பொருத்திப் பார்க்க முடிகிறது. முதல் பாதி சிரிப்பு வெடி. இரண்டாம் பாதி படு சென்சிபிள் பிட்ச். டோட்டலி சாரு ஸ்கிரிப்ட்.

எழுத்திலும், இலக்கிய ஆடுகளத்திலும் காணும் சாரு அல்ல அவர் நிஜத்தில். ரைட் ஒப்போசிட். படு ஜாலியான ஆள். ஆனால், அந்தப் பேச்சு மெசினை ஸ்டார்ட் செய்யும் சூட்சுமம் நமக்குத் தெரிந்திருக்க வேண்டும். தெரிந்திருந்தால் படு ரகளையாகப் போகும். மணியும், நொடியும் கொண்டாட்டத்தில் திளைக்கும். உச்சபட்ச அனுபவம் ஒன்று வாய்க்கும்.

அப்படி அந்தச் சூட்சுமம் பிடிபடவில்லையென்றால் நாம் சந்தர்ப்பத்தின் பாவிகள். வாய்ப்பின் லூசர்ஸ்!

சாரு பெய்ரூட் வந்தபோது ஒரு வாரம் கூட இருந்தேன். முதல் ஐந்து நாட்களும் நான் மேலே சொன்ன அந்தப் பாவியாய்த்தான்

இருந்தேன். அலுவலகம் முடிந்து வந்தால் சாரு அறைக்குள் இருப்பார். பேச்சை ஆரம்பிப்போம். என்னிடம் சாருவுடன் பேசவேண்டும் என்றே வருடங்களாகக் குறிப்பெடுத்து வைத்த ஒரு நூறு பக்க ‘டூ லிஸ்ட்’ இருக்கும். ஆனால், இரண்டாவது டொப்பிக்கோடு நாவு இழுக்க ஆரம்பித்துவிடும். வார்த்தைகள் ஒளிந்துகொண்டுவிடும். ஏதோ என்னை ஊதி ஊதி அணைப்பதுபோல் தோன்றும். திரு திருவென்று முழிப்பேன். அழுத்தி அழுத்தி மூச்சு விடுவேன். பின்னர் நம் குருநாதரை நன்றாகக் கவனித்து அனுப்பவேண்டுமே என்கிற முஸ்தீப்பில் அங்கும் இங்கும் ஓடித்திரிவேன். அவருடைய மறுநாள் பயணங்களை தயார்செய்வேன். ஆகாரத்தைக் கவனித்துக்கொள்வேன். இத்யாதி இத்யாதி.

எது மிக அவசியமானதோ அதில்தான் சரியாகக் கோட்டை விட்டிருக்கிறேன் என்று புரிந்தபோது வாய்ப்பு நழுவிப்போய்விட்டிருந்தது.

ஒரு உன்னத எழுத்தாளனை வீட்டுக்குள் வைத்துக்கொண்டு நேரத்தையும், வாய்ப்பையும் வீணாக்கி விட்டோமே என்கிற வருத்தம் பிறடியில் தட்டிய போது சாரு துபாய் விமானத்தில் பறந்துகொண்டிருந்தார்.

ஊருக்குச் சென்றதும் “சாரு, எப்படி என்றே புரியவில்லை! ஒரு வாரத்தை வீணடித்துவிட்டேன். பேச வேண்டும் என்று வைத்திருந்த ஒருகும்ப சமாச்சாரங்களில் பாதியைக்கூட ஒப்பேற்ற முடியாமல் போய்விட்டதே. வருத்தமாக இருக்கிறது…” என்று மின்னஞ்சல் செய்யலாம் என்று மேசையில் குந்தியபோதுதான், அவரிடமிருந்து அந்த மெயில் வந்தது.

“அமல், நீங்கள் என்னுடைய ஆள் என்று தோன்றுகிறது. உங்களுடன் நிறைய பேசவேண்டும் என்று நினைத்தேன். காலமும் நேரமும் ஒத்துழைக்கவில்லை. விட்ட தவறை நம்முடைய அடுத்த பயணத்தில் சரி செய்துகொள்வோம்.

இதனால்தான் சொல்கிறேன், நானும் குருநாதர் டைப்தான். அதனால்தான் அந்த ஆதி திராவிடர் நலத்துறைப் பள்ளி

எனக்கும் சௌகரியமாக இருக்கிறது. என்ன, கொஞ்சம் கடைசி பெஞ்ச். கடுமையாக வேலை செய்யவேண்டும்.”

மேற்கண்ட பதிவை எழுதியவர் அமல்ராஜ் ஃப்ரான்சிஸ். இதுபோல் நேற்றைய கட்டுரையில் விடுபட்டவர்கள் எத்தனையோ பேர். பிரபு கங்காதரனையும் சேர்க்க வேண்டும். இப்படிப் பலர். ஒருநாள் செல்வேந்திரனிடம் பேசிக் கொண்டிருந்த போது “சாரு எப்போது பார்த்தாலும் தி.ஜா., அசோகமித்திரன், சி.சு. செல்லப்பா என்று பழைய ஆட்களையே சொல்லிக் கொண்டிருக்கிறார்; புது எழுத்தாளர்களை அவர் அறிமுகப்படுத்துவதே இல்லை” என்ற என் மீதான புகார் பற்றிக் குறிப்பிட்ட போது செல்வேந்திரன் அந்தப் புகாருக்கு எதிராக ஒரு பெரிய பட்டியலே கொடுத்தார் - நான் அறிமுகப்படுத்திய சமகால எழுத்தாளர்கள் என.

சோகம் என்னவென்றால், என்னிடம் அந்தப் புகாரை என் நண்பர் சொன்னபோது எனக்கு அவர் சொல்வது உண்மை என்றே தோன்றியதுதான். (அவர் என்ன சொன்னாலும் உண்மை என்றே தோன்றும்; அது வேறு விஷயம்!) அவர் சொன்னதும், ‘ஆமாம், ஜெயமோகனும் எஸ்.ரா.வும்தான் இளம் எழுத்தாளர்களை அல்லது புதிய எழுத்தாளர்களை அறிமுகப்படுத்துகிறார்கள்; நாம் அந்த மாதிரி எதுவும் செய்வதில்லை’ என்றே நினைத்துக் கொண்டேன். ஆனால் நேற்று ராம்ஜி ஒரு இருபது எழுத்தாளர்களைக் குறிப்பிட்டார் - நான் அறிமுகப்படுத்தியவர்கள் என. அவர்களெல்லாம் அதற்கு முன்பே எழுதிப் பிரபலம் ஆனவர்கள்தான். ஆனாலும் என் மூலம் அவர்கள் இன்னும் அதிகம் பேரைச் சென்றடைந்தார்கள். ராம்ஜி குறிப்பிட்ட அந்த இருபது பேரில் ஒருவர் சாதனா. இப்போது அமல்ராஜ் ஃப்ரான்சிஸின் மேற்கண்ட குறிப்பு. இன்று நிறைய எழுத வேண்டும் என்று இருக்கிறேன். வேலை தலைக்கு மேல் போல் ஓடுகிறது. எந்த வேலையை முதலில் எடுப்பது என்றே புரியவில்லை. பார்ப்போம்.

இன்னொரு விஷயம், ஃபேஸ்புக்கில் அமலின் பதிவுக்குக் கீழே யாரோ ஒருவர் “அது சரி, பணம் அனுப்பி விட்டீர்களா?”

என்று நக்கலாகப் பின்னூட்டம் இட்டிருக்கிறார். அந்த அறிவுக் கொழுந்துக்கு இதுகூடவா தெரியவில்லை? ஒருத்தரை லெபனானுக்கு அழைத்து இரண்டு வார காலம் தன் வீட்டில் தங்கச் செய்யும் ஒருவர் எனக்கு எதற்காகப் பணம் கொடுக்க வேண்டும்? எல்லாமே பணம்தானா? எல்லாமே பணம் என்று நினைத்தற்குத்தானே இயற்கை இப்போது இத்தனை பெரிய தண்டனையைக் கொடுத்து மனித குலத்தை வீட்டிலேயே அடைத்துப் போட்டிருக்கிறது? இந்த நிலையிலும் பணத்தை வைத்து நக்கலா? ரெண்டு வார காலம் உணவிட்டவர் எதற்கய்யா பணம் அனுப்ப வேண்டும்? மேலும், எல்லாவற்றையுமே பணத்தினால்தான் கொடுக்க வேண்டுமா? நேரம் என்பது பணத்தை விட அரிதான விஷயம் ஆயிற்றே?

நேற்று ஒரு நண்பர் ஒரு மாதத்துக்குத் தேவையான மளிகைச் சாமான்களை வாங்கிக் கொண்டு வந்து (நான் கேட்காமலேயே) என் வீட்டுக்கு வந்து கொடுத்து விட்டு, நான் பணம் கொடுத்தபோது அதிர்ச்சியுடன் “என்ன?” என்று பார்த்து விட்டு ஸ்கூட்டரைக் கிளப்பிக் கொண்டு போனார். அவர் கடையில் சாமான்கள் வாங்கிக் கொண்டிருக்கும்போதே எனக்கு ஃபோன் செய்தார். அப்போது, முடிந்தால் எனக்குக் கொஞ்சம் இட்லி மாவு வாங்கி வர முடியுமா என்று கேட்டேன். அவர் சொன்ன பதில், “உங்களுக்காக என்ன வேண்டுமானாலும் செய்வேன்.” இதற்கெல்லாம் பணம் ஈடாகுமா? அவர் யார் என்று சொன்னால் எல்லா எழுத்தாளர் கூட்டமும் அவர் வீட்டை மொய்த்து விடும் ஆபத்து இருக்கிறது என்பதால் பெயரைச் சொல்லவில்லை. (காயத்ரி, பெயரைச் சொல்லி விடவா?)

இந்த அரசியல்வாதிகளின் லூட்டி இந்தக் கொரோனா காலத்திலும் அடங்க மாட்டேன் என்கிறது. ஒரு அரசியல்வாதி பிறந்த நாள் கொண்டாடுகிறார். கூட்டம் அள்ளுகிறது. ஆளுக்கு ஆள் அரசியல்வாதிக்குக் கேக் ஊட்டுகிறார்கள். ஆமாம், கலி முற்றி உலகம் அழியப் போகிறதா என்ன? அரசியல்வாதிகள் இந்த அளவுக்கு ஆட்டம் போட்டாலும்

ஒரு அரசியல்வாதியைக் கூட கொரோனா தூக்கவில்லை. ஆனால் அப்பாவி மருத்துவர்களையும் ஏழைபாழைகளையும் தாக்குகிறது. ஒரு லாஜிக்கும் இல்லை.

இன்னொரு புரியாத விஷயம். நீங்கள்தான் எனக்குச் சொல்ல வேண்டும். அது ஏன், அமெரிக்கா, ஐரோப்பா, ஆஸ்திரேலியா போன்ற நாடுகளில் மட்டும் அதிகம் பேர் மரணம்? ஆஃப்ரிக்க நாடுகளிலும் ஏனைய ஆசிய நாடுகளிலும் - உதாரணமாக, எறும்புக் கூட்டம் போல் வாழும் தாய்லாந்திலும் கூட - அத்தனை இழப்பு இல்லையே, என்ன காரணம்?

11.4.2020.

18

தில்லியில் ஐம்பது பேருக்கு மேல் கூடக் கூடாது என்ற தடை உத்தரவு இருந்தும் அதைச் சிறிதும் பொருட்படுத்தாமல், எங்கள் இஷ்டப்படி இருப்போம் என்ற மனோபாவத்துடன் நடந்து கொண்ட தப்லிக் ஜமாத்தின் செயல்பாடுகளின் விளைவு: இன்று தில்லியில் 1069 பேர் கொரோனா வைரஸ் தாக்கப்பட்டவர்கள் என்றால் அதில் 712 பேர் தப்லிக் ஜமாத்தில் கலந்து கொண்டவர்கள். கடந்த இருபத்து நான்கு மணி நேரத்தில் பாஸிடிவ் முடிவு வந்தவர்களில் 128 பேர் - அதாவது எழுபத்தேழு சதவிகிதம் பேர் தப்லிக் மாநாட்டில் கலந்து கொண்டவர்கள். இதைத்தான் குறிப்பிட்டேன், எந்த ஹிந்துத்துவ சக்தியாலும் ஒருங்கிணைக்க முடியாத ஹிந்துக்களை இந்த விஷயம் ஒருங்கிணைத்து விட்டது என்று.

ஐரோப்பாவின் அத்தனை நாடுகளும் இத்தாலியைப் போல், ஸ்பெயினைப் போல், ஃப்ரான்ஸைப் போல் பாதிக்கவில்லை. கிழக்கு ஐரோப்பிய நாடுகளில் அத்தனை மரணங்கள் இல்லை. ஸ்பெய்னில் 17000, இத்தாலியில் 20000, ஃப்ரான்ஸில் 14000 மரணங்கள்; ஆனால் ஆஸ்த்ரியாவில்

350. இப்படியெல்லாம் எழுதவே பயங்கரமாக இருக்கிறது. இது போன்ற மரணங்களையெல்லாம் வரலாற்றில்தான் படித்திருக்கிறோம். 1347இலிருந்து 1351 வரை ஐரோப்பாவின் மொத்த மக்கள்தொகையில் அறுபது சதவிகிதத்தை அழித்து விட்டது ப்ளேக் நோய். ப்ளாக் டெத் என்று அப்போது அதை அழைத்தார்கள். மொத்தம் இருபது கோடி பேரை பலி வாங்கியது. கருங்கடலிலிருந்து இத்தாலி வழியாக ஐரோப்பா வந்த வணிகக் கப்பல்களிலிருந்த எலிகள் மூலம் பரவியது அந்த ப்ளேக். அப்போதும் ப்ளேக் நோய்க்கு மருந்து எதுவும் இல்லை. நோய் பீடிக்காதவர்கள் தனிமையில் இருந்ததன் காரணமாக மட்டுமே தப்பிப் பிழைத்தார்கள். மனித குல வரலாற்றிலேயே நடந்த மிகப் பெரிய கொள்ளைநோய்ப் பேரழிவு அதுதான்.

ஆனால் அந்தக் கொள்ளை நோய் கூட ஐரோப்பாவையும் வட ஆஃப்ரிக்காவையும் ஐரோப்பாவைத் தொட்டுக் கொண்டிருந்த ஆசிய நாடுகளையும் மட்டுமே பாதித்தது. ஆனால் இன்றைய கொரோனா, உலகம் பூராவையும் ஸ்தம்பிக்கச் செய்து விட்டது. உலகமே நடமாட்டத்தை இழந்து கூட்டுக்குள் முடங்கிக் கிடக்கிறது. அறிவியல் புனைவுகளிலும், ஹாலிவுட் *apocalypse* படங்களிலும் மட்டுமே பார்த்திருந்த விஷயம் இப்போது நம் கண் முன்னே நடந்து கொண்டிருக்கிறது. இப்படி ஒரு சம்பவம் மனித குல வரலாற்றிலேயே நடந்திருக்க வாய்ப்பில்லை. ரே ப்ராட்பரியின் மில்லியன் இயர் பிக்னிக், பெடஸ்ட்ரியன், ஆர்த்தர் ஸி. க்ளார்க்கின் நைன் பில்லியன் நேம்ஸ் ஆஃப் காட் போன்ற கதைகளில்தான் இது போன்ற பேரழிவுகளைப் படித்திருக்கிறோம். இப்போது நம் கண் முன்னே காண்கிறோம்.

நியூயார்க்கர் பத்திரிகையின் ஆவணப்படம் ஒன்றைப் பார்த்தேன். இயக்குனர் *Mo Scarpelli* மார்ச் பதின்மூன்றாம் தேதி வெள்ளிக்கிழமை அன்று எடுத்தது. பார்க்கவே பயங்கரமாக இருந்தது. இப்போதைய ரோம் இப்போதைய இந்திய நகரங்களைப் போல் இல்லை. இன்று ஞாயிற்றுக்கிழமை என்பதாலோ என்னவோ, சாந்தோம் நெடுஞ்சாலையில் ஏகப்பட்ட வாகனங்கள். வழக்கமான ஞாயிற்றுக்கிழமைகளில் கூட இந்த அளவு கூட்டம் இருக்குமா என்று தெரியவில்லை.

அவ்வளவு கூட்டம். எதிரே காய்கறிக்கடையிலும் கூட்டம். ஊரடங்கை இன்னும் இரண்டு வாரம் நீட்டிக்கப் போகிறார்கள் என்பதை எதிர்பார்த்து எல்லா மக்களும் சாமான்கள் வாங்கிப் போட வீட்டை விட்டு வெளியே வந்து விட்டனர். ஆனால் ரோம் மயான பூமியைப் போல் இருந்தது. ஒரே ஒரு வயதான பெண்மணி ஏதோ ஒரு பையை எடுத்துக் கொண்டு போகிறார். டவுன் பஸ் காலியாகப் போகிறது. ஒரே ஒரு புறா தத்தித் தத்தி நடை பயில்கிறது. தெருவில் வேறு சலனமே இல்லை. *Dream's Bar*-இன் வெளியே ஒரு காகிதத்தில் "அடுத்த அறிவிப்பு வரும் வரை பார் மூடியிருக்கும்; நாங்களும் வீட்டிலேயே இருக்கிறோம்" என்று ஆங்கிலத்தில் எழுதியிருக்கிறது. அந்த நிலையிலும் ஒரு பெண் தெருவோரத்தில் இருக்கும் ஒரு ஊஞ்சலில் ஆடிக் கொண்டிருக்கிறாள். ஒரு வீட்டின் ஜன்னலிலிருந்து ஒரு ஆள் ஒரு குழந்தைக்கு வேடிக்கைக் காட்டுகிறார். அவர் எதிரே ஒரு அழகான பெரிய வெண்புறா அமர்ந்திருக்கிறது. ஒரு கடையின் வாசலில் இருபது முப்பது பேர் ஆறு அடி இடைவெளி விட்டு நிற்கிறார்கள். எல்லோரும் முகக் கவசம் அணிந்திருக்கிறார்கள். ஒரு இளைஞனை ஒரு பெண் தன் முகக்கவசத்தை வாய்க்குக் கீழே இழுத்து விட்டு விட்டு உதடுகளில் முத்தமிடுகிறாள். எதிரே இருக்கும் ஸ்கார்பெல்லியை (அவர்தான் கேமராவும் கூட) அதற்கப்புறம்தான் கவனித்தவளைப் போல் பார்க்கிறாள். அதிர்ச்சி அடையவில்லை. இயல்பாக நகர்ந்து போகிறாள். என்ன இருந்தாலும் ஐரோப்பா இல்லையா? ஒரு இடத்தில் வளர்ப்புப் பிராணிகளுக்கான கடை இருக்கிறது. அதில் ஒரு பெரிய பூனைப் படம். (ஆஹா, இந்த ஆவணப் படம் ஒரு கிளாஸிக்!) பல இடங்களில் *Everything will be OK* என்று எழுதப்பட்டிருக்கிறது. இப்போது கேமரா கீழேயிருந்து மேலே பார்க்கிறது. முதல் மாடியில் ஒரு இளைஞன் கையுறை மாட்டியபடி தன் வீட்டு பால்கனியின் கைப்பிடியைத் துடைத்துக் கொண்டிருக்கிறான். ரோம் நகரில் ஓடும் திபர் நதியின் கரை ஓரத்தில் ஒருவர் ஓடிக் கொண்டிருப்பதை கேமரா லாங் ஷாட்டில் காண்பிக்கிறது. எட்டு நிமிடம் ஓடுகிறது இந்த ஆவணப்படம்.

★★★

இப்போதும் சொல்கிறேன். நம்மிடம் இந்தக் கொள்ளை நோயிலிருந்து தப்புவதற்கான மருந்துகள் உள்ளன. அதை அறியாத மூடர்களாக இருக்கிறோம் நாம். மேற்கத்தியர் கொடுத்த கல்வியை மட்டுமே படித்து விட்டு ஃபேஸ்புக்கில் நம்முடைய பழமையைக் கேலியும் கிண்டலும் பேசித் திரிகிறோம். மோடியையும் ஹிந்துத்துவர்களையும் விமர்சிப்பதாக நினைத்துக் கொண்டு நம் பழமை பற்றிய எந்த அறிவும் இல்லாமல் மூடர்களாய் மட்டிப் பதர்களாய் நம் பாரம்பரிய மருத்துவத்தை கேலி செய்து கொண்டிருக்கிறோம். இது நம் அப்பன் முகத்தில் காறி உமிழ்வதைப் போன்ற மடத்தனம். கேரளத்தில்தான் வெளிநாட்டில் வாழும் மக்கள் அதிகம். போக்குவரத்தும் அதிகம். அப்படியானால் மரண பலியில் அது முதலில் அல்லவா நிற்க வேண்டும்? இல்லை. இதுவரை இரண்டே இரண்டு பலிகள். கேரளம் இந்தக் கொரோனா தொற்றை விரட்டுவதில் இந்தியாவுக்கே வழிகாட்டியாக விளங்குகிறது. சமீபத்தில் கேரள அரசு ஆணை ஒன்றைப் பார்த்தேன். இந்தத் தொற்றிலிருந்து தம்மைப் பாதுகாத்துக் கொள்ள அவர்கள் அபராஜித தூப்ஸ் சூரணம், வில்வாதி குலிகா, சுதர்ஸன் மாத்திரை, சதாங்கம் கஷாய சூரணம் ஆகிய நான்கையும் சிபாரிசு செய்திருக்கிறார்கள். சிபாரிசு செய்ததோடு மட்டும் அல்லாமல், மருந்துகளையும் பல அரசுத் துறைகளுக்குக் கொடுத்திருக்கிறார்கள். சதாங்க கஷாய சூரணத்தை இரண்டு ஸ்பூன் எடுத்து இரண்டு லிட்டர் தண்ணீரில் காய்ச்சி ஒரு டம்ளர் குடிக்க வேண்டும். இந்த நான்கில் சுதர்சன மாத்திரையில் மட்டும் எத்தனை மூலிகைகள் இருக்கின்றன என்று பார்ப்போம்.

சந்தனம்
தேவதாரு
வசம்பு
கோரைக் கிழங்கு
கடுக்காய்
துல்கநரி
கர்க்கடசிங்கி

இஞ்சி
கண்டங்கத்திரி
நிலவேம்பு
பற்படகம்
வேப்பிலை
மிளகுக் கொடியின் வேர்
பேராமுட்டி வேர்
பூலாங்கிழங்கு

இப்போது எத்தனை வந்துள்ளது? இதுபோல் அறுபது எழுபது மூலிகைகள் சேர்ந்ததுதான் சுதர்ஸன மாத்திரை.

மீதி மூலிகைகளை நாளை பார்க்கலாம்...

12.4.2020.

19

புஷ்கரமூலம்

வால்மிளகு

முர்வா என்று சம்ஸ்கிருதத்தில் உள்ளது. பெருங்குரும்பை என்று மலையாளத்திலும் தமிழில் பஞ்சுக்கொடி என்றும் குறிப்பிடப்பட்டுள்ளது.

வேப்பிலை
முருங்கை விதை
அதிமதுரம்
வேப்பிலை விதை
தண்ணீர் முட்டான் கிழங்கு
மரமஞ்சள்
சிவப்புச் சந்தனம்
பத்மாகா
சீமை தேவதாரு
வெட்டிவேர்
லவங்கம்
மூவிலை

ஓமம்
அதிவிஷம்
வில்வப் பட்டை
கருப்பு மிளகு
லவங்கப் பத்திரி
நெல்லிக்காய்
அமிர்தவல்லி என்று அழைக்கப்படுகின்ற சீந்தில்
கடுகி
சித்திரமூலம்
காட்டுப்பேய்ப் புடலை
சித்திரப்பாலாடை

இப்படி நான் ஏற்கனவே எழுதியது போல் அறுபது எழுபது அல்ல, நூற்றைம்பது மூலிகைகள் சேர்ந்து உருவாக்கப்படுகிறது சுதர்ஸன மாத்திரை. இத்தனை மூலிகைகளைச் சேர்த்து ஒரு மருந்தை எப்படி ஒரு மனிதனால் உருவாக்க முடியும் என்று ஆயுர்வேத மருத்துவரைக் கேட்ட போது அவர் சொன்னார், ஆயுர்வேதத்தின் பிதாமகரான தன்வந்தரிக்கும் சித்த வைத்தியத்தின் மூலவரான அகத்தியருக்கும் அந்த வைத்திய முறைகளைக் கற்பித்தது கடவுள் என்றார். இப்பேர்ப்பட்ட சுதர்ஸன மாத்திரையின் விலை அறுபது மாத்திரை 200 ரூ. இந்த சுதர்ஸன மாத்திரை மட்டும் அல்ல, ஆயுர்வேத மருந்துகள் எல்லாமே குறைந்த பட்சம் பத்து மூலப் பொருட்களால் உருவாக்கப்படுகின்றன. உதாரணமாக, அஸ்வகந்தாரிஷ்டம் பொதுவான ஆரோக்கியத்துக்காக எடுத்துக் கொள்ளப்படும் மருந்து. இதில் அஸ்வகந்தா, முஸ்லி என்ற நிலப்பனைக்கிழங்கு (இதுதான் உலகிலேயே மிகச் சிறந்த வயக்ரா), சீவள்ளி, கடுக்காய், மஞ்சள், மரமஞ்சள், அதிமதுரம், சித்தரத்தை, நிலப்பூசணிக் கிழங்கு, அசோக மரப்பட்டை, கோரிக் கிழங்கு, பகன்றை, வெண்சந்தனம், செஞ்சந்தனம், நன்னாரி, வசம்பு, சித்திர மூலம், திரிகடுகம், அதிமதுரம், லவங்கம், ஏலம், சொக்கலை (கன்னிக் கொம்பு), நாகமரப் பட்டை, நீர் ஆகிய மூலகங்கள் சேர்ந்துள்ளன. இப்படியாகத்தான் ஒவ்வொரு ஆயுர்வேத மருந்தும் தயாரிக்கப்படுகிறது. இணையத்தில் பார்த்தால்

பெரும் சித்த வைத்தியர்கள் தங்கள் தொலைபேசி எண்ணையும் போட்டு மிக அரிய மூலிகை மருந்துகளைத் தயாரிக்கும் முறைகளை இலவசமாகவே எழுதியிருக்கிறார்கள். இங்கே அலோபதி டாக்டர் நம் நாடி பிடித்துப் பார்த்தால் 800 ரூபாய் வாங்குகிறார். மைலாப்பூர் ரேட்.

பூச்சியை விரட்ட கையிலேயே மருந்தை வைத்துக் கொண்டு மரண பயத்தோடு வீடடைந்து கிடக்கும் மூட மனிதரைக் கண்டு மிகவும் வருந்துகிறேன்.

பொதுவாக நான் கொரோனா பற்றிய எந்தச் செய்திகளையும் படிப்பதில்லை. புள்ளி விபரங்களைப் பார்ப்பதில்லை. வீட்டில் தொலைக்காட்சி இல்லை. பேப்பர் படித்தே பல ஆண்டுகள் இருக்கும். ஃபேஸ்புக் மட்டுமே வெளியுலகத் தொடர்பு. அதிலும் நான் யாருக்கும் லைக் போடுவதில்லை என்பதால் நாலைந்து நண்பர்களின் பதிவுகள் மட்டுமே என் பக்கத்தில் தெரியும். கொரோனா பற்றி எதற்குத் தெரிந்து கொள்ள வேண்டும்? நான் என்ன இந்த நாட்டின் முதலமைச்சரா? சுகாதார அமைச்சரா? மருத்துவரா? ஆரம்பித்தால் ஒரு நாளில் இருபது மணி நேரத்துக்குக் கொரோனா செய்திகளையே பார்த்துக் கொண்டும் கேட்டுக் கொண்டும் இருக்கலாம் போல் தெரிகிறது. அது எதற்கு? ஆனானப்பட்ட நெட்ஃப்ளிக்ஸையே தூக்கிக் கடாசி விட்ட பிறகு இதெல்லாம் என்ன ஜுஜுபி? இன்னொன்று, இந்தக் கொரோனா தகவல்களையெல்லாம் தெரிந்து கொண்டு எனக்கு என்ன ஆகப் போகிறது?

பணம் பணம் என்று ஓடியது மனிதக் கூட்டம். அதிகாரம் அதிகாரம் என்று ஓடியது. நிற்க நேரமில்லை. பேச நேரமில்லை. உண்ண நேரமில்லை. சர்வதேச அரசியலும் ஒரே கச்சடா. எங்கு பார்த்தாலும் போர். மனித உடல்களை சரித்துக் கொண்டே இருந்தது ராணுவம். சுருக்கமாகச் சொன்னால், மனித இனம் தன்னுடைய அழிவை நோக்கி வெகுவேகமாகச் சென்று கொண்டிருந்தது. இல்லாவிட்டால் நம் வாழ்வின் அடிப்படையான, நம் உயிர்வாழ்வுக்கு அத்தியாவசியமான

மரங்களையே அழித்து ஒழிப்போமா? எத்தனையோ நூறு பக்கங்களுக்கு எழுதித் தீர்த்து விட்டேன். நான் கண்ணுற்ற வனங்களிலெல்லாம் யானைகள் நீர் தேடி ஊருக்குள் வர ஆரம்பித்திருந்தன. ஸ்ரீவில்லிபுத்தூர் காட்டழகர் கோவிலுக்குச் செல்லும் வழியெல்லாம் இருந்த அடர்ந்த வனம் இப்போது மொட்டையடித்தாற்போல் காணப்பட்டது. வழியெங்கும் யானை லத்தி. அப்படியென்றால், வனத்துக்குள்ளிருந்த யானைகள் வெளியே வந்து நீர் தேடி அலைகின்றன. மரம் இருந்தால்தானே நீர் இருக்கும்? எல்லாமே வறண்டு கிடந்தது. காட்டழகர் ஒரு பக்தன் மீது இறங்கினார். யாருக்கு என்ன வேண்டுமோ கேள் என்று உறுமியது அழகர் சாமி. முதல் பக்தனே சாமியைக் கோபப்படுத்தி விட்டான்.

சாமி, மழை வேணும். பயிரெல்லாம் பட்டுப் போச்சு. ஆடு மாடெல்லாம் பட்டினி கெடக்கு.

சாமி அவன் குரல்வளையைத்தான் பிடிக்கவில்லை. மழை பொய்த்து இரண்டு ஆண்டுகள் ஆகி விட்டன. இப்டி காட்டையே அழிச்சிட்டிங்கிளேடா பாவிங்களா. எப்பிர்ரா மழ பேயும்? சொல்லுடா சொல்லு. கத்திக் கொண்டே இருந்தது சாமி. பிறகு ஒங்களோட பேச எனக்கு ஒண்ணும் இல்லே என்று கத்தி விட்டு சாய்ந்து விட்டது.

நம் பகுத்தறிவு முற்போக்கு சிங்கங்களுக்குச் சொல்கிறேன். அந்த ஆள்தான் ஒன்றும் தெரியாத பாமரன். எல்லாம் தெரிந்த விஞ்ஞானி ஸ்டீஃபன் ஹாக்கிங் தன் மரணத்துக்குச் சற்று முன்பு கொடுத்த பேட்டியிலும் இதையேதான் சொன்னார். மனிதனின் பேராசை இந்த மனித இனத்தையே அழித்து விடும். அதுதான் நடந்திருக்கிறது. ஐரோப்பிய நகரங்களுக்குப் போனால் அங்கே உள்ள கறிக்கடைகளைப் பார்த்தால் ஏதோ மிருகக்காட்சி சாலையைப் பார்ப்பது போல் இருந்தது. அத்தனை வகை மிருகங்களும் தொங்கின. மாடுகளை எத்தனை கொடூரமாகக் கொல்கின்றனர்! அப்படியெல்லாம் செய்யக் கூடாது என்பதை கவனிப்பதற்குக் கண்காணிப்புக் குழுக்கள் இருக்கின்றனதான். ஐரோப்பியர், அமெரிக்கர் எல்லோருமே

மாட்டுக் கறி உண்பவர்கள் என்பதால் பல இடங்களில் மாடுகளைக் கொடூரமாகக் கொல்கின்றனர். சீனாவில் கேட்கவே வேண்டாம். விட்டால் மனிதர்களையே கொன்று வறுத்து விடுவார்கள் போலிருக்கிறது. எவனாவது நாயையும் பூனையையும் கொன்று தின்பானா ஐயா? நாயைத் தின்பதும் நம் குழந்தையைத் தின்பதும் ஒன்று இல்லையா? அதிலும் ஒரு காட்டுமிராண்டி நாயை உயிரோடு போட்டு வறுக்கிறான். அதனால்தான் கொரோனா வந்தது என்கிறார்கள் நிபுணர்கள்.

Primatology நிபுணரான *Jane Goodall* மனிதன் விலங்குகளிடம் குரூரமாக நடந்து கொண்டதால்தான் இந்தக் கொரோனா வைரஸ் வந்தது என்கிறார். ஜேனுக்கு முன்பிருந்தே நான் அப்படித்தான் எழுதிக்கொண்டே இருக்கிறேன். மனிதன் இயற்கையை அவமதிக்கிறான். தானே அதிகாரத்தைக் கையில் வைத்திருப்பதான அகங்காரத்தில் இருக்கிறான். எனவேதான் இயற்கை அவனை அழிக்கிறது. இப்படித்தான் பல ஆண்டுகளாக எழுதிக் கொண்டிருக்கிறேன். ஒரு காணொலி பார்த்தேன். இயற்கை மனிதனிடம் சொல்கிறது. நீ எனக்குத் தேவையில்லை. மனித இனம் இல்லாமலேயே இயற்கை அதன் போக்கில் வாழ்ந்து கொண்டு போகிறது. இயற்கைக்கு மனிதன் தேவையில்லை. ஆனால் மனிதனுக்குத்தான் இயற்கை தேவை. எனவேதான் நம் முன்னோர் - ஹிந்துக்கள் - இயற்கையை வணங்கினார்கள். மரத்தை வணங்கினார்கள். சூரியனை வணங்கினார்கள். காற்றை வணங்கினார்கள். பறவைகளை வணங்கினார்கள். பட்சியைப் பார்த்தால் கிருஷ்ணா கிருஷ்ணா என்று கன்னத்தில் போட்டுக் கொண்டார்கள். காகங்களுக்கு உணவிடாமல் தான் உண்ணாத கலாச்சாரத்தைக் கொண்டிருந்தார்கள். மண்ணை வணங்கினார்கள். மண்ணை உதைத்தால் மண்ணைத் தொட்டுக் கும்பிட்டார்கள். ஏ, பூமியே, உன்னை உதைக்கப் போகிறேன், என்னை மன்னித்துக் கொள் என்று சொல்வதற்காகத்தான் நடனமாடுபவர்கள் மேடையில் ஏறும் முன் மண்ணைத் தொட்டு வணங்கினார்கள். ஆனால் டை கட்டிக்கொண்டு இங்லீஷ் பேசிய மடையர்கள் இவர்களையெல்லாம் பார்த்துக் காட்டுமிராண்டிகள் என்றார்கள். இப்போது இயற்கை

அவர்களைத் தீர்த்துக் கட்டுகிறது. தன்னை மதித்தவனின் மீது மட்டும் கொஞ்சம் கருணை காட்டுகிறது.

மனிதன் எத்தனை மரங்களை வெட்டினான் தெரியுமா? ஒரே ஒரு மரத்தில் ஆயிரம் பட்சிகளும் ஆயிரமாயிரம் புழு பூச்சிகளும் குரங்குகளும் வசித்தன. இங்கே மைலாப்பூரில். என் பக்கத்து வீட்டில். என் வீட்டில். என் வீட்டு மரத்தை என் பக்கத்து வீட்டுக்காரன் வெட்டினான். அவன் வீட்டு மரத்தையும் வெட்டினான். சுமார் மூவாயிரம் பட்சிகளும் புழு பூச்சிகளும் தங்கள் வாழ்விடத்தை இழந்தன. இது ஒரு மரத்துக்கு. இப்படி அழிந்த மரங்களும் வனங்களும் கணக்கிலேயே அடங்காதவை. இதைப் போலவே மிருகங்களையும் வதைத்தது மனித இனம். கிழக்காசிய நாடுகளில் பாம்புகளைப் பிடித்து அதைக் கொன்று அதன் தோலை ஐரோப்பாவுக்கு ஏற்றுமதி செய்தார்கள். இது கிழக்காசியாவில் பெரிய குடிசைத் தொழிலாகவே நடந்து கொண்டிருக்கிறது. என்னுடைய கட்டுரை நூல்களை எடுத்துப் படித்தீர்களானால் மனித இனம் இயற்கையையும் விலங்குகளையும் எப்படி அழித்துக் கொண்டிருக்கிறது என்ற வாதையின் வார்த்தைகளையே பார்க்கலாம். அதற்கெல்லாம்தான் இப்போது இந்தப் பேரழிவு பதிலாகக் கிடைத்திருக்கிறது. இதில் நான் என்ன புதிதாக கொரோனா பற்றிப் படித்துத் தெரிந்து கொள்ளப் போகிறேன்? எல்லோருக்கும் வருவதுதான் எனக்கும். முடிந்த வரை கவனமாக இருக்கலாம்.

நேற்று எழுத அமர்வதற்கு மாலை நான்கு மணி ஆகி விட்டது. காலை எட்டு மணிக்கு மொட்டைமாடியில் நடைப் பயிற்சி முடிந்து கீழே வந்தால் அதிலிருந்து ஆரம்பித்த வீட்டு வேலை மாலை மூன்று மணிக்குத்தான் முடிந்தது. மூன்றரைக்கு மதிய உணவு. நாலு மணிக்கு அமர்ந்த போது நாள் பூராவும் செய்த உடல் உழைப்பு கண்களை அசத்தியது. இருந்தாலும் 'தம்' கட்டிக்கொண்டு இரவு பதினொன்றே முக்கால் வரை வேலை செய்தேன். என்னடா இது, இருபத்து நாலு மணி நேரத்தில்

நான்கிலிருந்து ஒன்பது - வெறும் ஐந்து மணி நேரம்தானா எழுத்துக்கு, மற்ற நேரமெல்லாம் எடுபிடி வேலையா என்று மனம் கொதித்தது நேற்று. அதனால்தான் பதினொன்றே முக்கால் வரை எழுதினேன். காலை நான்கு வரை கூட நீட்டித்திருக்க முடியும். உடல்நலம் கெட்டு விடும். எத்தனை மணிக்குப் படுத்தாலும் காலை ஐந்து மணிக்கு உறக்கம் கலைந்து விடும் என்பதால் முடிந்த வரை பதினோரு மணிக்கு மேல் கண் விழிப்பதில்லை.

அப்படி என்ன எட்டு மணி நேரத்துக்கு எடுபிடி வேலை என்று கேட்டால் அதை அநேக முறை எழுதி விட்டேன். மீண்டும் எழுதினால் பலர் கடுப்பாவார்கள். ஆனாலும் சீனி போன்ற சிலர் *kafkasque experience* மாதிரி அட்டகாசமாக இருக்கிறது என்பதால் என்னை மீறி எழுதி விடுகிறேன். இதெல்லாம் நமக்கு நாமே பேசிக் கொள்வது மாதிரிதான். அது எப்படி காலை எட்டு மணியிலிருந்து மாலை நான்கு வரை எடுபிடி வேலை? பேசாமல் ஒரு விடியோ எடுத்து விடுவோமா என்று கூட இருக்கும். எட்டு மணிக்கு வந்தேனா? காஃபி. டிஃபன். இதெல்லாம் கொரோனாவினால் வந்த வினை. இந்த இரண்டையும் நாகேஸ்வர ராவ் பார்க் போய்க் கொண்டிருந்தபோது வெளியிலேயே முடித்து விடுவேன். இப்போது வீட்டில். இட்லி என்றால் மிளகாய்ப் பொடியோடு போக மாட்டேன். சட்னியும் வேண்டும். பெரிய வெங்காயம் ரெண்டை நறுக்கினேன். தக்காளி ரெண்டை நறுக்கினேன். பச்சை மிளகாயை எடுத்த போது நான் சட்னி செய்கிறேன் என முன்வந்தாள் அவந்திகா. அப்போதுதான் எழுந்து வீடு பெருக்கிக் கொண்டிருந்தாள். நள்ளிரவு ஒரு மணிக்குப் படுத்து எட்டரைக்கு எழுந்து கொள்ளும் வழக்கம் உடையவள். நள்ளிரவு வரை படிப்பு (ஆன்மீகம்). அவள் சட்னி செய்தால் பச்சை மிளகாய் சேர்க்க மாட்டாள். அவள் இப்படி சட்னியெல்லாம் சாப்பிட மாட்டாள். சாத்வீக உணவுதான். முதல் நாள் ரசம், முதல் நாள் கூட்டு. மிளகாய்ப் பொடி கூட அவளுக்குச் சத்ரு. நீதான் சாப்பிடுவதில்லையே, பச்சை மிளகாய்ப் போடேன் என்று முன்பு மல்லுக்கு நின்று பார்த்தேன்.

ம்ஹூம். அவளுக்குப் பிடிக்காது என்றால் பிடிக்காதுதான். மீன் கருவாடெல்லாம் விதவிதமாக சமைத்துக் கொடுக்கிறாள். போயும் போயும் பச்சை மிளகாய்க்காகப் போராடக் கூடாது என்று விட்டு விட்டேன். சட்னி தயாராவதற்குள் இட்லி ஊற்றி வைத்து விட்டேன். அவள் சாப்பிட பதினொன்றரை மணி ஆகும். சாப்பிட்டு விட்டு பூனைகளுக்கு மீன் அவித்துக் கொடுத்தேன். பிறகு பாத்திரம். இனியும் பாத்திரம் பற்றி எழுதினால் கொலைவெறி ஆகி விடுவீர்கள். அதனால் ஒரே வார்த்தையோடு விட்டு விட்டேன். ஆனால் முன்பு பாத்திரம் தேய்ப்பது பற்றி எழுதியபோது ஒரு நுணுக்கம் விடுபட்டு விட்டது. என் நண்பரின் மகளுக்கு அவர் மாப்பிள்ளை பார்த்துக் கொண்டிருந்தார். ஸ்ரீவைஷ்ணவர். தென்கலை. பெண் எஞ்ஜினியரிங் முடித்து பெரிய கம்பெனியில் பெரிய வேலை. சம்பளம் ஒரு லகரம். அதுவும் சென்னையிலேயே. இது நடந்து எட்டு வருடம் இருக்கும். நண்பருக்கு ஒரே பெண். அந்தக் காலம் மாதிரி இல்லை. பெண் பார்க்க வருவது ஒரு பெரிய சடங்கு. மாப்பிள்ளை வீட்டார் வைத்ததுதான் சட்டம். எத்தனையோ கிலோவுக்கு வெள்ளிச்சாமான்கள் கேட்பார்கள். வைரத்தோடு வைர மூக்குத்தி. பெரிய இடமாக இருந்தால் கார். இத்யாதி, இத்யாதி. நானே அவந்திகாவின் இளைய தங்கைக்கு மாப்பிள்ளை பார்க்க ஒவ்வொரு ஜோதிடராக நாய் அலை அலைந்திருக்கிறேன். மாப்பிள்ளை வீட்டார் கேட்ட விஷயங்களையெல்லாம் பார்த்த அவந்திகா என்னிடம் "இதனால்தான் இந்தப் பாப்பார சங்காத்தமே வேண்டாம் என்று உன்னைத் திருமணம் செய்தேன்" என்றாள். அவளும் ஸ்ரீவைஷ்ணவம். தென்கலை. இதற்கும் என் நண்பரின் மகளுக்கும் ஒரு தொடர்பு இருக்கிறது. பொறுங்கள். நீங்களே தெரிந்து கொள்வீர்கள்.

இப்போது காலம் மாறி விட்டது. நண்பரின் மகள்தான் தன் வாழ்வின் சகாவைத் தீர்மானிக்கும் உரிமையைத் தன் கையில் வைத்திருந்தாள். மொத்தம் அறுபது பேரை நிராகரித்தாள் அந்தப் பெண். பார்க்க அழகாகவும் இருப்பாள் என்பதால் கூடுதல் தைரியமாக இருக்கலாம். எனக்குத் தெரியாது. நண்பருக்கும்

தெரியவில்லை. ஒவ்வொரு நிராகரிப்பும் ஒவ்வொரு குட்டிக் கதை. அதில் ஒரே ஒரு கதையைச் சொல்கிறேன். ஒரு பையன் பெண் பார்க்க வந்தபோது அவனுக்கு ஒரு ஃபோன் வந்தது. எடுத்தான். நாகரீகமானவன்தான். ஒரே வாக்கியத்தில் முடித்துக் கொண்டான். "மச்சி, அப்புறம் கால் பண்றேன்." மகள் அவனையும் வேண்டாம் என்று சொல்லி விட்டது பற்றி என் நண்பருக்கு ஒரே வருத்தம்.

என்னம்மா, பையனும் பார்க்க அழகா லட்சணமா இருக்கான். நல்ல இடம். நல்ல வேலை. ஏன் வேண்டாம்ங்கிறே?

அவன் குடிப்பாம்ப்பா, அதனால்தான் வேண்டான்னேன்.

அப்டியா, அவன் குடிப்பாங்கிறது உனக்கு எப்டித் தெரியும்?

அவன் பேசினதை கவனிச்சியா? மச்சின்னாம் பாரு. மச்சின்னு சொல்றவன் குடிப்பான். குடிக்கிறவன் எனக்கு வேண்டாம்.

இப்படியாகத்தான் அவந்திகா தன்னிடம் வரும் பணிப்பெண்களையெல்லாம் நிராகரித்தவண்ணம் இருந்தாள், இருக்கிறாள். இதோடு ஏழு பணிப்பெண்களை நிராகரித்து விட்டாள். ஓரிருவர் அவர்களாகவே ஓடி விட்டார்கள். ஒரு பெண்ணை எப்படி நிராகரித்தாள் தெரியுமா? இதோ எனக்குப் போன வாரம் வந்த கடிதத்தைப் படியுங்கள்.

சாரு,

கிச்சன் சாமான் கழுவுவதில் இன்னொரு முக்கியமான விஷயத்தை விட்டு விட்டீர்கள். கழுவிய சாமானை கவிழ்த்து வைக்கும் நுணுக்கம்தான் அது. சிறிய கரண்டியிலிருந்து பெரிய தட்டு, கிண்ணம் எல்லாவற்றையும் கழுவியபின் கவனமாகக் கவிழ்த்து வைக்க வேண்டும். இல்லையென்றால் ஒரு நாளானாலும் உலராது. கழுவிய சாமானங்களை எடுத்து வைக்கும்போது, ஈரமான சாமானங்களை கவனமாகத் துடைத்து வேறு வைக்க வேண்டியிருக்கும். இல்லையென்றால் தண்ணீர் கொட்டி மற்ற காய்ந்த சாமானங்களையும் ஈரம் செய்துவிடும். எடுத்து வைக்காமல் ரெண்டு நாள் கூடையிலேயே விட்டு

வைத்தால் நீர் வற்றி, நீரிலுள்ள உப்புக்கறை வேறு படிந்து இருக்கும். நீரோடு எடுத்து வைத்தால் சாமானம் துருப் பிடிக்கவும் வாய்ப்பு உள்ளது. இப்படி ஈரச்சாமான்களால் பல பிரச்சினைகள்.

இப்படிக்கு,
சக சாமான் கழுவி.

இப்போது புரிகிறதா, பாத்திரம் தேய்ப்பதிலுள்ள சூட்சுமம்? ஒரு பணிப்பெண் வந்தாள். ர் எதற்கு? பேசாமல் ள்ளே போட்டு விடுகிறேன். *Political correctness* எல்லாம் பேச்சுக்குத்தான் சரியாக இருக்கிறது. நடைமுறையில் சிக்கல். வந்ததிலிருந்தே அவந்திகாவை அவசரப்படுத்திக் கொண்டே இருந்தாள். பொறும்மா பொறும்மா என்று சொல்லிக் கொண்டே இருந்தாள் அவந்திகா. "உங்க வீட்டுல மாப் கிடையாதா? துணியாலதான் கை வைச்சுத் துடைக்கணுமா?" என்று அநாவசியக் கேள்வியெல்லாம் கேட்டாள். அவந்திகா முறைப்பாக ரெண்டு மாப் இருக்கு, ஏன் கேக்கிறீங்க என்றாள். இல்ல, பிடிதுணியெல்லாம் இருக்கேன்னு கேட்டேன். அந்தப் பிடிதுணி, சமையல் மேடை துடைக்க என்று மீண்டும் முறைப்பாகவே சொன்னாள் அவந்திகா. பணிப்பெண் அவசரப்படுத்திக் கொண்டே இருந்தாள். அவள் வேலைக்குச் சேர்ந்து ஐந்து நிமிடங்களே ஆகியிருந்தன. அவந்திகா "கொஞ்சம் பொறுங்க, நேத்து தேய்ச்சு காஞ்சு கிடக்கிற சாமான்களையெல்லாம் எடுத்து வச்சுட்டுத்தான் புதுசா தேய்க்கணும்" என்றாள். அதற்குள் அவந்திகா சற்று அசந்த நேரத்தில் புதுப் பணிப்பெண் சாமான்கள் ரெண்டு மூணைத் தேய்த்து காய்ந்த பாத்திரங்களின் மேல் வைத்து விட்டாள். அவ்வளவுதான், காய்ந்த பாத்திரமெல்லாம் ஈரமாகி விட்டது. இரு கரங்களையும் கூப்பிய அவந்திகா அந்தப் பணிப்பெண்ணிடம் நூறு ரூபாய் கொடுத்து வீட்டுக்குப் போய் வாருங்கள் என்று அனுப்பி விட்டாள்.

சரி, நமக்குப் பழைய கதையெல்லாம் வேண்டாம். நேற்று கதைக்கு வருவோம். பாத்திரம் முடிந்த போது முன்பகல் பதினொன்று. பூனைகளுக்குக் கொடுத்த முடித்த போது

பதினொன்று முப்பது. கீழே பூனைகள் பசியில் கதறுகின்றன என்றாள் அவந்திகா. அவள் ஏதோ பால்கனி தோட்டத்துக்குத் தண்ணீர் ஊற்றுவதிலும் துணி துவைப்பதிலும் மும்முரமாக இருந்தாள். கீழே போய் வந்தேன். மதியம் பன்னிரண்டு. மதிய சமையலுக்கு சின்ன வெங்காயம், தக்காளி, பூண்டு, முருங்கைக்காய் எல்லாம் நறுக்கி, உரித்து வைத்தேன். குக்கரை எடுத்து அரிசி களைந்து வைத்தேன். அடுத்து விழுந்த பாத்திரங்களைத் தேய்த்தேன். ஒன்றரை. அப்போதுதான் சமைக்க வந்தாள் அவந்திகா. எல்லாம் நறுக்கி தயாராக இருந்தது. இஞ்சித் துகையல் அரைக்கப் போகிறேன், இஞ்சி வேண்டும் என்றாள். ஓகே, இஞ்சி நறுக்கிக் கொடுத்தேன். இரண்டு மணி. குளிக்கப் போனேன். குளித்து விட்டு இன்னும் கொஞ்சம் எடுபிடி வேலை. சாப்பிடும் போது மூன்றரை. நான்கு மணிக்கு எழுத அமர்ந்த போது கடும் சோர்வு.

சீனி கேட்டார், இதையே நாம் ஹைதராபாதில் செய்த போது எந்தக் கஷ்டமும் தெரியவில்லையே, ஜாலியாக அல்லவா இருந்தது?

அக்ரஹாரத்தில் இருப்பதற்கும் சேரியில் இருப்பதற்குமான வேறுபாடுதான். ஜெர்மனியில் வாழ்வதற்கும் ஃப்ரான்ஸில் வாழ்வதற்கும் உள்ள வேறுபாடுதான். புரட்சி என்றால் கூட ஜெர்மன்காரர்கள் டிக்கட் எடுத்துக் கொண்டுதான் வருவார்கள் என்றாராம் லெனின். அத்தனை ஒழுங்கு ஜெர்மனியில். ஃப்ரான்ஸ் கொஞ்சம் ஜாலி. கையில் டிக்கட்டுக்குப் பணம் இல்லை. ஓ, பணம் இருந்தும் டிக்கட் வாங்க நேரமில்லை. ரயிலைப் பிடித்தாக வேண்டும். தடுப்பை ஒரே தாவாகத் தாவி ரயிலைப் பிடிக்கலாம். டிக்கட் இல்லாவிட்டால் அங்கே ஒன்றும் கிரிமினலைப் போல் நடத்த மாட்டார்கள். ஜெர்மனி அப்படி இல்லை.

ஹைதராபாத் வாழ்க்கை சொர்க்கம். காலையில் எட்டு மணிக்கு எழுந்து கொள்வோம். அங்கே போனால் என் உடல் கடிகாரம் வேலை செய்யாது. உறங்க அதிகாலை நான்கு ஆகும். எட்டுக்கு எழுந்து கொள்வேன். சீனி எழ பதினொன்று ஆகும்.

ஒரு கும்பலாகப் பாத்திரங்கள் கிடக்கும். நாங்கள் யாரும் அலட்டிக் கொள்ளவே மாட்டோம். சாவகாசமாக டிஃபன் சாப்பிட்டு விட்டு மதிய உணவுக்கு என்ன செய்யலாம் என்று யோசிப்போம். விரால் மீன் என்பேன். அமீர்பெட் பகுதி. பக்கத்திலேயே மீன் மார்க்கெட். வாங்கிக் கொண்டு வந்து சீனி சமைப்பார். நானோ கோபாலோ பாத்திரம் தேய்ப்போம். எதுவுமே பிரச்சினையாகத் தெரியாது. வித்தியாசத்தை உங்களுக்குச் சரியாகப் புரிய வைத்து விட்டேனா என்ற சந்தேகம் ஏற்படுகிறது. களைப்பாக இருந்தால் ஸ்விக்கி போடுவோம் என்பதுதான் ஜாலிக்குக் காரணம். இங்கே என் வீட்டில் இப்போது கூட பணிப்பெண் வைத்துக் கொள்ளலாம். குடியிருப்பின் மேல் தளத்தில் உள்ள (முன்னாள்) கலெக்டர் வீட்டில் இரண்டு பணிப்பெண்களும் ஒரு பணியாளரும் இருக்கின்றனர். எல்லா வீடுகளிலும் அப்படித்தான். என் வீட்டில் மட்டுமே இல்லை. அது பாதுகாப்பு இல்லை என்பது அவந்திகாவின் கருத்து. நண்பர் ஸ்ரீராம் இன்னமும் மூன்று வேளையும் ஓட்டலில்தான் சாப்பிடுகிறார். அவர் வீட்டில் ஸ்டவ் கூட இல்லை. அவருக்கெல்லாம் வெந்நீர் வைக்கக் கூட நேரம் இருக்காது. நானும் கூட ஸ்விக்கியில் வாங்கி உண்ணலாம். அவந்திகாவுக்கு அதில் உடன்பாடு இல்லை. இப்படிப் பல கூடாதுகள். அதனால்தான் சிரமம்.

நானும் தஞ்சாவூர்க்காரன்தானே? அதனால் இன்று உஷாராகி விட்டேன். பாத்திரம் தேய்த்தேன்தான். ஆனால் எல்லாம் நேரப்படிதான். நேர விரயமே கிடையாது. சமையல் இல்லை. நேற்று வைத்த குழம்பு. பூனைகளுக்கும் கீழே போய் சாப்பாடு போட மாட்டேன் என்று அறிவித்து விட்டேன். ஆகையினால் காலையிலிருந்து தட்டச்சு செய்து கொண்டிருக்கிறேன். படித்துக் கொண்டிருக்கிறேன்.

13.4.2020.

20

அன்புள்ள சாரு,

கொரானாவுக்கு முன்பு வரை உங்களது எழுத்துக்களை மிகுந்த உற்சாகத்துடன் திறந்த மனநிலையுடன் படித்து வந்தேன். ஆனால் இப்பொழுதெல்லாம் உங்களது எழுத்துக்களை உற்சாகமின்றி குற்ற உணர்ச்சியுடன் படிக்க வேண்டிய சூழ்நிலைக்குத் தள்ளப்பட்டுள்ளேன்.

மோடியையும் ஹிந்துத்துவாவையும் எதிர்த்துக் கொண்டே மறைமுகமாகவோ அல்லது நேரடியாகவோ உங்களது எழுத்துக்கள் அவர்களுக்கு வலு சேர்க்கும் விதமாக இருப்பதாக எனக்குத் தோன்றுகிறது.

தப்லீக் ஜமாத் பற்றிய உங்களது அனைத்து கருத்துகளும் ஊடகங்களின் வாயிலாக நீங்கள் பெற்ற தகவலாகத்தான் பார்க்கிறேன். நீங்கள் கண்ணை மூடிக்கொண்டு இஸ்லாமியர்களுக்கு ஆதரவாக எழுத வேண்டும் என்றெல்லாம் நான் ஒருபோதும் எதிர்பார்க்கவில்லை.

உங்களுக்கு எது சரியெனப்படுகிறதோ அதை எழுதுங்கள்.

ஆனால் நான் தொடர்ந்து குற்ற உணர்வுடன் உங்களது எழுத்துக்களைப் படிக்க விரும்பமில்லை.

சலாம்.
முகம்மது ஸுல்ஃபிஹார்

ம்ம்ம்... என்ன பதில் எழுதுவது என்று தெரியவில்லை. மோடிக்கும் ஹிந்துத்துவாவுக்கும் வலு சேர்ப்பது முஸ்லிம்களும் தப்லீக் ஜமாத் போன்ற அமைப்புகளும்தான். இல்லாவிட்டால் பண நீக்கம் போன்ற மக்கள் விரோதத் திட்டங்களைக் கொண்டு வந்த மோடி வீட்டுக்குப் போயிருக்க வேண்டாமா? ஏன் போகவில்லை? முஸ்லிம்களும் அவர்களை விட கிறிஸ்தவர்களும் மோடியை மிகத் தீவிரமாக எதிர்த்தார்கள். தேர்தல் சமயத்தில் ஒவ்வொரு கிறிஸ்தவக் கல்லூரியும் மோடிக்கு எதிரான பிரச்சாரக் கேந்திரமாகவே மாறியது. மிக வெளிப்படையாக அந்தக் கல்வி நிறுவனங்கள் மோடிக்கு எதிராக இயங்கின. இதெல்லாம் தவறு என்று நான் சொல்லவில்லை. நான் மோடி ஆதரவாளன் அல்ல. ஆனால் அப்படிப்பட்ட எதிர்ப்பு முறைகள் அனைத்தும் மோடிக்கு சாதகமாகவே சென்றன. பொதுவாக ஹிந்துக்களை யாரும் ஒருங்கிணைக்க முடியாது. ஹிந்துக்களுக்கு வேத நூல் கிடையாது. ஹிந்து சாமியார்களே ஹிந்து மதத்தை ஒழித்துக் கட்டுவதில் முன்னணியில் நிற்கிறார்கள். உதாரணமாக, பூண்டும் வெங்காயமும் காம உணர்வைத் தூண்டுபவை என்பதால் ஹிந்து சாமியார்கள் தங்கள் சீடர்களையெல்லாம் பூண்டும் வெங்காயமும் சேர்த்துக் கொள்வதைத் தடை செய்து வைத்திருக்கிறார்கள். நீங்கள் எந்த சாமியாரை எடுத்துக் கொண்டாலும் அங்கே பூண்டு வெங்காயம் இருக்காது. அவ்வளவு ஏன், ஒரு சாமியாரின் பக்தரால் நடத்தப்படும் மகாமுத்ராவிலேயே பூண்டு வெங்காயம் கிடையாது. ஒரு சாமியாரின் *cult*-இல் நீங்கள் சீடராகச் சேர்ந்தால் அதற்கப்புறம் உங்களுடைய சந்ததியே பூண்டு வெங்காயம் சாப்பிடாமல்தான் வளர்வார்கள். பூண்டு வெங்காயம் சாப்பிடாத என் நண்பர்கள் பலரிடம் விசாரிப்பேன், அவர்களின் பெற்றோர் ஒரு குறிப்பிட்ட ஹிந்து *cult*-இன் சீடர்களாக இருப்பார்கள். இப்படி காமத்தை அடக்கக் கற்றுக்

கொடுத்து, தன்னிடம் ஞானம் பெற வரும் குடும்பத்தினரில் ஒருவரை இருவரை துறவியாக மாற்றி சந்ததி உருவாக்கத்தைத் தடுத்து விடுகிறார்கள் இந்த ஹிந்து சாமியார்கள். உண்மையில் இவர்கள் ஹிந்து மதத்தைக் கருவறுப்பவர்கள் என்றுதானே சொல்ல வேண்டும்? கீதையிலேயே பூண்டு வெங்காயம் போன்றவற்றை உண்பது ராஜஸ குணத்தைக் கொடுக்கும் என்று சொல்லப்பட்டிருக்கிறது. ஹிந்து மதத்தில் யாரும் கோவிலுக்குப் போக வேண்டும் என்ற கட்டாயம் இல்லை; நாத்திகனாகவும் இருந்து கொள்ளலாம். புனித நூல் என்றும் எதுவும் இல்லை. மதச் சடங்குகளைச் செய்ய வேண்டும் என்ற அவசியமும் இல்லை. தீர்மானமான, நிர்ணயிக்கப்பட்ட மதச் சடங்குகளும் இல்லை. ஹிந்துக்களின் புனித நூலாக ஒருசிலரால் கருதப்படும் பகவத் கீதை மகாபாரதத்தில் வருகிறது. ஆனால் ஹிந்துக்கள் என்ன செய்தார்கள் தெரியுமா? மகாபாரதமே வீட்டில் படிக்கக் கூடாது என்று சொல்லி விட்டார்கள். ஆம். யாரும் வீட்டில் மகாபாரதம் படிக்கக் கூடாது. படித்தால் குடும்பத்துக்கு ஆகாது. எப்பேர்ப்பட்ட மதம் பாருங்கள்!

இப்படித் தறுதலையாய்ப் பிரிந்து கிடந்த ஹிந்துக்களை மோடியின் வரவுக்குப் பிறகு ஒருங்கிணைத்தது யார் என்று யோசியுங்கள். மோடி ஹிந்துக்களுக்கு என்ன செய்தார்? அவர் யாருக்குமே எதுவுமே செய்யவில்லை. பொருளாதாரம் வீழ்ச்சி அடைந்தது. ஏழைகள் மேலும் ஏழைகளானார்கள். காங்கிரஸ் ஆட்சியிலாவது பணக்காரர்கள் மேலும் பணக்காரர்கள் ஆனார்கள். அதன் மூலம் ஏழைகளுக்கு ஏதோ ரெண்டு பிஸ்கட் கிடைத்தது. மோடி ஆட்சியில் பணக்காரனும் ஏழையாகிக் கொண்டிருக்கிறான். ஏதோ ருஷ்யக் கம்யூனிஸ்ட் ஆட்சி போல் போய்க்கொண்டிருக்கிறது. போதாக்குறைக்கு இப்போது கொரோனா.

இந்த நிலையில் மோடியை பலப்படுத்தி, ஹிந்துக்களையும் ஒருசேர ஒருங்கிணைத்துக் கொண்டிருப்பது சில இஸ்லாமிய அமைப்புகள்தான். குடியுரிமைச் சட்டத்துக்கான இஸ்லாமியரின் நாடு தழுவிய எதிர்ப்பிலேயே ஹிந்துக்கள் ஒன்று சேர ஆரம்பித்தார்கள். இந்தச் சட்டத்தால் பாதிக்கப்படப்

போவது அஸ்ஸாமில் சட்டத்துக்குப் புறம்பாக வசிக்கும் பாங்ளாதேஷிகள்தானே, இதற்கு ஏன் பாலக்கரை பாய் நடு ரோட்டில் நின்று போராடுகிறார் என்று தங்களுக்குள் கிசுகிசுத்துக் கொண்டார்கள் ஹிந்துக்கள். இந்தச் சூழ்நிலையில் தப்லீக் ஜமாத். நான் ஒன்றும் ஊடகங்களைப் பார்த்து கருத்து உருவாக்கிக் கொள்பவன் அல்ல. புள்ளிவிபரங்கள் வந்து கொட்டிக் கொண்டிருக்கின்றன. நேற்றைய செய்தி எட்டு எத்தியோப்பியர்கள் தில்லி தப்லீக் ஜமாத் மாநாட்டுக்கு வந்தவர்கள் இங்கே தமிழ்நாட்டில் சுற்றிக் கொண்டிருக்கிறார்கள். தனிமையில் இருங்கள் என்று போலீஸ் எச்சரிக்கை செய்திருக்கிறது. கேட்கவில்லை. வெளியே வந்து சுற்றுகிறார்கள். எட்டு பேரும் எத்தியோப்பிய முஸ்லிம்கள். இதையெல்லாம் ஹிந்துக்கள் எப்படிப் பார்க்கிறார்கள் என்று நாம் யோசிக்க வேண்டாமா? இதைக் கண்டிக்க வேண்டாமா? சவூதி அரேபியாவில் இது போன்ற மாநாடுகள் ஒன்று கூட இல்லையே? சவூதி இந்த விஷயத்தில் படு கறாராக இருக்கிறதே? இதை நான் புரிந்து கொள்கிறேன். அவர்கள் வழிவழியாக வந்த முஸ்லிம்கள். கிழக்காசிய நாடுகளில் வாழும் முஸ்லிம்கள் சில தலைமுறைகளுக்கு முன்னர், சில நூற்றாண்டுகளுக்கு முன்னர் மதம் மாறியவர்கள். பொதுவாக, மதம் மாறியவர்களுக்குத்தான் மதத்தின் மீது அதிகப் பிடிப்பு இருக்கும். ஆந்திராவிலிருந்து குடிபெயர்ந்து தமிழ்நாட்டுக்கு வந்தவர்கள்தான் அதீதமான தமிழ்ப் பற்றாளர்களாக இருந்து வந்திருக்கிறார்கள். என் நைனா தம் உறவுக்குள் தெலுங்கில் பேசி, தெலுங்கில் எழுதுபவர் என்றாலும் தன் குழந்தைகளுக்கு அறிவழகன், பொற்செல்வி, தமிழரசி, செழியன் என்ற தூய தமிழ்ப் பெயர்களையே வைத்தார். இயல்பாகவே திமுககாரராகவும் இருந்தார். நான் 2000-இல் ஃப்ரான்ஸ் சென்றிருந்தபோது அப்போதைய ஃப்ரெஞ்ச் அதிபர் நிகலாஸ் ஸார்க்கோஸி ஒரு தீவிர ஃப்ரெஞ்ச் *fanatic* போல் பேசிக் கொண்டிருந்தார். அவருடைய பூர்வீகம் என்ன என்று பார்த்தேன். ஹங்கேரி மற்றும் கிரேக்கக் கலப்பு கொண்டவர். வெளியாள். ஆனால் பாரிஸில் பிறந்தவர். இந்தக் காரணத்தினால்தான் சவூதி அரேபியாவில் காண முடியாத

விஷயங்கள் கிழக்காசிய நாடுகளில் - குறிப்பாக இந்தியாவில் நடந்து கொண்டிருக்கின்றன. இங்கே, நாங்களும் உண்மையான முஸ்லிம்கள்தான் என நிரூபிக்க வேண்டியிருக்கிறது. சவூதியில் இரண்டு பேர் கூடினாலே போலீஸ் நடவடிக்கை எடுக்கிறது. இங்கே இரண்டாயிரம் பேர் கூடினால் போலீஸ் பம்முகிறது. ஹிந்து, இஸ்லாம், கிறிஸ்தவம் எதுவாக இருந்தாலும் மதம் என்று வந்தால் இங்கே அரசு எந்திரம் கடும் நடவடிக்கை எடுக்க அச்சம் கொள்கிறது. அதிலும் சிறுபான்மை என்றால் அச்சம் அதிகமாகிறது. இதிலெல்லாம் யாருக்கும் எந்தச் சந்தேகமும் வேண்டாம்.

இப்படி இருக்கும்போது நான் எழுதுவது எப்படி ஹிந்துத்துவத்துக்கும் மோடிக்கும் வலு சேர்ப்பதாக இருக்கும்? மோடி ஒரு ஃபாஸிஸ்ட் என்கிறேன். அந்த ஃபாஸிஸ்டின் கீழ் ஹிந்துக்கள் ஒன்று சேர்கிறார்கள், ஒருங்கிணைகிறார்கள், சிறுபான்மை மதத்தினர் கவனமாக இருக்க வேண்டும் என்கிறேன். ஆனால் மோடியை மீண்டும் மீண்டும் எதிர்ப்பதன் மூலமாக மட்டுமே ஹிந்துக்களை நீங்கள் ஒருங்கிணைத்துக் கொண்டிருந்தால் நான் என்ன செய்ய முடியும்?

நான் ஒன்றும் ஃபாஸிஸ்ட் என்ற பதத்தை வசை வார்த்தையாகப் பயன்படுத்தவில்லை. *I mean it.* ஃபாஸிஸத்தின் அடிப்படைக் கூறு, *Survival of the fittest* என்ற டார்வினின் கோட்பாட்டைத் தங்கள் விருப்பத்துக்கேற்றபடி வளைத்துக் கொண்டதுதான். இங்கே, இந்த உலகத்தில், வலுத்தவனே வாழ முடியும். நான் கடவுள் படத்தை ஞாபகப்படுத்திக் கொள்ளுங்கள். அதில் ஒரு கண் பார்வையற்ற பெண் வருகிறாள். அவளை செத்துப் போ என்கிறான் அகோரி ருத்ரன். அவ்வளவுதான். கண் பார்வை இல்லையா, செத்துப் போ. வாழ வழியில்லையா, செத்துப் போ. நான், இந்த நாட்டின் பிரதம மந்திரி, உங்கள் அனைவரையும் நேசிப்பவன், உங்கள் அனைவருக்காகவும் உயிரையும் விடத் திண்ணமாக இருப்பவன், சொல்கிறேன். இதோ இந்தக் கணத்திலிருந்து இரண்டு வார காலத்துக்கு ஊரடங்கு உத்தரவை அறிவிக்கிறேன். கதம் கதம்.

தில்லியில் வசித்த அன்றாடங்காய்ச்சிகள் லட்சக் கணக்கான பேர் தங்கள் மூட்டை முடிச்சுகளைத் தூக்கிக் கொண்டு ஐநூறு கிலோமீட்டர் தூரத்தில் இருக்கும் பீஹாருக்கும் உத்தரப் பிரதேசத்துக்கும் கால்நடையாய்க் கிளம்பினார்கள். *Exodus.*

இது என்ன விவிலிய காலமா? இத்தனை நாள் நீங்களெல்லாம் வல்லரசு என்று பொய் சொல்லித்தானே எங்களை ஏமாற்றிக் கொண்டிருந்தீர்கள்?

இல்லை, இப்போதும் சொல்கிறோம். நாம் வல்லரசுதான்.

அப்படியென்றால், இதோ இந்த மக்கள் ஐநூறு கிலோமீட்டர் தூரத்தை நடந்தே கடக்கிறார்களே, இந்தப் பஞ்சைப் பராரிகள், தில்லியில் தினக்கூலிகளாய் இருந்தவர்கள் இப்போது தில்லி மூடி விட்டதால் தங்கள் கிராமங்களுக்குச் சென்று கொண்டிருக்கிறார்களே, வழியில் செத்துப் போவார்களே?

Survival of the fittest. யார் யாரெல்லாம் பிழைத்துக் கொள்கிறீர்களோ அவர்களெல்லாம் எனக்கு ஓட்டுப் போடுங்கள். நான் உங்களுக்காகவே வாழ்கிறேன்.

தம்பி ஸுல்ஃபிஹர், நாற்பது ஆண்டுகளாக நான் சமகால அரபி இலக்கியம் மட்டுமே வாசித்துக் கொண்டிருக்கிறேன். நீங்கள் என்னுடைய தப்புத் தாளங்கள் நூலை வாசித்தால் இது தெரியும். துருக்கிக்கும் லெபனானுக்கும் ஏன் சென்று வந்தேன்? துருக்கிக்குச் சென்றது நீலமசூதியில் கேட்கும் பாங்குக்காக (அதான்). அதைக் கேட்பதற்காக. லெபனான் சென்றது அதன் இலக்கியத்துக்காக. சமீபத்தில்கூட காயத்ரி ஆன் எபரின் கதையை ஃப்ரெஞ்சிலிருந்து தமிழில் மொழிபெயர்த்தபோது நான் அவளிடம் அரை மணி நேரம் பேசினேன். ஃப்ரான்ஸ் ஒரு மேட்டுக்குடி நாடு. கனடா ஒரு மேட்டுக்குடி நாடு. அதை ஏன் நீ மொழிபெயர்க்க வேண்டும்? கனடா மேட்டுக்குடி என்றாலும் அங்கே எழுதப்படுவதும் *Francophone* இலக்கியம்தானே என்றாள். "இருக்கலாம். ஆனால் பெர்பெர் நாடுகளில் - மெக்ரிப் நாடுகளில் எழுதப்படும் *francophone* இலக்கியத்தைத்தான் நீ முன்னிலைப்படுத்த வேண்டும்; அதுதான் நம் அரசியல். இன்றைய நிலையில்

உலக அளவில் அடக்கப்படுவது முஸ்லிம்கள்தான். மெக்ரிப் நாடுகளான அல்ஜீரியா, மொராக்கோ, துனீஷியா போன்ற நாடுகளின் வாழ்க்கையிலிருந்து பிறக்கும் இலக்கியம்தான் இன்றைய தினம் ஒடுக்கப்பட்டவர்களின் வாழ்க்கையைப் பேசுகிறது” என்றேன்.

கனடிய ஃப்ராங்கஃபோன் இலக்கியத்தில் நான் எடுத்துக்கொண்ட ஆன் எபரும் ஒடுக்கப்பட்டவர்களின் வாழ்க்கையைத்தானே எழுதுகிறார் என்றாள் காயத்ரி. மேற்கு நாடுகளின் ஒடுக்கப்படுபவன் வேறு; மெக்ரிப் நாடுகளின் ஒடுக்கப்படுபவன் வேறு. இங்கே அவன் இரண்டு பேரால் ஒடுக்கப்படுகிறான்: ஒன்று, அவனுடைய இனத்தைச் சேர்ந்த முஸ்லிம் மன்னனாலேயே ஒடுக்கப்படுகிறான்; இரண்டு, காலனி ஆதிக்கத்தின் எஜமானர்களான ஃப்ரெஞ்சுக்காரர்களால் ஒடுக்கப்படுகிறான். இப்படி இரட்டை ஒடுக்குமுறையை அனுபவிக்கிறான் மெக்ரிப் நாடுகளின் மனிதன். மெக்ரிப் *francophone* இலக்கியத்தைப் படித்தாலே நம் நெஞ்சு பதறும். ஆத்மா நடுங்கும்.

இப்படியாக நாற்பது ஆண்டுகளாக இஸ்லாமியக் கலாச்சாரத்தை இலக்கியத்தின் மூலமாக சுவாசித்துக் கொண்டிருக்கும் நான் எப்போதுமே ஒரு மத அடிப்படைவாதியின் பக்கம் நிற்க மாட்டேன். அது மோடியாக இருந்தாலும் சரி, தப்லீக் ஜமாத்தாக இருந்தாலும் சரி. ஏனென்றால், இறைசக்தி என்பது மதங்களுக்கு அப்பாற்பட்டது என்று நம்பும் சூஃபிகளின் மாணவன் நான்.

14.4.2020.

21

“எனக்கு சில சந்தேகங்கள் உள்ளன. உங்களது பார்வையில் எனது சந்தேகம் அபத்தமாகக்கூடத் தோன்றலாம். புரிதலுக்காக மட்டுமே கேட்கிறேன். மனிதன் இயற்கையை அழிக்கிறான் என்னும் உங்களது கருத்துடன் நூற்றுக்கு நூறு உடன்படுகிறேன். அந்த வருத்தமும் ஆற்றாமையும் எனக்கும் உண்டு. அதே சமயம் மாட்டு இறைச்சி உண்பவர்களையும், பூனை, நாய் உள்ளிட்டவற்றை உண்பவர்களையும் கொடூரமானவர்கள் போல சித்தரிப்பதை என்னால் விளங்கிக் கொள்ள முடியவில்லை.

ஐரோப்பாவிலும், அமெரிக்காவிலும் மாடுகளைக் கொடூரமாக கொல்கிறார்கள் என்று குறிப்பிட்டிருந்தீர்கள். ஒரு உயிரைக் கொல்வதே கொடூரம்தான்! மனிதன் சாப்பிடுவதற்காக ஆடு, மாடு, கோழி, பன்றி, மீன், இறால், புறா, காடை, இன்னபிற என அனைத்தையுமே கொல்லத்தானே செய்கிறான்? கொல்வதில், கொடூரமாகக் கொல்வது, அன்பாகக் கொல்வது என தனித்தனியாக ஏதேனும் இருக்கிறதா?

சிறு வயதில் ஒரு திருவிழாவிற்கு வருடம் தோறும் செல்வதுண்டு. உறவினர் வீட்டுக்கு. வேலூர் மாவட்டம் நாட்றம்பள்ளி எனும்

ஊர். இப்போது திருப்பத்தூர் மாவட்டம் என்று நினைக்கிறேன். அங்கே சாமுண்டீஸ்வரி தேவி கோவில் என்று பிரபலமான கோவில் உண்டு. திருவிழாவின்போது வீட்டிற்கு ஒரு கிடா வெட்டுவார்கள். அதிகபட்சம் ஐந்தாறு கிடாக்கள் வரை போகும். கோவிலுக்கு வெளியே கிடாக்களை வெட்டுவதற்கு என்றே பெரிய மைதானம் இருக்கும். அதிகாலையிலேயே ஆரம்பித்து விடுவார்கள். கிடாக்களை வெட்ட வீச்சருவாளும் கையுமாக கெடா மீசை வைத்த பலர் வலம் வருவார்கள். ஒரே வெட்டு. ஆட்டின் தலை வேறு உடல் வேறாக பிரிந்துவிடும். சில மணி நேரங்களில் அந்த இடமே ரத்த ஆறாகக் காட்சி தரும். சிறு வயதில் முதன்முதலில் இதைப் பார்த்த நாளன்று எனக்குக் காய்ச்சலே வந்துவிட்டது.

நம் ஊரில் நமக்குப் பிடித்தமான ஆடு, மாடு, பன்றி, கோழி முதலியவற்றை இறைச்சி கடைகளில் தொங்க விட்டிருக்கிறார்கள். கொலை செய்துதான்! அதுபோலத்தானே அமெரிக்காவிலும், ஐரோப்பாவிலும் மாடுகளையும் இன்ன பிற மிருகங்களையும் கொன்று தொங்க விடுகிறார்கள்?

பூனையை ஒரு மனிதன் எப்படி சாப்பிட முடியும் என்று கேட்டிருந்தீர்கள். உங்களது எழுத்தை இத்தனை ஆண்டு காலம் வாசித்து அனுபவித்ததில் எனக்கு ஒரு ஐயம் ஏற்படுகிறது. ஒரு மனிதன் இதை சாப்பிட வேண்டும் இதை சாப்பிடக் கூடாது என்பதை இன்னொரு மனிதன் எப்படித் தீர்மானிக்க முடியும்? அது ஃபாசிசம் இல்லையா? பூனையும் நமது பிள்ளையைப் போலத்தானே என்கிறீர்கள். பலரது வீடுகளில் மீன்களை வளர்ப்பார்கள். எக்ஸைலில் உதயாவும், பெருந்தேவியும் மீன் வளர்த்த கதையை - மீன்களுடன் பேசி வாழ்ந்த கதையைப் படித்து உருகியவன் நான். அதேசமயம், பூனைகளுக்கு உணவிட அந்த மீன்களையல்லவா கொடுக்க வேண்டியிருக்கிறது?

மற்ற மிருகங்களாவது பரவாயில்லை... நம்முடன் நிலத்தில் வாழ்கின்றன. ஆனால் மீன்கள் என்ன பாவம் செய்தன? கடலிலும், நதிகளிலும், ஏரிகளிலும் வாழ்கின்றன. தண்ணீர்தான் அவற்றிற்கு சுவாசம். தண்ணீரிலிருந்து வெளியே எடுத்து மூச்சுத்திணறி துடிக்கத் துடிக்க இறந்த மீன்களைத்தானே நாமும்

உண்கிறோம். நமக்குப் பிடித்த பூனைக்கும் உணவிடுகிறோம்?

உங்களுக்குப் பிடித்த விரால் மீன் எனக்கும் மிகவும் பிடிக்கும்.

உங்களை வாசித்த பிறகுதான் விரால் மீனை வீட்டில் சமைக்கவே ஆரம்பித்தோம். விரால் மீனை எப்படி வாங்குவோம்? உயிருடன் இருக்கும். தனியாக ஒரு பெட்டியில் நீந்த விட்டிருப்பார்கள். நாம் போய் வாங்கியதும், நம் கண் எதிரில் அதன் மண்டையில் கட்டையைக்கொண்டு ஓங்கி அடித்துக் கொல்வார்கள். இதுவும் கொடூரம்தானே சாரு?

சீனனும், அமெரிக்கனும் நாம் விரால் மீன் உண்ணும் கலாச்சாரத்தை கொடூரம் என்றும், காட்டுமிராண்டித்தனம் என்றும் சொன்னால் நாம் அதை எப்படிப் புரிந்துகொள்ள வேண்டும்?

நமக்குப் பிடித்த பிராணிகளை நாம் சாப்பிடுவது போல, அவர்களுக்குப் பிடித்த பிராணிகளை அவர்கள் சாப்பிடுகிறார்கள். அவர்களது உணவுக் கலாச்சாரம் அது. நம் வீட்டில் வளர்க்கும் பிராணியை அவர்கள் உண்கிறார்கள் என்பதால் மட்டுமே அவர்கள் கொடூரர்கள் ஆகி விடுவார்களா?

உலகில் தேனிக்கள் அழிந்துவிட்டால் மனித இனமும் இன்ன பிற உயிரினங்களும் அழிந்து விடும் என்று ஒரு கோட்பாட்டைச் சொல்வார்கள். அசைவம் உண்ணாத தீவிரமான சைவர்கள் கூட தேனை உணவாக எடுத்துக் கொள்வார்கள். தேனீக்களைத் தீயிட்டு அழித்துவிட்டுதானே தேனை எடுக்கிறோம்? அது கொடூரம் இல்லையா?

அன்றாடம் நாம் பயன்படுத்தும் பெல்ட், பர்ஸ், ஷூ, கைப்பை, லெதர் கோட் என அனைத்துமே மாடு மற்றும் பாம்பின் தோலிலிருந்து தயாரிக்கப்படுவதுதானே?

மனிதன் உண்பதற்கு என்னென்ன பிராணிகளைக் கொடூரமாகக் கொல்கிறான் என்று சொல்லிவிட்டு, அதே பதிவில் பூனைகளுக்கு உணவிட மீனுக்காக பட்ட அலைச்சல்களையும் குறிப்பிட்டு இருப்பதால் இந்த ஐயம் எனக்குள் வருகிறது.

பூனைக்குத் தேவைப்படும் மீன் என்பதையும், இந்த மண்ணில் நமக்குத் தேவையான இன்னபிற பிராணிகளை நாம் உண்ணுவதையும், வேறு ஒரு மண்ணில் வேறொரு உணவு கலாச்சாரத்துடன் இன்னொரு மனிதன் உண்பதைக் கொடூரம் என்று குறிப்பிடுவதையும் எப்படி வேறுபடுத்திப் புரிந்து கொள்வது என்பது மட்டுமே எனது ஐயம். ஆரம்பத்தில் குறிப்பிட்டது போல இது அபத்தமான ஐயமாக இருந்தால் மன்னித்து அருளவும்.

அதேபோல், மனிதன் இயற்கையை அழிக்கிறான் என்பதை நூற்றுக்கு நூறு ஒத்துக்கொள்கிறேன்.

கணேசன் அன்பு

என்னை மிக நன்றாக அறிந்த நண்பர்களில் கணேஷும் ஒருவர். பொதுவாக விவாதங்களில் நான் தோற்று விடுவேன். அதன் காரணமாகவே அதில் நான் ஈடுபடுவதும் இல்லை. அடிக்கடி நான் விளையாட்டாகச் சொல்வதுண்டு. நல்லவேளை, நான் ஸ்டெனோவாகப் போனேன். வக்கீலாகப் போயிருந்தால் பிக் பாக்கெட் அடித்த என் கட்சிக்காரன் என் “வாதங்களால்” கொலைகாரன் என நிரூபிக்கப்பட்டு தூக்கில் தொங்குவான். என்னுடைய கேஸையே எடுத்துக் கொள்ளுங்களேன். என் இமேஜ் பற்றி எந்தக் கவலையும் இல்லாமல் முப்பத்தைந்து ஆண்டுகளுக்கு முன் ஒரு புகைப்படத்தை வெளியிட்டேன். நீட்ஷே மீசை. நடிகர் மன்சூர் அலி கான் மாதிரி உருவம். அரைக்கால் ட்ராயரும் கரடுமுரடான டி ஷர்ட்டும் அணிந்து தரையில் அமர்ந்திருக்கிறேன். பக்கத்தில் இரண்டரை அடி உயரமுள்ள விஸ்கி பாட்டில். என்ன ஆவது? இன்றைக்கும் எனக்குக் குடிகாரன் என்று ஒரு இமேஜ் இருப்பதற்குக் காரணம் அந்தப் புகைப்படம்தான். அது நானே பெருமையாக வெளியிட்டுக் கொண்டது.

சரி, வாதத் திறமைக்கு வருவோம். யார் எதைச் சொன்னாலும் அது சரி என்றே தோன்றும். ஒரு ஆள் நான்தான் சிவபெருமான் என்றான். சொல்வதோடு விட்டானா, மழையை வருவிக்கிறான். சூரியனைத் தோப்புக்கரணம் போட வைக்கிறான். சரி, இவன்

சிவன்தான் போலிருக்கிறது என்று நம்பி விட்டேன். நான் என்ன செய்யட்டும்? என் 'அமைப்பு' அப்படி. ஆனால் இப்போதிப்போது கொஞ்சம் திருந்தியிருக்கிறேன். இவர் சொல்வது தவறாகவும் இருக்கலாம் என்று யோசிக்க ஆரம்பித்து விட்டேன். இருந்தாலுமே எத்தனை சீரியஸ் விவாதமாக இருந்தாலும் நாம் சொல்வது சரியாக இருக்க ஐம்பது சதவிகித வாய்ப்புதான் உள்ளது; எதிராளி சொல்வது சரியாக இருக்க ஐம்பது சதவிகிதம் என்று நினைத்துக் கொண்டுதான் பேசவே ஆரம்பிப்பேன்.

வாசகர் வட்ட உள்வட்டத்தில் ஒரு நண்பர். அவர் என்ன சொன்னாலும் ரொம்ப சரியாகவே தோன்றும். அப்படிப்பட்டவர் சமீபத்தில் "அமீத் ஷாதான் இந்தியாவின் விடிவெள்ளி; அவர் அடுத்த பிரதமராக வந்தால் இந்தியா இன்னும் நன்றாக ஒளிரும்" என்று சொன்னபோது கொஞ்சம் உஷாராகி விட்டேன். இனிமேல் இவரிடம் இலக்கியமும் சக்க வரட்டியும் பற்றி மட்டுமே பேசுவோம், அரசியல் வேண்டாம் என்று முடிவும் செய்து விட்டேன். தெரிகிறதா, நான் கொஞ்சம் திருந்தி வருகிறேன் என்று.

இந்தப் பின்னணியில் கணேஷ் சொல்வதைப் பார்க்கலாம். அதற்கும் முன்னால் மாடுகளைக் கொல்வது குறித்து மகாத்மா என்ன சொல்லியிருக்கிறார் என்பதைத் தெரிந்து கொண்டு மேலே செல்வோம்.

"ராஜேந்திர பாபு (டாக்டர் ராஜேந்திரப் பிரசாத்) 50000 தபால் கார்டுகளும் 30000 கடிதங்களும் பல ஆயிரக்கணக்கான தந்திகளும் வந்து குவிந்தன என்று என்னிடம் சொன்னார். எல்லாம் பசு வதையைத் தடை செய்ய வேண்டும் என்று கோரிக்கை வைக்கும் கடிதங்கள். ஏன் இத்தனை கடிதங்களும், தந்திகளும்? இவற்றால் எந்தப் பயனும் இல்லை.

எனக்கு இன்னொரு தந்தி வந்தது. ஒரு நண்பர் உண்ணாவிரதம் இருக்க ஆரம்பித்திருக்கிறார். பசு வதையைத் தடை செய்து இந்தியாவில் எந்தச் சட்டமும் இயற்றப்படக் கூடாது என்பதற்காக. ஹிந்துக்கள் பசு வதையில் ஈடுபடக் கூடாது

என்பதில் எனக்கு எந்தச் சந்தேகமும் இல்லை. பசுவை நேசிப்பவன் நான்.

கூரையின் மீது ஏறி நின்றுகொண்டு மத வேற்றுமை கூடாது என்று கூவுகிறோம். நம்முடைய பிரார்த்தனைகளின் போது குர்-ஆனை ஓதுகிறோம். ஆனால் இப்படி குர்-ஆனை ஓதச் சொல்லி யாரேனும் என்னைக் கட்டாயப்படுத்தினால் நான் அதை விரும்ப மாட்டேன். அப்படியிருக்கும்போது பசு வதை செய்யாதீர்கள் என்று நான் எப்படி ஒருவரைக் கட்டாயப்படுத்த முடியும்? இந்தியாவில் ஹிந்துக்கள் மட்டுமா இருக்கிறார்கள்? முஸ்லிம்கள், பார்ஸிகள், கிறிஸ்தவர்கள் மற்றும் பல மதத்தைச் சேர்ந்தவர்கள் இருக்கிறார்கள்.

இந்தியா ஹிந்துக்களின் தேசமாகி விட்டது என்று ஹிந்துக்கள் நினைத்தால் அது மிகவும் தவறானது. இந்த நிலத்தில் வாழும் அத்தனை பேருக்கும் இந்தியா உரித்தானது. இங்கே பசு வதைத் தடுப்புச் சட்டம் கொண்டு வந்தால் பாகிஸ்தானில் இதற்கு நேர் எதிராக நடக்கும். உதாரணமாக, சிலையை வணங்குவது ஷாரியத்துக்கு எதிரானது; எனவே ஹிந்துக்கள் யாரும் கோவிலுக்குப் போகக் கூடாது என்று அங்கே ஒரு சட்டம் கொண்டு வந்தால் என்ன செய்வது? நான் ஒரு கல்லிலே கூட கடவுளைக் காண்கிறேன் என்ற என்னுடைய நம்பிக்கையால் யாரை நான் துன்புறுத்துகிறேன்? நான் கோவிலுக்குப் போகக் கூடாது என்று தடுக்கப்பட்டாலும் நான் கோவிலுக்குப் போகத்தான் செய்வேன். எனவே, இந்தக் கடிதங்கள் தந்திகள் எல்லாவற்றையும் நிறுத்தி விடுங்கள். பணத்தை இப்படியெல்லாம் விரயம் செய்யக் கூடாது.

இது தவிர, சில பணக்கார ஹிந்துக்கள் பசு வதையை ஊக்கப்படுத்திக் கொண்டும் இருக்கிறார்கள். அதை அவர்கள் தங்கள் கரங்களால் செய்வதில்லை. ஆனால் யார் பசுக்களை ஆஸ்திரேலியாவுக்கும் மற்ற நாடுகளுக்கும் அனுப்புகிறார்கள்? அங்கேயெல்லாம்தான் அந்த மாடுகள் கொல்லப்பட்டு அவற்றின் தோலிலிருந்து காலணிகள் தயாரிக்கப்பட்டு இந்தியாவுக்கு வருகின்றன. எனக்கு ஒரு ஆசாரமான

வைஷ்ணவ ஹிந்துவைத் தெரியும். அவர் தன் குழந்தைகளுக்கு மாட்டு சூப்புதான் கொடுக்கிறார். நான் என்ன இது என்று கேட்டபோது மாட்டிறைச்சியை மருந்தாக உட்கொள்வதில் தவறு ஒன்றும் இல்லை என்றார். உண்மையான மதம் என்றால் என்னவென்று நாம் நினைத்துப் பார்ப்பதே இல்லை. வெறுமனே பசு வதையைத் தடை செய்ய வேண்டும் என்று கத்திக் கொண்டிருக்கிறோம். கிராமங்களில் மாடுகளின் மீது அவைகளால் தாங்கவே முடியாத அளவுக்கு சுமைகளை ஏற்றி அவைகளைக் கொடுமைப்படுத்துகிறார்கள். அந்தச் சுமைகள் அவைகளைக் கிட்டத்தட்ட கொன்றே விடுகின்றன. அதெல்லாம் பசு வதையில்லையா?”

அந்த உரையின் கடைசியில் மகாத்மா கூறுகிறார்:

“என்னுடைய முப்பது ஆண்டுக் கால போதனை எப்படி இந்த அளவுக்குப் பயனற்றுப் போனது என்று ஆச்சரியப்படுகிறேன். அகிம்சை என்பது கோழைகளின் ஆயுதமா என்ன? நாம் நிஜமாகவே வீரர்களாகவும் முஸ்லிம்களை நேசிப்பவர்களாகவும் இருக்க முடியும் என்றால், முஸ்லிம்கள் நமக்குத் துரோகம் செய்வது பற்றி நினைத்துக் கூட பார்க்க மாட்டார்கள். நேசத்துக்கு நேசத்தையே அவர்கள் நமக்கு அளிப்பார்கள். இந்தியாவில் இருக்கும் கோடிக்கணக்கான முஸ்லிம்கள் நமக்கு என்ன அடிமைகளா? எவனொருவன் மற்றவனை அடிமைப்படுத்துகிறானோ அவனும் அடிமையாகிறான். வாளை வாளால் சந்திப்போம், லத்தியை லத்தியால் சந்திப்போம், அடியை அடியால் சந்திப்போம் என்று சொன்னால், பாகிஸ்தானிலும் இதேதான் நடக்கும். அப்படி நடந்தால் நாம் வாங்கிய சுதந்திரம் நம் கை விட்டுப் போய் விடும் என்பதில் சந்தேகமே இல்லை.”

மேற்கண்ட உரையை அவர் சுதந்திரத்துக்குப் பிறகு பேசினாரா அல்லது அதற்கு முன்னரா என்று தெரியவில்லை. ஏனென்றால், இணையத்தில் பேசிய தேதி 25 ஜூலை 1947 என்று குறிப்பிடப்பட்டுள்ளது. இந்தத் தேதியில் எனக்கு சந்தேகம் உள்ளது.

யாராவது காந்தியின் குரலைக் கேட்டிருக்கிறீர்களா? காந்தி பேசுவதை, நடப்பதை காணொலியில் காண வேண்டும் என்ற ஆசையை விடுங்கள். காதாலாவது கேட்டிருக்கிறோமா? கேட்டதில்லை. ஏனென்றால், நாம் நன்றி கெட்டவர்கள். நமது மூத்தோரை வணங்கத் தெரியாதவர்கள். வணங்க மறுப்பவர்கள். நான் கூட சில சமயங்களில் வேடிக்கையாகச் சொல்வதுண்டு, மகாத்மாவா சுதந்திரம் வாங்கிக் கொடுத்தார், சுதந்திரம் கிடைத்ததில் ஹிட்லரின் பங்கு ஐம்பது சதவிகிதம்; எட்வினா ஸிந்த்தியாவின் பங்கு ஐம்பது சதவிகிதம் என்று. ஹிட்லர் இரண்டாம் உலகப் போரைத் தொடங்கியிருக்காவிட்டால் இங்கிலாந்து திவாலாகியிருக்காது. திவாலாகியிருக்காவிட்டால் இந்தியாவிலேயே இன்னும் கொஞ்ச நாள் தங்கியிருக்கும். எட்வினாவுக்கு நேருவின் மீது காதல். நேருவுக்கு சுதந்திரத்தின் மீது காதல். நேரு கேட்டதை எட்வினா கொடுத்தார். நகைச்சுவை இருக்கட்டும். காந்தியின் சாதனை சுதந்திரம் அல்ல; அஹிம்சை. அஹிம்சையை போதித்தது அல்ல; அதை வாழ்ந்து காட்டியது. அவர் மதத்தைத் தொடங்கவில்லை. தொடங்கியிருந்தால் அவர்தான் அடுத்த இயேசு.

பசு பற்றி நான் பல ஆண்டுகளாக யோசித்து வந்திருக்கிறேன். எல்லா மிருகமும் பசுவும் ஒன்றா? பசு இல்லையேல் இந்தியா இல்லை. இந்திய வாழ்க்கை இல்லை. இப்படி நான் நினைப்பது சரியா? இப்படியெல்லாம் குழம்புவேன். நேற்று முழுவதுமே காந்தியின் உரைகளை ஆடியோவில் கேட்டுக் கொண்டிருந்தேன். முதல் முதலாக அவர் குரலைக் கேட்கிறேன். அவரது ஆங்கில உச்சரிப்புப் படு மட்டமாக இருந்தது. பீப்பள் என்கிறார். ஆனால் சொல்லப்படும் கருத்துக்கள்? இருபது நூற்றாண்டுகளுக்கு ஒருமுறைதான் ஒருவரால் அப்படி சிந்திக்க முடியும். இந்திப் பேச்சும் சொல்லும்படி இல்லை. ஏதோ ஒரு வயதான கிழவர் திக்கித் திணறிப் பேசுவதைப் போல் இருக்கிறது. குரலும் மகா மட்டம். ஆனால் என்ன பேசுகிறார் என்று கவனித்தால், கடவுள் மனித அவதாரம் எடுத்தால் இப்படித்தான் பேசுவார் என்பது போல் இருக்கிறது.

பசு பற்றி காந்தி என்ன சொல்கிறார் என்று தொகுத்துக்

கொண்டேன். அதை நாம் கவனிக்க வேண்டும். இனி வருவது காந்தி:

பசு கருணையின் கவிதை. கருணையை மட்டுமே அந்த அன்பான பிராணியிடம் நாம் பார்க்க முடியும். லட்சக்கணக்கான இந்தியர்களின் தாய் பசு. பசுவைக் காப்பது என்பது கடவுளின் ஒட்டு மொத்த சிருஷ்டியையே காப்பதற்குச் சமம். அந்தப் புராதனமான ஞானி - அவர் யாராகவும் இருக்கட்டும் - அவர் பசுவிலிருந்தே தொடங்கினார். அவை வாயில்லா ஜீவன்கள் என்பதாலேயே ஐந்தறிவுப் பிராணிகளைக் காப்பாற்ற வேண்டும் என்று வலியுறுத்தினார்கள்.

மனிதனுக்கு அடுத்தபடியான ஜீவராசிகளில் பசுவே உன்னதமானது. மனிதனுக்குக் கீழே இருக்கும் அத்தனை ஜீவராசிகளிலும் முதன்மையான பசு அவைகளின் சார்பாக நீதி வேண்டி மனிதனிடம் மன்றாடுகிறது. "மானுடனே! எங்களைக் கொன்று எங்கள் மாமிசத்தைத் தின்னவோ எங்களை வதை செய்யவோ நீ படைக்கப்படவில்லை; நீ எங்களின் தோழனாகவும் பாதுகாவலானகவுமே படைக்கப்பட்டிருக்கிறாய்" என்று பசு அதன் கண்களின் வழியே நம்மிடம் பேசுகிறது.

நான் பசுவை வணங்குகிறேன். அதை வணங்கும் உரிமைக்காக மொத்த உலகையும் எதிர்க்க வேண்டியிருந்தாலும் அதற்குத் தயங்க மாட்டேன்.

நம்மைப் பெற்றெடுத்த தாயை விடவும் கோமாதா பல வகைகளிலும் உயர்வானது. நம் தாய் நமக்கு ஒருசில ஆண்டுகள் பால் தருகிறாள். பிறகு நாம் வளர்ந்ததும் அவளுக்கு சேவை செய்ய வேண்டுமென எதிர்பார்க்கிறாள். ஆனால் கோமாதா நம்மிடமிருந்து புல்லையும் நீரையும் தவிர வேறு எதையுமே எதிர்பார்ப்பதில்லை. நம் தாய் அவ்வப்போது நோய்வாய்ப்படுகிறாள். அப்போது நாம் அவளுக்குப் பணி புரிய வேண்டும் என எதிர்பார்க்கிறாள். கோமாதா மிக அரிதாகவே நோய்வாய்ப்படுகிறது. பசுவின் சேவை ஈடு இணையில்லாதது; ஏனென்றால், அது இறந்த பிறகும்கூட அது நமக்கு உதவி செய்கிறது. நம் தாய் இறந்தால் அவர்களை

அடக்கமோ தகனமோ செய்யும் பொருட்டு நமக்கு செலவுதான் ஆகிறது. ஆனால் கோமாதா இறந்த பிறகும் அது உயிரோடு இருந்ததைப் போலவே உபயோகமாகத்தான் இருக்கிறது. அதன் மாமிசம், அதன் எலும்புகள், அதன் இரைப்பை, குடல், கொம்பு, தோல் எல்லாமே மனிதனுக்குப் பயன்படுகின்றன. இப்படிச் சொல்வதால் நான் நம் தாயைக் குறைத்துச் சொல்வதாக எடுத்துக் கொண்டு விட வேண்டாம். ஏன் நான் பசுவை வணங்குகிறேன் என்பதற்கான காரணங்களையே உங்களுக்கு விளக்கிக் கொண்டிருக்கிறேன்.

பசுவை நேசித்தல் என்பது மனிதப் பரிணாம வளர்ச்சியில் ஓர் அற்புதமான கட்டம் எனக் கருதுகிறேன். அது மனிதனை தன் சக ஜீவிகளைக் காட்டிலும் உயர்ந்த நிலைக்குக் கொண்டு செல்கிறது. பசு, மனிதர்களுக்குக் கீழான ஜீவராசிகளின் உலகைக் குறிக்கிறது. ஆக, பசுவின் மூலமாகவே மனிதன் தன்னுடைய மேலான அடையாளத்தை உணர்கிறான். பசு ஏன் சிருஷ்டியின் உச்சமாகத் தேர்ந்தெடுக்கப்பட்டது என்பது தெளிவாக இருக்கிறது. இந்தியாவில் பசுதான் மனிதனின் மிகச் சிறந்த தோழமை. பசுதான் அவனுக்கு ஏராளமானவற்றைக் கொடுக்கிறது. பால் மட்டுமல்ல; இந்திய விவசாயமே பசுவினால்தான் சாத்தியமாயிற்று. இந்த உலகுக்கு ஹிந்து தர்மம் கொடுத்த கொடை, பசு. பசுவைக் காப்பாற்றக் கூடிய ஹிந்துக்கள் இருக்கும் வரை ஹிந்து தர்மமும் இருக்கும். ஹிந்துக்களின் அடையாளம் அவர்கள் நெற்றியில் இட்டுக் கொள்ளும் விபூதியோ திலகமோ அல்ல; அவர்கள் உச்சரிக்கும் மந்திரங்கள் அல்ல; அவர்கள் மேற்கொள்ளும் புனித யாத்திரைகள் அல்ல; அவர்கள் மிகத் தீவிரமாக அனுசரிக்கும் ஜாதிய நடைமுறைகள் அல்ல; அவர்கள் பசுவை எந்த அளவுக்கு நேசிக்கிறார்கள் என்பதே அவர்களின் அடையாளம்.

ஆனால் பசுவைக் காப்பாற்றுவதற்காக நான் ஒரு மனிதனைக் கொல்ல மாட்டேன். ஏனென்றால், ஒரு மனிதனைக் காப்பாற்றுவதற்காக ஒரு பசுவையும் கொல்ல மாட்டேன். இரண்டு உயிர்களுமே எனக்குச் சமமானதுதான். இதற்கு

மாற்றுக் கருத்து கொண்டவர்கள் இருக்கலாம். அவர்களின் மன மாற்றத்தை என்னுடைய நன்னடத்தையின் மூலம் மட்டுமே அடைய முடியும் என்பதை என் மதம் எனக்குக் கற்பித்திருக்கிறது. பசு வதைத் தடையை நீங்கள் ஒருபோதும் சட்டத்தின் மூலம் கொண்டு வர முடியாது. கல்வி, ஞானம், பசுவின் மீதான பரிவுணர்ச்சி ஆகியவற்றின் மூலம் மட்டுமே அதற்கு ஒரு முடிவைக் கொண்டு வர முடியும். என்னுடைய ஆசை என்னவென்றால், உலகம் பூராவுமே பசு வதை தடுக்கப்பட வேண்டும் என்பதுதான். ஆனால் முதலில் அதற்கு என்னுடைய இல்லத்தை நான் சரி பண்ணியாக வேண்டும். பசுவைக் காப்பாற்றுவது என்பது என்னைப் பொருத்தவரை வெறுமனே பசுவைக் காப்பாற்றுவது மட்டும் அல்ல. பசு இந்த உலகில் ஆதரவற்று இருக்கிறது, பலஹீனமாக இருக்கிறது என்பதைப் பரிவுடன் புரிந்து கொள்வதுதான்.

மக்கள் நினைக்கிறார்கள், சட்டம் கொண்டு வந்து விட்டால் ஒரு வழக்கத்தை முடிவுக்குக் கொண்டு வந்து விடலாம் என்று. இது நம்மை நாமே ஏமாற்றிக் கொள்வதாக மட்டுமே இருக்கும். ஒருசில தீயவர்களால் செய்யப்படும் குற்றங்களை ஒழிப்பதற்கு வேண்டுமானால் சட்டம் தேவைப்படலாம். ஆனால் பொதுமக்களில் ஒரு சாராரின் பொது நம்பிக்கையை சட்டத்தினால் மாற்றி விட முடியாது.”

பசு பற்றி காந்தி நிறைய பேசியும் எழுதியும் இருக்கிறார். பசுவை நேசிக்கிறேன் என்றால் அதற்காக என் உயிரையும் கொடுப்பேனே தவிர என் சகோதரனின் உயிரை எடுக்க மாட்டேன்.

பசு வதையும் மனித வதையும் என்னைப் பொருத்தவரை ஒன்றுதான்.

உலகில் எந்த இடத்திலும் இந்தியாவில் இருப்பதைப் போன்ற எலும்பும் தோலுமான மாடுகளைப் பார்க்க முடியாது. இத்தனைக்கும் இந்தியா பசுவை வணங்கும் தேசம்.

இந்திய வாழ்க்கையில் மாடுகளின் பங்கு பற்றி மகாத்மா

கோடி காட்டியுள்ள திசையில் யோசித்தால் பல்வேறு விஷயங்களைப் புரிந்து கொள்ள முடியும். மாடுதான் இங்கே கிராமப் பொருளாதாரத்தின் ஆதாரமாகவே இருந்திருக்கிறது. உழவிலிருந்து போக்குவரத்து வரை.

ஆனால் எக்காரணம் கொண்டும் இப்போதைய ஹிந்துத்துவவாதிகளின் பசுப் பாதுகாப்புத் தீவிரவாதத்தோடு மஹாத்மாவின் கோட்பாடுகளை சேர்த்துப் பார்க்கக் கூடாது. பசுவின் பாதுகாப்புக்காக என் உயிரைக் கொடுப்பேன் என்கிறார் மஹாத்மா. ஹிந்துத்துவவாதிகளோ மற்றவர்களின் உயிர்களை எடுக்கிறார்கள். இரண்டையும் நீங்கள் ஒருபோதும் இணைத்துப் பார்க்கலாகாது.

இனிமேல்தான் கணேஷின் கடிதத்துக்குள் செல்ல இருக்கிறேன்...

17.4.2020.

22

இன்னும் கணேஷுக்கான பதிலை ஆரம்பிக்கவே இல்லை. அதற்குள் பத்தரை ஆகி விட்டது. தூக்கம் கண்களைச் சுழற்றுகிறது. நாளை மதியத்துக்குள் இதன் தொடர்ச்சியை எழுதி விடுவேன்.

மாடு, பூனை, நாய் உண்பவர்களை நான் கொடூரமானவர்களாக நினைக்கவில்லை. எப்படி நாயை உண்கிறார்கள் என்ற பதற்றத்தையே நான் அப்படி வெளிப்படுத்தினேன். மீனும் நாயும் ஒன்று அல்ல. மீனும் மாடும் ஒன்று அல்ல. மீனும் யானையும் ஒன்று அல்ல. மீனும் குதிரையும் ஒன்று அல்ல. மீனும் ஒட்டகமும் ஒன்று அல்ல. இதை நான் எக்ஸைலில் விளக்கியிருக்கிறேன்.

ஒன்றறி வதுவே உற்றறி வதுவே
இரண்டறி வதுவே அதனொடு நாவே
மூன்றறி வதுவே அவற்றொடு மூக்கே
நான்கறி வதுவே அவற்றொடு கண்ணே
ஐந்தறி வதுவே அவற்றொடு செவியே
ஆறறி வதுவே அவற்றொடு மனமே
நேரிதின் உணர்ந்தோர் நெறிப்படுத்தினரே...

ஓரறிவு உயிர்கள் - உடம்பினாலே உணரும் உயிர்கள் - தாவரங்கள்.

ஈரறிவு உயிர்கள் - உடம்பு மற்றும் வாய் - நத்தை, சங்கு, சிப்பி, மீன்.

மூன்றறிவு உயிர்கள் - உடம்பு, வாய், மூக்கினால் அறியும் உயிர்கள் - எறும்பு, அட்டை போன்றன.

நான்கறிவு - உடம்பு, வாய், மூக்கு, கண் - நண்டு, வண்டு போன்றன.

ஐந்தறிவு - உடம்பு, வாய், மூக்கு, கண், செவி - மாடு, யானை, ஆ, நாய் போன்றன.

ஆறறிவு - மேற்கண்ட ஐந்தோடு மனமும் சேர்கிறது.

அடுத்த பாடல்:

புல்லும் மரனும் ஓரறி வினவே
பிறவும் உளவே அக்கிளைப் பிறப்பே...
நந்தும் முரளும் ஈரறி வினவே
பிறவும் உளவே அக்கிளைப் பிறப்பே...
சிதலும் எறும்பும் மூவறி வினவே
பிறவும் உளவே அக்கிளைப் பிறப்பே...
நண்டும் தும்பியும் நான்கறி வினவே
பிறவும் உளவே அக்கிளைப் பிறப்பே...
மாவும் புள்ளும் ஐயறி வினவே
பிறவும் உளவே அக்கிளைப் பிறப்பே...
மக்கள் தாமே ஆறறி வுயிரே
பிறவும் உளவே அக்கிளைப் பிறப்பே...

தொல்காப்பியம் பொருள் அதிகாரத்தில் உள்ள இந்தப் பாடல்களை எக்ஸைல் நாவலில் கொடுத்து விளக்கமும் எழுதியிருக்கிறேன். ஆனாலும் தமிழ்ச் சூழலில் சொன்னதையே திரும்பத் திரும்ப சொல்ல வேண்டிய கட்டாயம் இருப்பதால் மீண்டும் சொல்கிறேன். புல்லும் மரனும் ஒரு அறிவு மட்டுமே உள்ள ஜீவிகள். புல் என்றால் தமது வித்துக்களில் ஒரு வித்திலைக் கொண்ட தாவரம். உதாரணம்: நெல், கோதுமை, தென்னை.

வித்திலை என்றால், விதை இலை. ஆங்கிலத்தில் *monocotyledon*. மோனோகோட்டிலிடான். மோனோ என்றால் ஒன்று. *Cotyledon* என்றால் விதையிலை. அதாவது, ஒரு விதையைத் தன் வித்தில் வைத்திருக்கும் தாவரங்கள். மரன் என்றால், *Dycotyledon*. டை என்றால் இரண்டு. ஆக, இரு வித்திலைத் தாவரங்கள். அவை, மா, பலா, வேம்பு, தேக்கு போன்றன.

முதலில் குறிப்பிட்ட பாடலில் மிகத் தெளிவாக பரிணாம வளர்ச்சி பற்றிக் கூறுகிறார் தொல்காப்பியர். ஆனால் ஆங்கில அடிமைகளான நாம் பரிணாம வளர்ச்சியைக் கண்டு பிடித்தவர் சார்ல்ஸ் டார்வின் என்று சொல்லிக் கொண்டிருக்கிறோம். ஆனால் மூவாயிரம் ஆண்டுகளுக்கு முன்பே தொல்காப்பியர் தெளிவாகச் சொல்லியிருக்கிறார். இல்லை, தொல்காப்பியர் கண்டுபிடித்துச் சொல்லவில்லை. கடைசி வரியைப் பாருங்கள். நான் சொல்லவில்லை, என் முன்னோர் சொன்னார்கள் என்கிறார். நேரிதின் உணர்ந்தோர் நெறிப்படுத்தினரே. அவர்கள் நெறிப்படுத்தியதையே நான் இங்கே சொல்கிறேன். இது தொல்காப்பியர். அடுத்த பாடல்களில், இன்னின்ன உயிர்கள் இன்னின்ன குணங்கள் என்று வகுக்கிறார்.

"புல்லும் மரனும் ஓரறிவினவே. சரி. ஆனால் மோனோகோட்டிலிடான், டைகோட்டிலிடான் என்ற தாவரவியல் உண்மையை நீயேதானே இந்தப் புல்லும் மரனுமில் ஏற்றி விட்டு ஜல்லியடிக்கிறாய்?" என்று நீங்கள் நினைக்கலாம். இல்லை. இதையும் தொல்காப்பியரே தான் சொன்னது என்ன என்று வேறொரு பாடலில் மிகத் தெளிவாக விளக்குகிறார்.

> *"புறக்காழனவே புல் என மொழிப*
> *அகக்காழனவே மரனென மொழிப."*

இங்கேயும் கவனியுங்கள், தொல்காப்பியர் "நான் சொல்லவில்லை; என் முன்னோர் மொழிவர்" என்கிறார். புறக்காழ், அகக்காழ் என்றால் என்ன? தென்னை பனை போன்றவை புறக்காழ் உள்ள புற்கள். அதாவது, வெட்டப்பட்ட தென்னை பனையின் உள்ளே சொதியாகவும், வெளியே வைரம் பாய்ந்தும் இருக்கும். இது புறக்காழ். மேலும் புறக்காழ்

தாவரங்களுக்குக் கிளை இருக்காது. விதைகளும் இரண்டாகப் பிளவுபட்டிருக்காது. இவை புல்லினம் என்று அழைக்கப்பட்டன. தென்னை, பனை, நெல், கரும்பு, மூங்கில் எல்லாம் புல்லினம். அகக்காழ் தாவரங்கள் மரம் என அழைக்கப்பட்டன. விதை இரண்டாகப் பிளவுபட்டிருக்கும். கிளைகள் இருக்கும். உதாரணம்: மா, பலா, புளி, வேம்பு, இலுப்பை, புன்னை, வாகை, தேக்கு. இதையெல்லாம் இன்றைய தாவரவியலில் சமீபத்தில் கண்டுபிடித்ததாக எண்ணிப் படிக்கிறார்கள். இங்கே தொல்காப்பியத்தில் மூவாயிரம் ஆண்டுகளுக்கும் முன்னே அறிவியல்ரீதியாக வகைப்படுத்தப்பட்டுள்ளது. பாடலில் பிறவும் உளவே அக்கிளைப் பிறப்பே என்று வருகிறது. இந்தக் கிளையில் இப்போது சொல்லப்பட்ட இரண்டோடு கூட இன்னும் உள்ளன என்று பொருள். ஆனால் மனிதனைப் போல் என்ன உள்ளது என்று முதலில் மிகவும் குழம்பினேன். பிறகு உரையாசிரியர் அது அரக்கர், தேவர் என்று விளக்கியிருக்கிறார்.

இன்னொரு விஷயம். சங்கப் பாடல்களில் ஏதோ ஒன்றின் உரையில் படித்தேன். கூரான இலையுள்ள மரங்கள் பிராண வாயுவை அதிகம் விடும். அதனால்தான் கூரான இலைகளைக் கொண்ட வேப்பமரம், மாமரம் போன்ற மரங்களை வீட்டில் வைத்தார்கள். மொழுக்கையான இலைகளை உடைய புளியமரம் போன்றவற்றை சாலைகளில் வைத்தார்கள். இத்தனை பாகுபாடுகள் இருக்கும்போது நாம் “மாட்டுக்கும் உயிர் இருக்கு, மீனுக்கும் உயிர் இருக்கு. ரெண்டையும் அடிச்சி தின்னா என்னா தப்பு?” எனக் கேட்கிறோம்.

17.4.2020.

23

எதை எழுதுவது எதை விடுவது என்றே தெரியவில்லை. என் அம்மா அசைவ உணவுப் பழக்கம் கொண்டவர்தான். எங்கள் வீட்டில் வாரம் மூன்று நாளாவது மீன் இருக்கும். நைனா காய்கறி வாங்கினதாக எனக்கு ஞாபகமே இல்லை. ஊரில் அப்போது காய்கறிக் கடையும் இல்லை. தெருவிலும் யாரும் காய் விற்றுக் கொண்டு போய் பார்த்ததில்லை. முதல் விஷயம் ஐம்பதுகளில் நாகூரைப் போன்ற ஒரு சிற்றூரில் காய்கறியெல்லாம் கடைகளில் வாங்கக் கூடியது என்றே எங்களுக்குத் தெரியாது. வீட்டுக் கொல்லையில் விளையும் காய்கறிகள்தான் சமையலுக்கு. கீரை இருக்கும். மற்றபடி கொடி வகைகள்தான். சுரைக்காய், பூசணிக்காய், பறங்கிக் காய் இப்படி. கொத்தாச்சாவடியில் ராமு பழக்கடை இருந்தது. அங்கேதான் கருணைக் கிழங்கு, உருளைக் கிழங்கு போன்ற "காய்கறி"களைப் பார்த்திருக்கிறேன். கடையின் முன்னே வாழைப்பழத் தார் தொங்கும். அதனால்தான் பழக்கடை என்று பெயர். மற்றபடி காய்கறிக்கடை என்றால் என்னவென்றே தெரியாது.

அம்மா கோழி வளர்ப்பார்கள். மீனோ கீரையோ கிடைக்காத நாட்களில் அந்தக் கோழி குழம்பாக மாறி விடும். அம்மாதான்

கோழியின் கழுத்தை அரிவாள்மனையில் அறுப்பார்கள். அப்போதெல்லாம் எனக்கு அதன் வலி தெரிந்ததில்லை. அம்மாவுக்கும்தான். மீன் கழுவும் போதெல்லாம் நாலைந்து பூனைகளுக்கு மீன் குடல் கிடைக்கும். காகங்களும் சாப்பிடும். பாம்பு அதிகம். பாம்பு வீட்டுக்குள் வந்து விட்டால் யாருமே அடிக்க மாட்டோம். அடிப்பது பற்றி யோசித்தது கூட இல்லை. அம்மாதான் "கொழந்தைங்க பயப்படுதுடா, போய்டு, அம்மா வந்து பால் குடுக்குறேன்" என்று குரல் கொடுப்பார்கள். பாம்பும் பதவிசாகப் போய் விடும். அம்மா போய் பால் வைத்து விட்டு வருவார்கள். அதேபோல் காகங்களுக்கு உணவிடாமல் நாங்கள் ஒருநாளும் சாப்பிட்டதில்லை. இதுதான் இந்தியாவில் எல்லா தாய்மார்களின் கதையும்.

என் அம்மாவிடம் நீங்கள் பூனை வளர்த்திருக்கிறீர்களா என்று கேட்டால் அவர்களுக்கு அந்தக் கேள்வியே புரியாது. பூனையை எப்படி வளர்க்க முடியும்? ஆக, எல்லா ஜீவராசிகளும் மனிதர்களோடு இருந்து சகஜமாக வாழ்ந்தன. யாரும் எதையும் வளர்ப்பதில்லை. அதே சமயம் உணவுக்காக அடித்தும் சாப்பிடத் தயங்கினதில்லை. மாட்டைத் தவிர. ஏனென்றால், மாடு குல தெய்வம். இந்தியர்களின் குல தெய்வம் என்றுதான் எழுத கை வருகிறது. ஆனால் எல்லா இந்தியர்களின் சார்பாகவும் நான் எப்படி எழுத முடியும்? அதனால் கொஞ்சம் மாற்றி ஹிந்துக்களின் குல தெய்வம் என்று எழுத வேண்டியிருக்கிறது.

காந்தி பல விஷயங்களை சொல்லவில்லை. கோடி காட்டி விட்டுப் போய் விட்டார். அல்லது வேறு எங்காவது எழுதியோ பேசியோ இருக்கலாம். மாடு இல்லாமல் இந்தியர்களின் வாழ்க்கை இல்லை. போக்குவரத்து, வேளாண்மை ஆகியவற்றோடு கூட, இன்னும் மனித வாழ்வின் அத்தனை விஷயங்களிலும் மாடு இருந்தது. ஒரு புது வீட்டுக்குக் குடி போக வேண்டும் என்றால் கூட பசுதான் முதலில் அந்த வீட்டின் உள்ளே போக வேண்டும். திருமணத் தம்பதி ஆனாலும் பசுவின் ஆசீர்வாதம்தான் முதல். குல தெய்வம்தான் தம்பதியை முதல் ஆசீர்வாதம் செய்ய வேண்டும். உடம்பு சரியில்லையா,

பசுவின் சிறுநீர்தான் மருந்து. இதைக் கிண்டல் செய்பவர்களை அடி மடையன்கள் என்றே சொல்வேன். ஏனென்றால், இது எதுவுமே நம்பிக்கை இல்லை. முழுக்க முழுக்க அறிவியல். இந்திய அறிவியல். சித்தர்களின் அறிவியல். ஹிந்துத்துவாவைச் சேர்ந்தவனும் செய்கிறான் என்பதற்காக திருமூலரையும் தன்வந்தரியையும் அகத்தியரையும் நான் மறுதலிக்க முடியுமா, சொல்லுங்கள்?

பசுவின் சிறுநீருக்கு மருத்துவ குணம் உண்டு; பசுவின் சிறுநீர் மட்டுமல்ல; கழுதை, குதிரை, ஒட்டகம், யானை, எருமை, வெள்ளாடு, செம்மறியாடு போன்ற பிராணிகளின் சிறுநீரிலும் மருத்துவ குணம் உண்டு என்று சொல்கிறது அஷ்டாங்க ஹ்ருதயம் என்ற ஆயுர்வேத நூல். இது ஏதோ போகிற போக்கில் சொல்லிச் செல்வதல்ல. அந்த நூல் ஆயுர்வேதப் பட்டப்படிப்பின் பாடத் திட்டத்தில் சேர்க்கப்பட்டுள்ளது.

வில்வாதி குடிகா என்ற ஒரு பிரபலமான ஆயுர்வேத மருந்து உள்ளது. அது ஒரு விஷமுறி மருந்து. பாம்புக் கடி, தேள் கடி, சிலந்திக் கடி, எலிக் கடி, வாய்வுத் தொல்லை, காலரா, அஜீர்ணம் மற்றும் ஜுரத்துக்குக் கொடுக்கப்படும் மருந்து இது. வில்வ இலை, துளசி, புங்கப் பழம், தகரை, திரிபலா, திரிகடுகம், மஞ்சள், தேவதாரு, மரமஞ்சள் மற்றும் வெள்ளாட்டு மூத்திரம் என்ற பத்து மூலிகைகள் சேர்ந்தது இந்த மருந்து. இப்படி பத்து என்று சொல்வது கூட தவறு. ஏனென்றால், திரிபலா என்றால் நெல்லிக்காய், கடுக்காய், தான்றிக்காய் ஆகிய மூன்று மூலிகைகளின் கலப்பு. வில்வாதி குடிகா மருந்தில் என்னென்ன மூலிகைகள் கலந்துள்ளன என்ற பட்டியலின் கடைசியில் அஜமூத்ரா என்று எழுதியிருக்கும். அஜமூத்ரா என்றால் வெள்ளாட்டு மூத்திரம்.

கோரோஜனை என்ற மருந்து பற்றிக் கேள்விப்பட்டிருப்பீர்கள். இப்போது நாற்பது வயதைத் தாண்டியவர்கள் குழந்தையாக இருந்தபோது நிச்சயம் கோரோஜனை ஒருமுறையாவது அவர்களுக்குக் கொடுக்கப்பட்டிருக்கும். சிறு குழந்தைகளுக்குக் கபம், மாந்தம், சீதளம், இருமல், ஜுரம் போன்ற

பிரச்சினைகளுக்குக் கோரோஜனை கொடுப்பார்கள். இப்போது எல்லாமே அலோபதியாகிவிட்டபடியால் யாருக்கும் கோரோஜனை பற்றித் தெரிய வாய்ப்பில்லை.

இந்தக் கோரோஜனை இன்னொரு முக்கியமான விஷயத்துக்கும் பயன்படுகிறது. இதற்கு நாம் அஷ்டமாசித்தி என்பது பற்றித் தெரிந்து கொள்ள வேண்டும். (ஒவ்வொரு சித்திக்கும் எட்டு மூலிகைகள் தேவை. ஆக, 64 மூலிகைகள் அடிப்படை மூலிகைகள்.)

1. உச்சாடனம் - மூலிகைகளை அடித்து மந்திர உச்சாடனம் செய்து விஷத்தை இறக்குவது. (பேயையும் இப்படித்தான் ஓட்டுவர்!)
2. ஆகர்ஷணம் - பேய், பிசாசு, தேவதை மற்றும் இறந்தவர்களை - அதாவது, ஆவிகளை - வரவழைத்துப் பேசுதல்.
3. பேதனம் - பேதலிக்கச் செய்தல் (செய்வினை செய்து புத்தியை பேதலிக்கச் செய்வார்கள் இல்லையா, அந்த மாதிரி)
4. மோகனம் - மயங்கச் செய்தல் (ஹிப்னாடிசம்)
5. வசியம் - விளக்கம் தேவையில்லை
6. துவேஷனம் - ஒருவரிடம் வெறுப்பை உண்டாக்குதல்
7. மாரணம் - வன்முறை எதுவும் பிரயோகிக்காமல் எதிரியைக் காலி செய்தல்; தூரத்தில் இருந்து கொண்டே ஒருவரை மரணிக்கச் செய்தல்
8. தம்பனம் - ஸ்தம்பிக்கச் செய்தல் என்கிறோம் இல்லையா, அதுதான். ஒருவரது செயலை நிறுத்துதல்.

இந்த எட்டாவது சித்தை மட்டும் கோரோஜனையின் உதவியுடன் சோதித்துப் பார்த்திருக்கிறேன். நூறு சதவிகித வெற்றி. தம்பனம் என்பதைக் கட்டுதல் என்றும் சொல்வர். முற்போக்குத் தம்பிகள் அனைவரும் இதைச் செய்து பார்க்கலாம். விந்து தம்பனம் என்பார்கள். ஒரு கிராம் கோரோஜனையை நாட்டு

மருந்துக் கடையில் வாங்குங்கள். ஆனால் கலப்படமில்லாத ஒரிஜினல் கோரோஜனையாக இருந்தால் நலம். ஒரு கிராம் நூறு ரூபாய் என்றால் அது கலப்பட கோரோஜனை. 500 ரூபாய் என்றால் ஒரிஜினல். கடைக்காரரே உண்மையைச் சொல்லி விடுவார். அவரிடமே சொல்லி வைத்தால் ஒரிஜினல் கிடைக்கும். அங்கேயே பச்சைக் கற்பூரமும் கேட்டு வாங்கிக் கொள்ளுங்கள். இப்போது ஒரு கிராம் கோரோஜனையையும் கொஞ்சமாக பச்சைக் கற்பூரத்தையும் கல்வத்தில் போட்டு நைசாக அரைத்து எடுத்து அதை எங்கே தேவையோ அந்த இடத்தில் தடவிக் கொண்டு காரியத்தில் இறங்கினால் தம்பி தம்பித்து விடுவான். அதாவது பழைய நிலைக்கே போக மாட்டான். வயகரா கியகரா எல்லாம் இதற்கு முன்னால் பிச்சை கேட்க வேண்டும்.

இந்தக் கோரோஜனை, வயகாரா போன்றவற்றுக்கும் நாம் பேசிக் கொண்டிருந்த பசு சமாச்சாரத்துக்கும் என்ன சம்பந்தம் என்கிறீர்களா? கோரோஜனை என்றால் என்ன தெரியுமா? பதினைந்து வயதைத் தாண்டிய நாட்டுப் பசுவின் வயிற்றில் உள்ள பித்தப்பையில் உள்ள பித்தம்தான் கோரோஜனை. காராம்பசுவாக இருந்தால் இன்னும் சிலாக்கியம். மாடு தானாக இறந்த பிறகு இந்தக் கோரோஜனையை மாட்டின் பித்தப்பையிலிருந்து எடுப்பார்கள். இதைக் காய வைத்து மருந்துக்கும் மாந்த்ரீகத்துக்கும் பயன்படுத்துவர். இதில் விசேஷம் என்னவென்றால், அதிகம் துன்புறுத்தப்பட்ட மாடுகள் (தார்க்குச்சி இத்யாதி) என்றால் அதன் வயிற்றில் இந்தக் கோரோஜனை இருக்காது. (கஸ்தூரி மானிலிருந்தும் கோரோஜனை எடுக்கப்பட்டதாகத் தெரிகிறது. ஆனால் இப்போது அது கிடைப்பதில்லை.)

(பசுவின் சிறுநீரைப் பயன்படுத்தும்போது கவனிக்க வேண்டியவை: பசு நோய்வாய்ப்பட்டிருக்கக் கூடாது. காலை மாலை வேளைகளில் மட்டுமே அதன் சிறுநீரை எடுக்க வேண்டும். முதலில் வரும் சிறுநீரையும் கடைசியில் வருவதையும் விட்டுவிட்டு இடைப்பட்ட நேரத்தில் வருவதையே

எடுக்க வேண்டும். எடுத்த சிறுநீரை எட்டாக மடிக்கப்பட்ட துணியில் வடிகட்டிப் பயன்படுத்தலாம். இது ஆயுர்வேதத்தில் சொல்லப்பட்டது.)

மாந்த்ரீகத்தில் கோரோஜனைக்கு இன்னொரு பலன் சொல்லப்படுகிறது. மேலே குறிப்பிட்ட மோகனம்தான் அது. கோரோஜனை பற்றித் தெரிந்தவர்களும் தாந்த்ரீகத்தில் நம்பிக்கை உள்ளவர்களும் கோரோஜனையை சந்தனத்துடன் கலந்து நெற்றியில் இட்டுக் கொள்வதைப் பார்த்திருக்கிறேன்.

தம்பனம் என்றதும் எனக்கு வேறு ஒரு முக்கியமான விஷயம் ஞாபகம் வருகிறது. அது கொஞ்சம் மஹாத்மா விஷயத்துக்கு சம்பந்தம் இல்லாதது. சற்று எதிரானதும் கூட. இருந்தாலும்... இன்றைய காலகட்டத்தில் உலகம் முழுவதுமே ஆண் பெண் தாம்பத்ய உறவில் தீராத சிக்கல் இருந்து வருகிறது. ஆஃப்கன், பாகிஸ்தான் போன்ற நாடுகளில் அந்தப் பிரச்சினை இல்லையே தவிர மற்ற எல்லா நாடுகளிலும் அது பரவலாகக் காணப்படுகிறது. ஆனால் ஆஃப்கன், பாகிஸ்தான் போன்ற நாடுகளில் நிலவும் ஆணாதிக்கம் ஆண் பெண் உறவில் வேறு பல மோசமான விளைவுகளை உண்டாக்குகின்றன. அது வேறு. தாம்பத்ய உறவுச் சிக்கலுக்குக் காரணம், துரித ஸ்கலிதம். இதற்கு ஒரு அபாரமான மருந்தைச் சொல்கிறார்கள் அகத்தியரும் கோரக்கரும்.

காமப்பா கலவியிலே தம்பனத்தைக் கேளு
கட்டாக நிஷ்டைமுறை கருத்தில் வையே
வையப்பா வாசிதனை மூலத்தூட்டி
மகத்தான மூலமதால் ரேசகத்தை பற்றி
செய்யப்பா பூரகத்தில் கும்பகத்தில் நின்று
செபித்திடுவாய் வசியசிவ வென்று மாறி
பய்யப்பா பாவையர்மேல் ஆசைகொண்டால்
பதறாது விந்துவது செயமாய் நிற்கும்
மெய்யப்பா இம்மொழியை உலகத்தோர்க்கு
விள்ளாதே குற்றம்வரும் செயமாய் நில்லே".

-அகத்தியர் கலைஞானம் 1200

போகத்தில் இந்திரியம் பொங்கா துய்யா
புத்தியுடன் புகன்றிடுவேன் அறிந்து கொள்வீர்
பாகமுடன் பரிஎன்ற வாசி பூட்டிப்
பக்குவமாய் ஓம்சிவய வசிஎன்றே
ஏகமனம் பேசாது நூறு செப்பி
எகராமல் கும்பித்துப் புணர்வாயானால்
தாகமுறும் மாமயில் ஆசை நீங்கும்
தங்கிவிடும் உன்விந்திந்த விதமுமாமே.

-கோரக்கர், சந்திரரேகை.

அகத்தியர், கோரக்கர் இருவர் சொல்வதும் ஒன்றேதான். புணர்ச்சிக்கு முன்னே சிவயவசி என்று நூறு முறை சொல்லுங்கள். அவ்வளவுதான் மேட்டர். என்ன இது மூட நம்பிக்கை என்று உங்களுக்குத் தோன்றும். மனதைக் கட்டுதல். மனத் தம்பனம். கோபத்திலோ அதீத துக்கத்திலோ நம்முடைய சர்க்கரை அளவு, ரத்த அழுத்தம் எல்லாம் தாறுமாறாக எகிறுகிறது அல்லவா? மருத்துவர்கள் நம்மை உணர்ச்சிவசப்படாதீர்கள் என்கிறார்கள். மனதை ஒருமுகப்படுத்தினால் இதெல்லாம் கட்டுப்படும். தியானம். சிவ என்று வருகிறதே என்றால், இந்த இடத்தில் ஜீஸஸ் என்று வைத்துக் கொள்ளுங்கள். மனம் ஒருமுகப்பட வேண்டும். அவ்வளவுதான். இது உடல் விஞ்ஞானம்தான். ஒரே வார்த்தையை நூறு முறை சொல்லும்போது சுவாசம் சீராகிறது. சுவாசம் சீரானால் எல்லாமே சீராகிறது.

ஹிந்துத்துவவாதிகள் பசுவின் சிறுநீரைக் குடிக்கிறார்கள். அதைப் பார்த்து மதச்சார்பற்ற நடுநிலையாளர்கள் கேலி பேசுகின்றனர். நான் இருவரின் பக்கமும் இல்லை என்பதைத் தெளிவாகச் சொல்லிவிடுகிறேன். ஆனால் ஹிந்துத்துவவாதி பசுவின் சிறுநீரைக் குடிக்கிறான் என்பதற்காக அதை நான் ஏகடியம் பேச மாட்டேன். ஏனென்றால், ஹிந்துத்துவவாதி செய்கிறான் என்பதற்காக நான் எனது ஆதி விஞ்ஞானிகளை நிராகரிக்க முடியாது. இந்த ஹிந்துத்துவவாதிகளுக்காக நான் தன்வந்தரியையும் அகத்தியரையும் போகரையும் கோரக்கரையும் மறுதலிக்க முடியாது. எத்தனை பேர் கிண்டல் செய்தாலும்

பசுவின் சிறுநீர் இந்தியாவில் புனித நீர்தான். (கோமியம் என்றால் பசுவின் சிறுநீர் அல்ல; பசுஞ்சாணமே கோமியம்)

பசுவின் சிறுநீரையோ அல்லது சாணத்தைக் கலந்த நீரையோ தெளித்துத்தான் நம் முன்னோர் கிருமிகளை விரட்டினார்கள். பல நூற்றாண்டுகளாக நடைமுறையில் இருந்த அந்த வழக்கம் தென்னிந்திய வாழ்க்கை நகரமயமாகி விட்ட போது காணாமல் போனது. தென்னிந்தியாவில் சில ஆதிகுடிகளின் வசிப்பிடங்களைத் தவிர மற்ற எல்லா கிராமங்களுமே நகர கலாச்சாரத்தின் அவல நீட்சியாகவும் கேலிச் சித்திரமாகவும் மாறி விட்டன. அதாவது, நகரத்தின் நச்சுக் கலாச்சாரம் அனைத்தும் கிராமத்தில் உண்டு. ஆனால் நகரத்தின் வசதி வாய்ப்புகள் - மருத்துவமனை, கல்விச்சாலைகள் இன்ன பிற - கிராமத்தில் கிடையாது. அதேபோல் பசுவின் சாணம்தான் கிராமத்து வீடுகளில் தரையில் மெழுகப்பட்டது. காய்ந்ததும் அந்தத் தரையில் அமர்ந்தால் குளுமையாக இருக்கும். பசுவின் முடியிலிருந்து சிறுநீர் வரை எல்லாமே ஆயுர்வேதத்தில் மருந்தாகப் பயன்படுகிறது.

'பசுவும் ஆடும் ஐந்தறிவு உடையன. (தொல்காப்பியர்) அப்படியானால் ஆட்டைச் சாப்பிடலாம். மாட்டைச் சாப்பிடக் கூடாதா?' என்ற கேள்வி எழலாம். அதற்குள் செல்வதற்கு முன்னால் ஒரு விஷயத்தைத் தெளிவுபடுத்தி விடுகிறேன். யாருடைய உணவுப் பழக்கத்தையும் விமர்சிக்க எனக்கு உரிமை கிடையாது. ஆனால் நான் எதிர்பார்ப்பது என்னவென்றால், மாட்டுக் கறி உண்பவருக்கு மாடு இன்னொருவரின் குலதெய்வம், மாடு இன்னொருவருக்குத் தாய் என்பது தெரிந்திருக்க வேண்டும் என்பதுதான். குறைந்த பட்ச எதிர்பார்ப்பு இவ்வளவுதான். உதாரணமாக, என் எதிரே ஒரு சீக்கியர் அமர்ந்திருக்கிறார். நான் புகைக்க வேண்டும். புகைப்போமா? மாட்டோம்தானே? வேறு இடம் நகர்ந்து போய்த்தானே புகைப்போம்? வேறு இடமே இல்லாவிட்டால் அவரிடம் குறைந்த பட்சம் ஒரு மன்னிப்புக் கேட்டு விட்டுத்தானே புகைப்போம்? இந்தக் குறைந்த பட்சப் புரிந்து கொள்ளலை மட்டுமே நான் பிறரிடமிருந்து எதிர்பார்க்கிறேன்.

தொல்காப்பியரின் விதிப்படியே பார்த்தாலும் ஆடு, மாடு இரண்டு பிராணிகளும் ஒரே பிரிவில் வருகின்றன. இருந்தாலும் மாடு புனிதமானது. ஏன் என்றால், மாடு நம் குலதெய்வம். நம் தாய். இந்த இடத்தில் நீங்கள் “நம்” என்பதை எடுத்து விட்டு “என்” என்று போட்டுக் கொள்ளலாம். எனக்கு ஆட்சேபணை இல்லை. *Wolf Totem* நாவலை தயவுசெய்து படித்துப் பாருங்கள். அது அழகான மொழிபெயர்ப்பில் தமிழிலும் வந்துள்ளது. ஓநாய் குலச்சின்னம். அதில் வரும் நாயகனான சீனன் மங்கோலிய பூர்வகுடி மனிதனிடம் ஒரு கேள்வி கேட்கிறான். மான்களைக் கொன்று சாப்பிடும் குரூரமான பிராணியான ஓநாயை எப்படி உங்கள் குலதெய்வம் என்கிறீர்கள்?

மான்களை ஓநாய் எப்படி வேட்டையாடித் தின்கிறது என்பதை நீங்கள் ஆவணப் படங்களில் பார்த்திருக்கலாம். ஒரு குழந்தையைக் கொன்று தின்பதைப் போலிருக்கும். அந்த சீனனின் கேள்விக்கு மங்கோலியன் சொல்கிறான்: “ஓநாய் இல்லாவிட்டால் மங்கோலியா மனிதர்கள் இல்லாத மயானமாக மாறி இருக்கும். ஏனென்றால், மான்கள் மிக அதிகமாக இனப்பெருக்கம் செய்பவை. மங்கோலியாவோ வெறும் பனிப்பாலைகளால் நிரம்பியது. அங்கே அபூர்வமாக முளைக்கும் புல்பூண்டுகளையும் விளைநிலங்களையும் எல்லா மான்களும் காலி செய்து விட்டால் நாங்கள் உணவின்றி செத்துப் போவோம். அல்லது, வேறு நிலத்துக்குப் போய் விட வேண்டியிருக்கும். அதனால் ஓநாய்தான் எங்கள் குலதெய்வம்.” இதையே இந்தியாவில் பொருத்திப் பார்த்தால் மாடுதான் இங்கே குலதெய்வம். இந்திய வாழ்வின் அத்தனை அம்சங்களிலும் இருப்பது கோமாதா. பால், வெண்ணெய், நெய் என்று இந்தியர்களின் உணவும் மாட்டை வைத்துத்தான் இருக்கிறது. இன்னும் எல்லாமே.

இந்த ஓநாய் குலச்சின்னத்தில் வரும் இன்னொரு இடமும் மிக முக்கியமானது. கதையின் ஆரம்பத்தில் சீன மாணவன் மங்கோலியாவில் வந்து இறங்கி முதல் முறையாக வெளியே செல்லும்போது ஒரு ஓநாய்க் கூட்டம் அவனைச் சூழ்ந்து

கொள்ளும். அப்போது அவன் அந்த ஓநாய்க் கூட்டத்தின் தலைமையாக இருக்கும் ஆஃல்பா ஓநாயிடம் உயிருக்காக மன்றாடுவான். அது ஓர் பிரார்த்தனை. அந்த ஆல்ஃபா ஓநாய் தன் கோஷ்டியை அழைத்துக் கொண்டு ஓடி விடும். திரைப்படத்தின் இறுதியில் அந்த ஆல்ஃபா ஓநாய்க்கு வயதாகி முதுமை அடைந்த நிலையில் சீன அதிகாரிகள் வந்து அங்கே இருக்கும் ஓநாய்க் கூட்டத்தை அழிப்பதற்காக துப்பாக்கியால் சுடுவார்கள். அப்போது அந்த ஆல்ஃபா ஓநாயைக் காப்பாற்ற முயல்கிறான் சீனன். கடைசியில் அது தற்கொலை செய்து கொள்வதாக படம் முடிகிறது. நாவலில் இந்த இடம் இல்லை.

இதெல்லாம் கதைக்காக எழுதப்பட்ட புருடா அல்ல. நடந்துதான் இருக்க வேண்டும். ஏனென்றால், சில ஆண்டுகளுக்கு முன்னால் தமிழ் இந்துவில் தஞ்சாவூர்க் கவிராயர் எழுதிய ஒரு கட்டுரையைப் படித்தேன். சுருக்கமாகச் சொல்கிறேன். அவர் வீட்டு வாதநாராயண மரம் தங்கள் வீட்டுக்குத் தொந்தரவு தருவதாக பக்கத்து வீட்டுக்காரர் அட்டூழியம் செய்கிறார். இங்கே என் பக்கத்து வீட்டுக்காரர் என் பூனைகளுக்காக என் மீது போலீஸில் புகார் கொடுக்கப்போவதாகச் சொன்னார், அது போல. கவிராயர் அதைக் கண்டுகொள்ளவில்லை. நாளாக நாளாக பக்கத்து வீட்டுக்காரரின் தொல்லை தாங்க முடியாமல் ஒருநாள் அரிவாளை எடுத்துக் கொண்டு மரத்தை வெட்டப் போகிறார். அந்த நேரம் பார்த்து மின்சார வாரியத்திலிருந்து ஆள். இந்த நாட்டில் மின்வாரியம் கடவுள் மாதிரி இல்லையா? ஓங்கின அரிவாளைப் போட்டு விட்டு அவர்களை கவனிக்கப் போய் விடுகிறார் கவிராயர். மரம் வெட்டுவது நின்று போகிறது. மறுநாள் பார்த்தால் அந்த மரம் பட்டுப் போயிருக்கிறது. கவிராயருக்கு ஒன்றும் புரியவில்லை. அப்போது கவிராயரின் மனைவி சொன்னாராம். அந்த மரம் நம் மீது கோபித்துக் கொண்டு இறந்து போயிற்று. அரிவாளை எடுத்து வெட்டப் போய் விட்டீர்கள் அல்லவா? அதனால்தான்.

அதனால்தான் மரங்களுக்குத் தண்ணீர் ஊற்றும் போது அதனோடு பேசிக் கொண்டும் கொஞ்சிக் கொண்டும் நீர் ஊற்றுவார்கள். அப்படியானால் அதை வெட்டி சாப்பிடுகிறாயே?

இல்லை. இங்கே மரத்தை யாரும் கதறக் கதற வெட்டவில்லை. அதன் காய் கனிகளையே நாம் உண்ணுகிறோம்.

ஓ, நாம் ஆடு மாடு பிரச்சினையையே இன்னும் முடிக்கவில்லை அல்லவா? மாடு நம் குடும்பம். நம் தாய். நம் குலதெய்வம். அதற்குப் பெயரெல்லாம் உண்டு. லட்சுமி, காமாட்சி, மீனாட்சி என்று. ஆடு அப்படியல்ல.

மீனைத் துடிக்கத் துடிக்கக் கொன்று தின்றோமே? விரால் மீன் தானே? அந்த மீனை மட்டும்தான் உயிரோடு அடித்துத் தின்கிறோம். அதை நான் நிறுத்தி விட்டேன் கணேஷ். அப்படித் துடிக்கத் துடிக்க அடித்துக் கொன்று சாப்பிட வேண்டாம் என்று முடிவு செய்து விட்டேன். ஆனால் மற்ற மீன்களின் கதை வேறு. இரண்டு அறிவுப் பிராணி. வலையிலிருந்து எடுத்ததும் அது வெறும் உடல். நாம் சாப்பிடுவது வெறும் உடலை. ஆனால் மாடும் நாயும் பூனையும் அப்படி அல்ல. அவை நம்மோடு பேசுகின்றன. உறவாடுகின்றன. நம்மில் அவை அடக்கம். நம் குடும்பம். நம் குழந்தைகள். எனக்கு நாயைக் கொன்று சாப்பிடுவது மனிதனைக் கொன்று சாப்பிடுவது போலத்தான் தோன்றுகிறது. இரண்டுக்கும் வித்தியாசமே தெரியவில்லை. ஆடு என்னோடு பேசுவதில்லை. நாய் என்னோடு பேசுகிறது. மாடு என்னோடு பேசுகிறது. யானை என்னோடு பேசுகிறது. மனிதனோடு பேசுகின்ற, பேசக் கூடிய பிராணிகளையாவது மனிதன் விட்டு விடலாமே என்பது என் தாழ்மையான கருத்து.

இன்னும் கணேஷின் கேள்விகளுக்குள் நுழையவில்லை. இதோ வருகிறேன்.

18.4.2020.

24

கணேஷின் கேள்விகள் சாதாரணமாகப் புறக்கணித்து விடக் கூடியவை அல்ல. அதனால்தான் இத்தனை விரிவாக எழுதிக் கொண்டிருக்கிறேன். இதே கேள்விகளையும், சந்தேகங்களையும் தாங்களும் கொண்டிருப்பதாகப் பலரும் எனக்கு எழுதியிருக்கின்றனர்.

“ஐரோப்பாவிலும், அமெரிக்காவிலும் மாடுகளைக் கொடூரமாக கொல்கிறார்கள் என்று குறிப்பிட்டிருந்தீர்கள். ஒரு உயிரைக் கொல்வதே கொடூரம்தான்! மனிதன் சாப்பிடுவதற்காக ஆடு, மாடு, கோழி, பன்றி, மீன், இறால், புறா, காடை, இன்னபிற என அனைத்தையுமே கொல்லத்தானே செய்கிறான்? கொல்வதில், கொடூரமாகக் கொல்வது அன்பாகக் கொல்வது என தனித்தனியாக ஏதேனும் இருக்கிறதா?”

இது கணேஷ். முஸ்லிம்கள் பிஸ்மில்லாஹ் என்று சொல்லி விட்டுக் கொல்வது எதனால் என்று நினைக்கிறீர்கள்? எங்களுக்கான உணவுக்காக இந்தப் பிராணியைக் கொல்கிறோம், மன்னித்து விடு இறைவா என்பதுதானே அதன் உட்பொருள்? *Life of Pi* படத்தில் படகில் மாட்டிக் கொண்ட இளைஞன்

பல நாட்கள் பட்டினி கிடந்த நிலையில் ஒரு மீனைப் பிடித்து அதனிடம் மன்னிப்புக் கேட்டுக் கொண்டு வெட்டித் தின்பான் இல்லையா? நான் சொல்ல வந்தது என்னவென்றால், ஐரோப்பியரும், பல கிழக்காசிய நாட்டினரும், சீனரும், அமெரிக்கரும் எல்லா மிருகங்களையும் பார்த்து "உங்களைக் கொலை செய்து தின்பது எங்கள் உரிமை" என்பது போல் கொல்லுகின்றனர். அவர்களின் வாழ்வியல் நோக்கில் மிருகங்களின் மீதான அடிப்படைப் பரிவுணர்ச்சி இல்லை. தயை இல்லை. காருண்யம் இல்லை. ஐரோப்பிய நகரங்களில் உள்ள பெரிய இறைச்சிக் கடைகளைப் பார்த்தால் அவை மிருகக்காட்சி சாலை போல் தோற்றமளிக்கின்றன. சீனன் நாயை உயிரோடு சட்டியில் போட்டு சமைக்கிறான். தாய்லாந்துக்காரன் உயிரோடு பாம்பின் தோலை உரிக்கிறான். உயிரோடு குரங்கின் தலையை இளநீர் சீவுவது போல் சீவி மூளையில் ஸ்ட்ரா போட்டுக் குடிக்கிறான். இப்போது கொஞ்சம் மாறியிருக்கலாம். ஆனால் பத்து ஆண்டுகளுக்கு முன்பு அதுதான் தாய்லாந்து கிராமப்புறங்களில் நிலைமை. நான் இன்னமும் நம்புகிறேன். மனிதனின் அகங்காரத்தினால்தான், மனிதனின் திமிரினால்தான், மனிதனின் ஆணவத்தினால்தான் இந்தக் கொரோனா கிருமி அவனைப் பீடித்திருக்கிறது. நான் மட்டுமேதான் இந்த உலகில் வாழ்வேன் என்ற திமிர். இல்லாவிட்டால் மனிதன் இத்தனை விருட்சங்களையும் வனங்களையும் மிருகங்களையும் அழிப்பானா? தென்னமெரிக்கக் காடுகளை அழித்து அங்கே வாழை மரங்களைப் பயிரிட்டு பழங்கள் வட அமெரிக்காவுக்கு ஏற்றுமதி செய்யப்பட்டன. அதிலும் உயர்ரகப் பழங்கள் எப்படிப் பயிரிடப்படும் தெரியுமா? ஒருமுறை பயிரிட்ட காட்டில் அடுத்த முறை பயிரிட மாட்டார்கள். பழத்தின் ருசி கம்மியாகி விடும் என்று காட்டின் இன்னொரு பகுதியை அழித்துப் புதிதாக வாழையைப் பயிரிடுவார்கள். (1870-இல்தான் அமெரிக்காவில் வாழைப்பழம் அறிமுகப்படுத்தப்பட்டது. ஆயிரம் சதவிகித லாபத்தில் விற்கப்பட்டாலும் அது ஆப்பிளை விட அப்போது மலிவாக இருந்தது. இதிலிருந்துதான் *Banana Republic* என்ற வார்த்தையும் பழக்கத்தில் வந்தது.)

வாடிய பயிரைக் கண்ட போதெல்லாம் வாடினேன் என்ற தத்துவமே மேற்கத்தியருக்குத் தெரியாது. அவர்களுக்குத் தெரிந்ததெல்லாம் பணமும் அதிகாரமும்தான். அதனால்தான் வெள்ளையரால் இந்தியாவில் நுழைந்து கொள்ளையடிக்க முடிந்தது. அப்போது மரங்களில் குங்குமம் இட்டு, மரங்களைச் சுற்றி வந்து வணங்கும் இந்தியர்களைப் பார்த்து அவர்கள் காட்டுமிராண்டிகள் என்று ஏகடியம் பேசினார்கள். ஒன்றிரண்டு நூற்றாண்டுகள் கழித்து அவர்களே சுற்றுச்சூழலியல் என்று பேச ஆரம்பித்தார்கள். அந்த சுற்றுச் சூழலியல் இங்கே மூவாயிரம் ஆண்டுகளாக இந்தியக் கலாச்சாரத்தில் இருந்து கொண்டிருக்கிறது. எனவே எல்லா கொலையும் ஒரே கொலை அல்ல.

மேலும், இந்திய சமூகத்திலும் கலாச்சாரத்திலும் மாடுகளின் பங்கு மேன்மையான இடத்தில் இருந்ததற்குக் காரணம், இங்குள்ள தட்பவெப்பம். தரையை சாணத்தால் மெழுகுவது போன்ற விஷயங்களை மேனாட்டினரால் புரிந்து கொள்வது கூடக் கடினம். மைனஸ் பத்து மைனஸ் இருபது டிகிரி குளிரில் தரையெல்லாம் பனிக்கட்டியாக இருக்கும் நிலத்தில் மாடுகளின் இடமே வேறு.

மாட்டுச் சிறுநீரின் மருத்துவ குணம் பற்றி எழுதியிருந்தேன். அது நாட்டுப் பசுவுக்கு மட்டுமே பொருந்தும். அதிலும் புல்லும் புண்ணாக்கும் சாப்பிடும் பசுக்கள். இங்கே சினிமா போஸ்டர்களைத் தின்னும் நகரத்து மாடுகள் மற்றும் சீமைப் பசுக்களின் சிறுநீர் அல்ல.

கணேஷ் எழுப்பியிருக்கும் கேள்விகள் எனக்குள் நாற்பத்தைந்து ஆண்டுகளாகக் கனன்று கொண்டிருக்கின்றன. அப்போது நான் வள்ளலாரை குருவாகக் கொண்டிருந்தேன். அவர் வாழ்வில் நடந்த ஒரு சம்பவம் பூமியில் மனித சிருஷ்டி குறித்த பல விடை காண முடியாத கேள்விகளை எனக்குள் எழுப்பின. ஒருமுறை அவர் திருவொற்றியூர் மீனவ மக்களிடம் சென்று இனிமேல் மீன் பிடிக்காதீர்கள் என்றும் மீன் சாப்பிடுவதை நிறுத்தி விடும்படியும் பேசியிருக்கிறார். சிருஷ்டியே மிகவும்

வன்முறையும் குரூரமும் நிறைந்ததாக இருக்கும்போது இவர் எப்படி ஒரு சிறிய கிராமத்தில் வசிக்கும் மனிதர்களைப் பார்த்து சைவ உணவுக்கு மாறச் சொல்ல முடியும் என்று எண்ணினேன். புலி மானை அடித்துத் தின்கிறது. மனிதன் விலங்கை அடித்துத் தின்கிறான். அவன் ஏன் ஒரு யானையைப் போலவோ ஆடு மாடு குதிரை போலவோ சைவ உணவை மட்டுமே உட்கொள்ளுபவனாக சிருஷ்டிக்கப்படவில்லை? இதை நான் ஸீரோ டிகிரி நாவலிலேயே விவாதித்திருக்கிறேன். மின்மினிப்பூச்சியோ அல்லது அதைப் போன்ற ஒன்றோ அதன் பெண்பால் பூச்சி சிட் சிட் என்று சப்தத்தை எழுப்பும். உடனே ஆண் பூச்சி அதனிடம் சென்று கலவி கொள்ளும். கலவி முடிந்ததும் பெண் பூச்சி ஆண் பூச்சியைத் தின்று விடும். என்னய்யா இது, இத்தனை குரூரமான சிருஷ்டியாக இருக்கிறது உலக வாழ்க்கை என்று கடவுளைக் கேட்டிருக்கிறேன், அந்த நாவலில்.

தாவரங்களைச் சாப்பிடுவதும் உயிர்க் கொலை இல்லையா என்று மகாப் பெரியவரை ஒரு பக்தர் கேட்கிறார். பல ஆண்டுகளுக்கு முன்பு படித்தது. தெய்வத்தின் குரல் ஐந்து பாகம் உள்ளது. அதில் எந்த இடத்தில் வருகிறது என்று தெரியவில்லை. தெரிந்தால் அப்படியே மகாப் பெரியவரை மேற்கோள் காட்டியிருப்பேன். இல்லாததால் இப்போது ஞாபகத்திலிருந்து சொல்கிறேன். வீடே ஒரு கசாப்புக் கடைதான் என்கிறார் மகாப் பெரியவர். அதே வார்த்தை. கசாப்புக் கடை. இவருக்கு எப்படி இந்த வார்த்தையெல்லாம் தெரிந்திருக்கிறது என்று ஆச்சரியப்பட்டேன். மகாப் பெரியவரிடம் அப்படி ஆச்சரியப்பட்டுக் கொண்டே இருக்கலாம். குடும்பங்களில் உள்ள மிக நுணுக்கமான விஷயங்களையெல்லாம் சொல்வார். அதெல்லாம் ஒரு துறவிக்குத் தெரிந்திருக்க வாய்ப்பே இல்லை. அதிலும் மகாப் பெரியவர் மிக இளம் வயதிலேயே துறவியானவர். சரி, வீடு எப்படிக் கசாப்புக் கடை? துடைப்பத்தால் பெருக்கும்போது பல புழு பூச்சிகள் எறும்புகள் எல்லாம் சாகின்றன. கரப்பான் பூச்சிகள் சாகின்றன. கத்தரிக்காயில் புழு இருந்தால் அதை என்ன பண்ணுகிறோம்? அது ஒரு கொலை.

அரிசி களையும்போது புழுக்கள் தண்ணீரில் போகின்றன. இதெல்லாம் கொலை ஆயிற்றே என்று சாப்பிடாமல் இருந்து விடுகிறோமா? இதற்குப் பிறகு பார்த்தால் வயிற்றிலேயே ஏகப்பட்ட ஜீவராசிகள் வாழ்கின்றன. இப்படி வீடு என்று பார்த்தால் அதில் ஒரு கசாப்புக் கடை மாதிரி நூற்றுக்கணக்கான உயிர்கள் பலியாகின்றன. இதற்கெல்லாம் நாம் ஒண்ணும் பண்ண முடியாது. ஆனால் உயிர்களிடத்திலே அன்பு பரிபாலிக்க வேண்டும், ஜீவகாருண்யம் வேண்டும் என்று சொல்லி, நம் முன்னோர் எப்படி சக உயிர்களிடத்திலே கருணையோடு வாழ்ந்தார்கள் என்று விளக்குகிறார். இந்தக் கருணையைப் பற்றித்தான் நான் பண்ணிப் பண்ணிப் பேசுகிறேன்.

எதார்த்தவாதி வெகுஜன விரோதி என்பார்கள். அதேபோல் எனக்கு இரண்டு பக்கத்திலிருந்தும் இடி. பிராமணர்களும் என்னைத் திட்டுகிறார்கள். முஸ்லிம்களும் திட்டுகிறார்கள். அப்படிப் பல கடிதங்கள் வந்தன. இரண்டு சாராரிடமிருந்தும் மாதிரிக்கு ஒவ்வொரு கடிதத்தை இங்கே தருகிறேன்.

அஸ்ஸலாமு அலைக்கும்,

நான் உங்கள் எழுத்துக்களை படிப்பதில்லை. காரணம் அது ஆபாசம் நிறைந்தது என்று கேள்விபட்டுள்ளேன். ஆபாசம் நிறைந்தவைகளை சிந்திப்பதே எங்கள் மார்க்கத்தில் ஹராம். அதனால் இனியும் உங்கள் எழுத்துக்களை வாசிக்கும் எண்ணமில்லை. ஆனால் எனது நண்பன் ஒரு பெரியாரிஸ்ட். அவன் உங்கள் எழுத்துக்களை வாசித்து கடுமையாக திட்டிக் கொண்டிருப்பான். அவன் மூலமாகத்தான் நீங்கள் தொடர்ந்து முஸ்லிம்கள் மீது வெறுப்பைக் கக்குவது பற்றிக் கேள்விபட்டேன். ஏன் இப்படிச் செய்கிறீர்கள்? நாங்கள் ஏற்கெனவே அடக்குமுறைக்கு உள்ளாவது போதாதா? நீங்கள் ஆபாசக் கதை எழுதுங்கள், சரோஜாதேவி கதை எழுதுங்கள். அது உங்கள் விருப்பம். ஆனால் ஏன் எங்கள் மார்க்கத்தவரை இழித்துப் பேச வேண்டும்? தில்லி ஜமாஅத் கூட்டத்தினால்தான்

இந்தியாவில் கொரோனா பரவியதா? அதை உங்களால் நிரூபிக்க முடியுமா?

இறை அடிமை

பிராமணரின் கடிதத்தை இங்கே வெளியிட முடியாது. மிகவும் ஆபாசமாக எழுதப்பட்டிருக்கிறது. நீண்ட கடிதம் வேறு. அதன் சாராம்சம் நான் முஸ்லிம்களுக்கு ஆதரவாகவும், பிராமணர்களுக்கு விரோதமாகவும் எழுதுகிறேனாம்.

இந்த இரண்டு கடிதங்களுக்கும் நாளை காலையிலேயே பதில் எழுதி விடுகிறேன்.

19.4.2020.

25

ஓ, இந்தப் பசு விஷயத்திலிருந்து அடுத்த அடி வைக்கலாம் என்று பார்த்தால் முடிய மாட்டேன் என்கிறது. நேற்று சொல்ல மறந்த விஷயம்: மந்தைவெளியில் உள்ள அன்பு சிக்கன் கடைக்குப் போவதை நிறுத்திப் பல ஆண்டுகள் ஆயிற்று. அன்பு பற்றி எக்ஸைலில் எழுதியிருக்கிறேன். கோழி விற்றுக் கோடீஸ்வரன் ஆனவர். சில பல ஆண்டுகளுக்கு முன்பு அன்பு ஒரு புதிய இடத்திலிருந்து கோழி வாங்கியிருக்கிறார். மற்ற கறியெல்லாம் ஜவ்வு மாதிரி இழுக்கும். இல்லாவிட்டால் நார் நாராக வரும். தமிழ்நாடு பூராவும் இந்த ரப்பர் ஜவ்வையும் தேங்காய் நாரையும்தான் சிக்கன் என்ற பெயரில் சாப்பிட்டுக் கொண்டிருக்கிறார்கள். ஆனால் அன்பு சிக்கன் இருட்டுக்கடை ஹல்வா மாதிரி உள்ளே போகிறது. கோடீஸ்வரன் ஆகி விட்டார். இருந்தாலும் நான் செல்வதில்லை. நான் ப்ராய்லர் கோழி சாப்பிடுவதில்லை. நாட்டுக் கோழிதான். ஆனால் நாட்டுக் கோழியை கறியாக விற்க மாட்டார்கள். நாம் கேட்கும்போதுதான் கழுத்தை அறுப்பார்கள். அப்போது அந்தக் கோழி போடும் கூச்சலைக் கேட்டால் யாருக்காவது சிக்கன் சாப்பிட மனசு வருமா? ஓரிரு தடவைகளில் அங்கே போவதை நிறுத்தி விட்டேன். அதற்குப் பிறகு வெறும் மீன்தான்.

இதையெல்லாம் ஆரம்பித்து வைத்தது எது தெரியுமா? தருண் தேஜ்பால் எழுதிய *The Alchemy of Desire* என்ற நாவல். அது ஒரு காதல் கதைதான் என்றாலும் நாம் ஒவ்வொருவரும் ஒவ்வொன்றிலிருந்து எது எதை எடுத்துக் கொள்கிறோம் என்பது நம்மைப் பொருத்திருக்கிறது இல்லையா? நான் அந்த நாவலிலிருந்து இயற்கையோடு உரையாடுவது என்ற விஷயத்தை எடுத்துக் கொண்டேன். அதைப் படித்த பிறகுதான் நானூறு பக்க எக்ஸைல் ஆயிரம் பக்கமாக மாறியது. அதனால்தான் எக்ஸைலை தருணுக்கு சமர்ப்பணம் செய்தேன். இப்போது தருண் பெயரைச் சொல்வதே ஒரு தீண்டத்தகாத விஷயமாகப் போய் விட்டது. என்ன செய்வது? கத்தி எடுத்தவன் கத்தியால் அழிவான்.

என்னுடைய சிந்தனைப் பள்ளியில் ஒவ்வொருவரும் ஒவ்வொரு விதம். இந்தியா போன்ற ஒரு ஜனநாயகப் பள்ளி என் பள்ளி. அல்லது, ஹிந்து மதம் போன்ற ஒரு பள்ளி. ஒருத்தர் ராமர் சிலையை செருப்பால் அடிப்பார். ஒருத்தர் அதற்கு தீபாராதனை காட்டுவார். இப்போது என் பள்ளியைச் சேர்ந்த நிர்மலின் கடிதம்:

“அன்பும் கருணையும் ஒரு அளவுக்குத்தான் வேலை செய்யும். மனிதர்களின் ஆளுமை குறித்த புரிதலை இன்னும் நாம் முழுமையாகப் புரிந்து கொள்ளவில்லை. மற்ற எல்லா உயிரினங்களையும் தீர்மனிக்கும் இடத்தில் நாம் இருக்கிறோம் என சொல்லுவதிலும் அதை ஒத்துக் கொள்வதிலும் தயக்கம் இருக்கிறது. நாம் இயற்கைக்கு முன் சிறியவர்கள், பூமியின் சிறு அசைவுக்கு ஈடு கொடுக்க முடியாதவர்கள் என நம்மை நாமே போலியாக தாழ்த்திக் கொள்கிறோம். என்றோ நடக்கும் பூமி அதிர்ச்சி, கொரோனா, புயல் போன்றவைகளினால் பாதிக்கப்படும் பொழுது மட்டுமே நாம் நம்மை ஆராய்ந்து பார்க்கிறோம். மற்ற விலங்குகளுக்கும் செடி கொடிகளுக்கும் பூச்சிகளுக்கும் மனிதர்களோடு வாழும் ஒவ்வொரு நாளும் கொரானா இடர் காலத்துக்கு இணையானாதே.

மனிதனே மற்ற உயிரினங்களின் கடவுள். இப்போது கடவுளின்

ஆட்டம். கடவுள் ஆடாவிட்டால் அவர் கடவுளாகவே இருக்க முடியாதே? எப்படியாவது இந்த *eco system*த்தை அவர் ஒழுங்கிபடுத்தியாக வேண்டுமே?”

எனக்கு நிர்மலின் கடிதம் உண்மையில் புரியவில்லை. ஒவ்வொரு வாக்கியத்தையும் அதற்கு அடுத்த வாக்கியம் மறுத்தபடியே செல்கிறது. எப்படியிருந்தாலும் என் பதிலைச் சொல்லி விடுகிறேன். ஒருசில மதங்கள் மனிதனின் தலைமைப் பண்பை முதன்மைப்படுத்துகின்றன என்று தெரியும். விலங்கினங்களும் பூமியும் மனிதனுக்காக, மனிதனின் நுகர்வுக்காக சிருஷ்டிக்கப்பட்டவை.

இங்கே நான் திரும்பவும் ஹிந்து மதம் சொல்வதையே நம்பத் தலைப்படுகிறேன். குறிப்பாக ஆதி சங்கரர். அத்வைதம். பாரதியை இங்கே மேற்கோள் காண்பிக்கலாம். இதன் மூலம் பாரதி அல்ல. வேதத்தை அவரது அற்புதமான தமிழில் மொழிபெயர்த்திருக்கிறார். எக்ஸைல் நாவலின் சாரமும் அதுதான் என்பதால் அதை நாம் திரும்பவும் இங்கே வாசிக்கலாம்.

தயவுசெய்து பின்வரும் நீண்ட கவிதையை வாய் விட்டு வாசியுங்கள். உங்கள் குழந்தைகளும் உங்கள் அருகே இருந்து நீங்கள் வாசிப்பதைக் கேட்க வேண்டும். உங்கள் கணவரும்/மனைவியும் இதைக் கேட்க வேண்டும். அரை மணி நேரம் இதற்காக ஒதுக்குங்கள். வேறு எதைப் பற்றியும் நினையாதீர்கள். அலுவலகம் போக வேண்டும், அந்த வேலையை முடிக்க வேண்டும், இந்த வேலையை முடிக்க வேண்டும், அந்த சாமான் வாங்க வேண்டும், இந்த சாமான் வாங்க வேண்டும்... எதுவும் இல்லை. ஃபோனை சைலண்ட் மோடில் போடுங்கள். யாரும் உங்கள் வீட்டின் அழைப்பு மணியை அடிக்க மாட்டார்கள். கீழே வருவது பாரதி எழுதியது அல்ல. பாரதியின் பெயர்தான் போட்டிருக்கும். ஆனால் பாரதி எழுதியது அல்ல. இதை எழுதியது கடவுள். நீங்கள் கடவுள் மறுப்பாளராக இருந்தாலும் அற்புதங்களில் நம்பிக்கை உண்டா? எட்டு வயதாக இருக்கும் போது மொஸார்ட் தனது முதல் சிம்ஃபனியை எழுதினான்

அல்லவா? அதை விஞ்ஞானரீதியாக விளக்க முடியுமா? அப்பேர்ப்பட்ட ஒரு மனம்தான் இதை எழுதியது என்று நம்புங்கள். இதுதான் வேதத்தின் சாரம். இப்போது இதை வாய்விட்டுப் படிக்க ஆரம்பியுங்கள். ஒருமுறை படித்த பிறகு திரும்பவும் படியுங்கள். இரண்டாவது முறை வாசிக்கும்போது உங்கள் குழந்தைகளும் மனைவியும் அல்லது கணவனும் உங்களை விட்டு நகர்ந்திருப்பார்கள். அப்போது இதை மெதுவாக மனதுக்குள் ஒவ்வொரு வார்த்தையையும் காட்சியாக மனதில் கொண்டு வந்து கொண்டு வந்து வாசியுங்கள். மனதுக்குள்.

இதோ பாரதி. இதோ வேதம். இதோ கடவுள்.

இவ்வுலகம் இனியது. இதிலுள்ள வான்
இனிமையுடைத்து;
காற்றும் இனிது. தீ இனிது. நீர் இனிது. நிலம் இனிது.

ஞாயிறு நன்று; திங்களும் நன்று. வானத்துச்
சுடர்களெல்லாம்
மிக இனியன. மழை இனிது. மின்னல் இனிது. இடி
இனிது.

கடல் இனிது, மலை இனிது, காடு நன்று. ஆறுகள்
இனியன.
உலோகமும், மரமும், செடியும், கொடியும், மலரும்,
காயும், கனியும் இனியன.

பறவைகள் இனிய. ஊர்வனவும் நல்லன.
விலங்குகளெல்லாம் இனியவை, நீர் வாழ்வனவும்
நல்லன.

மனிதர் மிகவும் இனியர். ஆண் நன்று. பெண்
இனிது. குழந்தை இன்பம். இளமை இனிது. முதுமை
நன்று.

உயிர் நன்று. சாதல் இனிது.

2

உடல் நன்று. புலன்கள் மிகவும் இனியன. உயிர்

சுவையுடையது. மனம் தேன். அறிவு தேன். உணர்வு அமுதம். உணர்வே அமுதம். உணர்வு தெய்வம்.

3

மனம் தெய்வம். சித்தம் தெய்வம். உயிர் தெய்வம். காடு, மலை, அருவி, ஆறு, கடல், நிலம், நீர், காற்று, தீ, வான், ஞாயிறு, திங்கள், வானத்துச் சுடர்கள் - எல்லாம் தெய்வங்கள்.

உலோகங்கள், மரங்கள், செடிகள், விலங்குகள், பறவைகள், ஊர்வன, நீந்துவன, மனிதர்- இவை அமுதங்கள்.

4

இவ்வுலகம் ஒன்று.

ஆண், பெண், மனிதர், தேவர், பாம்பு, பறவை, காற்று, கடல், உயிர், இறப்பு - இவையனைத்தும் ஒன்றே.

ஞாயிறு, வீட்டுச்சுவர், ஈ, மலையருவி, குழல், கோமேதகம் - இவ்வனைத்தும் ஒன்றே.

இன்பம், துன்பம், பாட்டு, வண்ணான், குருவி, மின்னல், பருத்தி - இஃதெல்லாம் ஒன்று.

மூடன், புலவன், இரும்பு, வெட்டுக்கிளி - இவை ஒரு பொருள்.

வேதம், கடல் மீன், புயற்காற்று, மல்லிகை மலர் - இவை ஒரு பொருளின் பல தோற்றம்.

உள்ளதெல்லாம் ஒரே பொருள்; ஒன்று.

இந்த ஒன்றின் பெயர் 'தான்'; 'தானே' தெய்வம், 'தான்' அமுதம், இறவாதது.

5

எல்லா உயிரும் இன்பமெய்துக. எல்லா உடலும் நோய் தீர்க. எல்லா உணர்வும் ஒன்றாதலுணர்க. 'தான்' வாழ்க. அமுதம் எப்போதும் இன்பமாகுக.

6

தெய்வங்களை வாழ்த்துகின்றோம். தெய்வங்கள் இன்ப

மெய்துக. அவை வாழ்க. அவை வெல்க. தெய்வங்களே!

என்றும் விளங்குவீர்; என்றும் இன்பமெய்துவீர்; என்றும் வாழ்வீர்; என்றும் அருள் புரிவீர். எவற்றையும் காப்பீர். உமக்கு நன்று தெய்வங்களே!

எம்மை உண்பீர், எமக்கு உணவாவீர், உலகத்தை உண்பீர், உலகத்துக்கு உணவாவீர். உமக்கு நன்று. தெய்வங்களே!

காத்தல் இனிது, காக்கப் படுவதும் இனிது. அழித்தல் நன்று, அழிக்கப்படுதலும் நன்று. உண்பது நன்று, உண்ணப்படுதலும் நன்று. சுவை நன்று, உயிர் நன்று, நன்று, நன்று,

7

உணர்வே நீ வாழ்க.
நீ ஒன்று நீ ஒளி.
நீ ஒன்று நீ பல.
நீ நட்பு நீ பகை.
உள்ளதும் இல்லாததும் நீ.
அறிவதும் அறியாததும் நீ.
நன்றும் தீதும் நீ.
நீ அமுதம் நீ சுவை.
நீ நன்று. நீ இன்பம்.

இதுதான் இயற்கையின் முன்னால் சரணடைதல். அண்டமும் பிண்டமும் ஒன்றெனெ உணர்தல். அகண்ட பிரபஞ்சத்தை என் பிண்டத்தில் உணர்ந்து வணங்குதல்.

ஒரு விருட்சத்தின் முன்னே, ஒரு மலையின் முன்னே, சமுத்திரத்தின் முன்னே, சூரியனின் முன்னே, நட்சத்திரங்களின் முன்னே நான் விழுந்து வணங்குகிறேன்.

அதனாலேயே என் மனதில் கொரோனா இல்லை. நேற்று அவந்திகா என்னிடம் மலர்ச்சியாகச் சொன்னாள்.

“சாரு, தமிழ்நாட்டில் கொரோனா பாதிப்பு குறைந்து விட்டது.”

“I see, corona doesn’t exist in my world.”

இதை நான் இன்று என் நண்பரிடம் சொன்னேன். என்ன சொன்னாலும் அவர் ஒரு கதை சொல்வார். ஜனகன் மாதிரியே இருக்கிறீர்கள் என்றார். எனக்கு ஜனகனின் பெயர் கேள்விப்பட்ட மாதிரி இருந்தது. ஜனக மகாராஜா என்பார்களே? ஒருவேளை சீதையின் தந்தையோ? ஆனாலும் நிச்சயமாகத் தெரியாமல் வாயை விடக் கூடாது. எனக்கு அடிக்கடி ராமாயணமும் மகாபாரதமும் குழம்பி விடும். சரி, ஜெயமோகனின் மகாபாரதத்தையாவது படித்து ஜென்ரல் நாலட்ஜை வளர்த்துக் கொள்ளலாம் என்று பார்த்தால் அது வால்மீகியை விட கடினமாக இருக்கிறது. ஓ மை காட். மகாபாரதம் எழுதினது வியாசன் ஆயிற்றே? சரி, மாற்றி வாசித்துக் கொள்ளுங்கள். அதனால் நைஸாக நண்பரிடம் கேட்டேன், “ஆமாம், இந்த ஜனகன் யாரோ ஒரு முக்கியஸ்தரின் தகப்பன் இல்லியோ?” அதற்கு நண்பர் கொஞ்சமும் அலட்டிக் கொள்ளாமல் “ஆமா சார், சீதையின் தகப்பனார். சரி, கதையைக் கேளுங்கோ” என்று ஆரம்பித்தார். நீங்களும் சிறு வயதில் படித்திருப்பீர்கள். இதெல்லாம் நண்பர் சொல்லத்தான் திரும்பவும் ஞாபகம் வருகிறது.

ஜனகன் சின்னப் பையனாக குருகுல வாசம் செய்து கொண்டிருந்தபோது நடந்தது. குருகுலத்தில் மற்ற பையன்களுக்கு ஜனகன் மீது பொறாமை. குரு ஜனகனுக்கு மட்டும் தனிச்சலுகை காட்டுகிறார் என்று நினைக்கிறார்கள். அதை குருவிடமும் சொல்கிறார்கள். ஒருநாள் குருகுலத்தில் தீ என்ற சப்தம்

வருகிறது. படித்துக் கொண்டிருந்த மாணவர்கள் விழுந்தடித்து ஓடுகிறார்கள். தீ எதுவும் இல்லை. திரும்பி வந்தவர்களிடம் குரு கேட்கிறார். உங்களுடைய உடைமை என்ன என்று. இரண்டு வேட்டிகளும் இரண்டு கௌபீனங்களுமே உடைமை. ஒரு கோமணத் துணிக்கே இந்த ஓட்டம் ஓடுகிறீர்களே, இவனைப் பாருங்கள். இளவரசன். இவனுடைய குடிலில் பட்டும் மணியும் கிடக்கின்றன. இவனோ எதனாலும் பாதிக்கப்படாமல் படித்துக் கொண்டிருக்கிறான். அதனால்தான் இவன் உங்களுக்கு முன்னே நின்று கொண்டிருக்கிறான். நான் சலுகை காண்பிப்பதால் அல்ல.

அதனால் எந்தக் கொரோனா வந்தாலும் வராவிட்டாலும் ஒரு கர்ம யோகிக்கு அவனுடைய கர்மம்தான் கவனம். அதில் மட்டுமே அவன் மனம் ஒருமுகப்பட்டுக் கிடக்கிறது. உங்களுக்குத் தெரியும்தானே அர்ஜுனன் கதை. துரியோதனனுக்கும், துச்சாதனனுக்கும், தருமனுக்கும் மரம் தெரிந்தது, கிளை தெரிந்தது, இலை தெரிந்தது, மரத்துக்கு மேலே உள்ள வானம் தெரிந்தது, வானத்தில் மிதந்த மேகங்கள் தெரிந்தன. பறவையும் தெரிந்தது. அர்ஜுனனுக்கு மட்டுமே மரம் தெரியவில்லை, கிளை தெரியவில்லை, இலை தெரியவில்லை, வானம் தெரியவில்லை, மேகம் தெரியவில்லை. மரத்தின் ஒரு கிளையில் அமர்ந்திருந்த பறவையின் கழுத்து மட்டுமே தெரிந்தது. அவன் யோகி. கர்ம யோகி. அதனலேதான் என் உலகில் கொரோனா இல்லை. அதற்காக பொறுப்பின்றி இருக்க மாட்டேன் என்பதல்ல. மூன்று முறை வெளியே செல்கிறேன். காலையில் மொட்டை மாடியில் நடைப் பயிற்சி. மற்ற இரண்டு முறை பூனைகளுக்கு உணவு கொடுக்க. மூன்று முறையும் கையில் சானிடைஸர், முகத்துக்கு முகமூடி. மற்றபடி கஷாயங்கள்.

உங்களில் பலரும் நெட்ஃப்ளிக்ஸே கதியென்று கிடப்பதைக் காண வருத்தமாக இருக்கிறது. பழுப்பு நிறப் பக்கங்களில் நூற்றுக்கணக்கான நூல்களை அறிமுகப்படுத்தியிருக்கிறேன். தி. ஜானகிராமனை ஆரம்பித்தாலே முடிக்க ஒரு ஆண்டு தேவைப்படும். எல்லாமே இணையத்தில் கிடைக்கிறது என்பது

கூட யாருக்கும் தெரியுமா என்று தெரியவில்லை. அவருடைய பெரும்பான்மையான எழுத்துக்கள் கிண்டிலில் கிடைக்கின்றன. சி.சு. செல்லப்பாவுக்கு ஒரு ஆண்டு பிடிக்கும். க.நா.சு.வுக்கு ஒரு ஆண்டு வேண்டும். எழுதிக் குவித்திருக்கிறார்கள். உங்களிடமே கூட புத்தகங்கள் இருக்கலாம். புத்தக விழாவில் வண்டி வண்டியாக வாங்கிக் கொண்டு போகிறீர்கள். இப்போது கூடப் படிக்காமல் வேறு எப்போது படிக்கப் போகிறீர்கள்? உங்கள் குழந்தைகள் படிக்க மாட்டார்கள். படிப்பு என்பது இந்தியாவில் காணாமல் போகப் போகிறது. வாசிப்பின் கடைசித் தருணத்தில் இருக்கிறோம். இப்போதும் படிக்கவில்லையானால்?

என் நண்பர் ஒருவர் ஃபேஸ்புக்கில் பரிந்துரை செய்திருந்த மூன்று வெப்சீரீஸைப் பார்க்க முயற்சித்தேன். ம்ஹூம். ஒரு எபிசோட் கூட நகர்த்த முடியவில்லை. எனக்கெல்லாம் வெப்சீரீஸ் என்றால் *La Reina del Sur, The Inmate, Toy Boy, Lucifer* மாதிரி இருக்க வேண்டும். இந்திய வெப்சீரீஸ் இந்திய *porn* மாதிரியே சவலையாக இருக்கிறது. இருந்தாலும் *She, Sacred Games* ரெண்டும் பரவாயில்லை. பரவாயில்லை ரகம்தான். பிரமாதம் என்று சொல்ல முடியாது. *The Family Man* பார்க்க ஆரம்பித்தேன். முடியவில்லை. *Mirzapur* ரசிக்கக் கூடியதாக இருந்தது. மற்றபடி *El Dragon: Return of a Warrior* சீரீஸின் முதல் சீஸன் பார்த்தவர்களுக்கு ஓர் நற்செய்தி. இரண்டாவது சீஸன் வந்து விட்டது. இதிலும் ட்ராகன் ஜெண்டில்மேனாகவும் மகாத்மாவாகவும்தான் இருக்கிறார்.

20.4.2020.

26

Oh my ghaad... நிர்மல் கடிதம் மூன்று பகுதிகளாக வாட்ஸப்பில் வந்தது. அதில் முதல் பகுதியைக் கட்டுரையில் இணைக்க மறந்து போனேன். இதோ அது:

"சாரு, வெறும் பூச்சி என்ற தலைப்பு நன்றாக இல்லை. குறைந்த பட்சம் ஒரு துணைத் தலைப்பாவது சேருங்கள். சமீபத்திய பூச்சி பற்றிய என் கருத்து:

உயிரினங்களின் மீதான அன்பு என்ற விஷயம் சைவம் X அசைவம் என்ற சர்ச்சைக்குள் போய் முடிந்துவிடும். அதற்குள் போகாமல் சாரு தப்பிப்பார் என எதிர்பார்க்கிறேன்.

ஜீவகாருண்யம் என்பதை கொல்லாமை/ புலால் உண்ணாமை என்பதற்குள் மட்டும் எப்படி சுருக்கி விட முடியும்? கருணையின்றி கொல்வதை விட அடுத்த சந்ததியை ஏற்படுத்த முடியாமல் அழிந்து (Extinct) போகும் உயிரினங்களின் எண்ணிக்கை அதிகமாகுதே?

இந்த அன்பு / கருணையை விட மனிதர்களுக்குத் தேவை உண்மையில் அவனிடம் இந்த உலகை அழிக்கும் திறன் இருக்கிறது என்ற புரிதல்தான். இந்த அழிக்கும் ஆற்றலை ஒரு

மாதிரி கட்டுப்படுத்திக் கொள்ள அந்தக் காலத்தில் உருவான உணர்ச்சிபூர்வமான முறை அல்லது கருவிதான் கருணை, ஜீவகாருண்யம் போன்றவை எனத் தோன்றுகிறது.

மனிதன்தான் இந்த உலகில் எது வாழ வேண்டும், அது எந்த அளவு வாழ வேண்டும் என்பதைத் தீர்மானிக்கிறான். அடர்ந்த அமேசான் காட்டில் கூட எந்த மரம், எந்த செடி, எந்த மிருகம் வாழ வேண்டும் என்பதை மனிதர்களின் நுகர்கிற விதமே தீர்மானிக்கிறது.

மனிதன்தான் எந்த மலை இருக்க வேண்டும், எந்த ஆற்றில் மணல் இருக்க வேண்டும் எனத் தீர்மானிக்கிறான். இவ்வளவு கூட்டமாக ஒரே மதமாக, ஒரே நாடாக முன்பின் தெரியாதவர்களோடு ஒன்று சேர்ந்து இணைந்து பயணிக்கக் கூடிய திறன் உலகில் வேறு எந்த உயிரினங்களுக்கும் இல்லைதானே?"

நிர்மலின் இந்தக் கருத்துக்களுடன் நூற்றுக்கு நூறு முரண்படுகிறேன். இந்தக் கருத்துக்களெல்லாம் இந்தக் காலத்து கல்லூரி மாணவர்களின் கருத்துக்களை ஒத்திருக்கின்றன. அல்லது, அமெரிக்கர்களின் பொருள்வயமான சிந்தனையாகத் தெரிகிறது. அகத்தின் ஒளிக்கீற்று எதுவுமே இந்தக் கருத்தில் இல்லை. இயற்கையின் பிரம்மாண்டத்தின் முன்னால் மனிதன் ஒரு அற்பப் பதர். அவனை விடவும் அற்பப் பதரான, கண்ணுக்குத் தெரியாத பூச்சி மனித குலத்தையே அழித்து விடும் போல் தெரிகிறது. மனிதனின் பேராசையும், பணத்தாசையும், அதிகாரப் போட்டியும், திமிரும், அகங்காரமும்தான் கொரோனாவாக உருமாறி அவன் முன்னே வந்து மரணப் பூச்சியாக நிற்கிறது.

எங்களுக்கு ஃபெப்ருவரியோடு இந்த வீட்டுக்குக் குடி வந்து இரண்டு ஆண்டுகள் முடிகிறது. இரண்டு ஆண்டுகளுக்கு ஒருமுறை வாடகையில் மூவாயிரம் ரூபாய் கூட்ட வேண்டும் என்று ஏற்பாடு. மாதாமாதம் முதல் தேதியே வாடகையை ஜீப்பேயில் அனுப்பி விடுவேன். இந்த மாதம் அனுப்ப முடியவில்லை. தபால் இலாகாவின் ஓய்வூதியத் திட்டத்தில் நவீன வசதிகள் இல்லை. ஏடிஎம்மில் பணத்தை எடுக்கலாம்.

அதை எடுத்து பணத்தை ஆக்ஸிஸ் வங்கியில் போட்ட பிறகுதான் ஜீப்பே மூலம் அனுப்புவேன். இப்போதுதான் வங்கிக்குப் போக முடியாதே? பணம் கையில் இருக்கிறது. அனுப்ப இயலவில்லை. வீட்டுக்காரரும் வயதானவர். பன்னிரண்டாம் தேதி வாக்கில் ஃபோன் செய்து மூவாயிரம் ரூபாயையும் சேர்த்து அனுப்பச் சொன்னார். அப்புறம் ஒரு நண்பர் மூலமாகக் கொடுத்து அனுப்பினேன். மூவாயிரம் சேர்த்துத்தான்.

நிர்மல் சொல்வது போல் உலகை அழிக்கும் திறன் மனிதனிடம் உண்டு. ஏன், ஒரு ஆண்டுக் காலம் மனிதர்களை சுதந்திரமாக இமயமலையில் திரியவிட்டால் இமயம் இருந்த இடத்தில் கட்டாந்தரைதான் இருக்கும். அந்த அளவுக்குப் பிளாஸ்டிக் கழிவுகளால் இமயமலையையே அழித்து விடும் திறன் கொண்டவர்கள் மனிதர்கள். சந்தேகம் இருந்தால் இது பற்றி இணையத்தில் தேடிப் படித்துப் பாருங்கள். இப்படி உலகை அழிக்கும் திறன் மனிதனுக்கு இருக்கலாம். ஆனால் மனித குலத்தையே பூண்டோடு அழிக்கும் திறன் இயற்கைக்கும் உண்டு. சின்னஞ்சிறிய பூச்சிக்கும் உண்டு. உடம்பில் வெடிகுண்டைக் கட்டிக் கொண்டு இரட்டைக் கோபுரத்தை அழித்தார்கள் இல்லையா, அந்த மாதிரி சமாச்சாரம்தான் இது.

"மனிதன்தான் இந்த உலகில் எது வாழ வேண்டும், அது எந்த அளவு வாழ வேண்டும் என்பதைத் தீர்மானிக்கிறான். அடர்ந்த அமேசான் காட்டில் கூட எந்த மரம் எந்த செடி எந்த மிருகம் வாழ வேண்டும் என்பதை மனிதர்களின் நுகர்கிற விதமே தீர்மானிக்கிறது."

அப்படித் தீர்மானிப்பதால்தான் அவ்வப்போது சில பூச்சிகளும் பேரழிவுகளும் வேறு மாதிரியான தீர்மானத்தோடு வருகின்றன. மேலும், நிர்மல் கூறுகிறாற்போல் ஒரே மதமாக, ஒரே தேசமாக மனிதன் எங்கும் வாழவில்லை. மிகப் பெரும் அளவில் போர்த்தளவாடங்களைச் சேகரித்து வைத்துக் கொண்டு அடுத்த மனிதனுக்கும் அடுத்த தேசத்துக்கும் அச்சுறுத்தலாகவே வாழ்கிறான். ஹிட்லர், ஸ்டாலின், மாவோ ஆகிய மூன்று சர்வாதிகாரிகளும் கொன்றொழித்த மனிதக் கூட்டத்தின்

எண்ணிக்கை எத்தனை? ஒவ்வொருவரும் தொண்ணூறு லட்சம்.

எனவே நிர்மல், உங்கள் கடிதம் பேசும் பொருள் வேறு; பூச்சியில் வரும் ஆதார சுருதி வேறு. ஒரே வார்த்தையில் சொன்னால், இயற்கையின் முன்னே மனிதன் ஒரு அற்பப் பதர். அப்படிப்பட்ட புரிதல் இருந்ததால்தான் நம் முன்னோர் இயற்கையைத் துதித்தார்கள். இத்தனை அத்தியாயங்கள் எழுதியிருக்கிறேன், இப்போது வந்து டொனால்ட் ட்ரம்ப் என்ற அமெரிக்கக் கௌபாய் பேசுவது போல் பேசுகிறீர்களே நிர்மல்? நான் என்ன செய்ய?

இந்தியாவில் இனி வரப் போகும் காலம் - அதாவது, கொரோனாவுக்குப் பிறகு - இப்போது அமெரிக்கா எப்படி இருக்கிறதோ அப்படி இருக்கும் என்று தோன்றுகிறது. மாநிலத்துக்கு ஒரு லட்சம் பேர் பட்டினியால் சாகலாம். தென்னிந்தியா மட்டும் தப்பித்துக் கொள்ளும். இங்கே உள்ள அரசுகளை நாம் எவ்வளவு விமர்சித்தாலும் யாரும் பட்டினியால் சாகும்படியான நிலை இங்கே இல்லை. ரேஷனில் எல்லா அத்தியாவசிய உணவுப் பொருளும் இலவசமாகக் கிடைக்கிறது. ஐந்து ரூபாய்க்கு வயிறு நிறைய சோறும் இட்லியும் அம்மா உணவகத்தில் கிடைக்கிறது. சாகாமல் இருக்க இது போதும். மற்றபடி திருட்டு, கொலை, கொள்ளை எல்லாம் இப்போது இருப்பதை விட இன்னும் பல மடங்கு மோசமாகும். இப்போது இருக்கும் நிலையே மெக்ஸிகோ மாதிரி இருக்கிறது.

சில ஆண்டுகளுக்கு முன்னால் பெருவெள்ளத்தில் சென்னை மிதந்தது அல்லவா? அப்போது என் மகன் கார்த்திக் மிக அத்தியாவசியப் பணியின் நிமித்தமாக வெளியூர் செல்ல வேண்டியிருந்தது. மீனம்பாக்கம் விமான நிலையம் போக வேண்டும். நள்ளிரவு இரண்டு மணிக்கு விமானம். வீட்டில் ஏழு மணிக்கே தயாராகி விட்டான். எந்த டாக்ஸியும் கிடைக்கவில்லை. அவனுடைய காரை எடுத்துக் கொண்டு போகவும் வழியில்லை. எங்கே விடுவது? அப்போது அவந்திகா அவளுடைய ஆன்மீக வகுப்புகளுக்கு வரும் ஒரு

அன்பருக்கு ஃபோன் செய்தாள். அவர் ஒரு டாக்ஸி டிரைவர். ஆட்டோவும் ஓட்டுவார். அவள் சொன்னவுடன் அவர் சிந்தாதிரிப்பேட்டையிலிருந்து ஆட்டோவை எடுத்துக் கொண்டு மயிலாப்பூர் கிளம்பி வந்தார். ஆட்டோவை எங்கள் வீட்டில் வைத்து விட்டு அவனுடைய காரை எடுத்துக் கொண்டு போய் அவனை விமான நிலையத்தில் விட்டுவிட்டு வந்து ஆட்டோவை எடுத்துக் கொண்டு வீடு சென்றார். இரண்டாயிரம் ரூபாய் கொடுத்தேன்.

இரண்டொரு தினங்கள் முன்பு அவர் எனக்கு ஃபோன் செய்து ஐயாயிரம் ரூபாய் கேட்டார். சில பேர் ரொம்ப கௌரவம் பார்ப்பார்கள் இல்லையா? கவரிமான் ரகம். அவர் அந்த மாதிரி நபர். அவரே கேட்ட பிறகு இனி வரப் போகும் நாட்களை எண்ணிப் பார்த்தேன். மூன்று மாதத்தில் தருகிறேன் என்றார். கொடுத்தேன். டாக்ஸி ஆட்டோ எதுவும் ஓடாமல் பிரச்சினை என்றார்.

அப்பா,

இங்கே மணி இப்போது அதிகாலை 3:05. பூச்சி தொடரில் வந்த கேள்விக்கு உங்கள் பதிலைக் காண இத்தனை நாள் ஆர்வமாக இருந்தேன். ஒரே பதற்றமாக இருந்தது. பாரதி என் வாழ்வில் எவ்வளவு முக்கியமானவர் என்பதை உங்களிடம் ஏற்கனவே சொல்லியிருக்கிறேன். பாரதியின் அந்தக் கவிதையை வாசித்தவுடன் பதற்றம் தணிந்தது. நீங்கள் சொன்னது போல இரண்டுமுறை வாய்விட்டு வாசித்தேன். அற்புதம். அதுவும் இம்மாதிரியான ஒரு சூழலில் பெரும் ஆறுதல்.

உங்களுக்கு இத்தாலியில் வாழ்ந்த அசீசி நகரத்து பிரான்ஸிஸ் பற்றித் தெரிந்திருக்கலாம். உங்கள் எழுத்துக்களைத் தொடர்ந்து படித்து வருகிறேன். என் நெருங்கிய நண்பர்கள் வட்டத்தில் உங்கள் எழுத்துக்களை பல்வேறு கிறிஸ்துவ ஞானிகளின் எழுத்துக்களோடு ஒப்பிட்டிருக்கிறேன். இதைச் சொன்னால் ஏற்றுக்கொள்ள மாட்டார்கள். அதிலும் மேலிடத்திற்குத்

தெரிந்தால் அவ்வளவுதான். இருந்தாலும் என் தரப்பு நியாயம் சரியானது. பூச்சி 25 படித்த பின் பின்வரும் பிரான்ஸிஸ் ஆஃப் அசீசியின் பிராத்தனையைப் படித்தேன்:

Most high, all-powerful, all-good Lord, All praise is yours, all glory, all honour and all blessings.

To you alone, Most High, do they belong, and no mortal lips are worthy to pronounce Your Name.

Praised be You my Lord with all Your creatures,

especially Sir Brother Sun,

Who is the day through whom You give us light.

And he is beautiful and radiant with great splendour,

Of You Most High, he bears the likeness.

Praised be You, my Lord, through Sister Moon and the stars,

In the heavens you have made them bright, precious and fair.

Praised be You, my Lord, through Brothers Wind and Air,

And fair and stormy, all weather's moods,

by which You cherish all that You have made.

Praised be You my Lord through Sister Water,

So useful, humble, precious and pure.

Praised be You my Lord through Brother Fire,

through whom You light the night and he is beautiful and playful and robust and strong.

Praised be You my Lord through our Sister,

Mother Earth

who sustains and governs us,

producing varied fruits with coloured flowers and herbs.

Praise be You my Lord through those who grant pardon for love of You and bear sickness and trial.

Blessed are those who endure in peace, By You Most High, they will be crowned.

Praised be You, my Lord through Sister Death,

from whom no-one living can escape. Woe to those who die in mortal sin! Blessed are they She finds doing Your Will.

No second death can do them harm. Praise and bless my Lord and give Him thanks,

And serve Him with great humility.

ஃபிரான்ஸிஸின் பிராத்தனையின் சாரமும் பாரதியின் கவிதையில் உள்ள சாரமும் உங்கள் எழுத்தில் தெரிவதும் ஒன்றாகத்தான் தெரிகிறது.

பாரதியைப் படிப்பது முக்கியமல்ல; ஆனால் பாரதியின் கவிதையில் உள்ள தெய்வீகத்தன்மையைக் கண்டறிவதுதான் சிறப்பு. ஃபிரான்ஸிஸின் வாழ்வில் எத்தனையோ அற்புதங்கள் நடந்திருக்கின்றன. அடிபட்ட ஒரு ஓநாய்க்கும் அவருக்கும் ஒரு நட்பு இருந்தது. பறவைகள் அவருடன் பேசுமாம். ஃபிரான்ஸிஸ் இயற்கையை அந்த அளவுக்கு நேசித்த ஒரு புனிதர். *Brother Sun, Sister Moon* அவர் வாழ்வைச் சித்தரிக்கும் படம். படத்தில் இயற்கையின் மீதான அவர் அன்பு எப்படி வெளிப்பட்டிருக்கிறது என்பதை நான் கவனிக்கவில்லை. உங்களுக்குப் பிடிக்கலாம்.

வளன் அரசு

பூச்சி 25ஐ நான் இணைய தளத்தில் இன்று மதியம் 12 மணிக்குப் பதிவேற்றினேன். அடுத்த அரை மணி நேரத்தில் வந்த கடிதம் மேலே இருப்பது. வளன் அரசு அமெரிக்காவில் இருக்கிறான். என்னுடைய அற்புதமான நண்பர்களில் ஒருவன். என் மீதும்

என் எழுத்தின் மீதும் எல்லையில்லாப் பிரியம் கொண்டவன். வளன் சொன்ன அந்தப் படத்தை இதுவரை பார்த்ததில்லை. இப்போது பார்க்க வேண்டும் என்ற ஆர்வம் கொள்கிறேன்.

★★★

சரி நண்பர்களே, இப்படி நெட்ஃப்ளிக்ஸ் நெட்ஃப்ளிக்ஸ் என்று அடித்துக் கொள்கிறீர்களே, நான் இத்தனைக் காலமாக எத்தனையெத்தனை ஐரோப்பியப் படங்கள் பற்றி எழுதியிருக்கிறேன்? அவற்றில் ஒன்றைக் கூடவா பார்க்கத் தோன்றவில்லை? நீங்களெல்லாம் என் வாசகர்கள்தானா? இப்போதைக்கு ஞாபகம் வருவது ஒரு பத்து படங்கள்.

Fifth Seal - Zoltan Fabri

God Walks Backwards - Miklós Jancsó

Jesus Christ's Horoscope - Miklós Jancsó

Mephisto -István Szabó

The Hungarians - István Szabó

All films of Werner Herzog

Battle of Chile (சுமார் ஐந்து மணி நேரப் படம்)

The Hour of the Furnaces (சுமார் ஐந்து மணி நேரப் படம்)

Hitler: A Film From Germany (எட்டு மணி நேரப் படம்)

Last Supper - Tomas Alea

20.4.2020.

27

சில தினங்களுக்கு முன்பு ஒருநாள் என் பிரதான மாணவியை அழைத்து, "இதெல்லாம் உனக்கே நல்லா இருக்கா? ஒரு முக்கியமான பொறுப்பில் இருக்கும் நீ இப்படிப் பொறுப்பில்லாமல் விளையாட்டுத்தனமாக நடந்து கொள்ளலாமா? இது சம்பந்தமாக கிருஷ்ணனும் இதே மாதிரிதான் நினைக்கிறார். நேற்று இது பற்றி இருவரும் ஒரு மணி நேரம் புலம்பிக் கொண்டிருந்தோம்" என்று சாந்தமான தொனியில் சொன்னேன்.

மாணவி புத்திசாலி. என்ன என்று நான் சொல்லாமலேயே புரிந்து கொண்டு விட்டாள். "ஒங்க ரெண்டு பேருக்கும் என் தலையை உருட்டுறதுதான் பெரிய வேலையாப் போச்சு."

"நீ பண்றது அப்டி இருக்கும்மா, நாங்க என்ன பண்றது? இவ்வளவு பெரிய பொறுப்புல இருந்துக்கிட்டு..."

குறுக்கிட்டாள். "ம்ச்ச... விடுங்கப்பா... அன்னிக்கு நான் ரொம்ப மூட் அவ்ட். அதுனாலதான் ஃபேஸ்புக்லயே கிடந்தேன்."

"ஏன், எதாவது தமிழில் வெளிவந்த மொழிபெயர்ப்புக் கதை கிதை படிச்சியா?"

“சே, அதெல்லாம் ஒண்ணுமில்லை. நேத்து சாய்ங்காலம் ஒரு நாலு மணி இருக்கும். செம எதிர் வெய்யில். அப்போ போய் கிச்சனுக்குள்ள போக வேண்டியதாயிச்சு. பன்னண்டு தோசை போட்டேன், பெரிய குட்டிக்கு. சின்னதுக்கு மூணு. பதினஞ்சு தோசை போட்டுட்டு வெளிய வந்து என்னத்தப் படிக்கிறது. ஃபேஸ்புக்தான். இன்னிக்கிலாம் பண்ண மாட்டேன்.”

அம்மணிக்கு அன்றைய தினம் நாளெல்லாம் லைக் போட்டு உற்சாகம் ஊட்டிய இருநூற்றைம்பது ஆம்பிளை அசடுகளையும் நினைத்துப் பரிதாபப்படுகிறேன். பாவம்.

என்னையெல்லாம் என் அம்மா எப்படி சமாளித்தார்கள் என்றே புரிய மாட்டேன் என்கிறது. இட்லி என்றால் ஒரு பதினஞ்சு. அதுவும் இப்போதைய மெட்ராஸ் இட்லி மாதிரி மூன்று மடங்கு பெரிதாக இருக்கும். தோசை என்றால் பத்து பன்னிரண்டு இப்படி. இப்படி ஆறு உருப்படி அம்மாவுக்கு. இது போக நைனாவுக்கு, தனக்கு.

இப்படி வளர்த்து சமுதாயக் கூடத்தில் விட்டால் பிள்ளை என்ன ஆகும்? தெருநாய் கதைதான். நாற்பது வயதிலிருந்து நானே தோசை போட்டுக் கொள்கிறேன். அது என்ன நாற்பது வயது? தில்லியில் இருந்த வரை ஐ.பி. காலேஜுக்கு அருகில் உள்ள சந்தன் சிங் டீக்கடையில்தான் தினமும் காலை உணவு. (இந்த்ரப் பிரஸ்தா காலேஜ்: தில்லியில் சிவில் லைன்ஸ் என்ற இடத்தில் உள்ளது. உலகிலேயே அழகான பெண்கள் இங்கேதான் படிக்கின்றனர். இதற்கு நேர் எதிரே நான் வேலை பார்த்த சிவில் சப்ளைஸ் ஆஃபீஸ் இருந்தது-இப்போது அது அங்கே இல்லை; இடம் மாறி ஐ.டி.ஓ.வுக்குப் போய் விட்டது.) சமீபத்தில் கூட அங்கே போய்ப் பார்த்தேன். சந்தன் சிங் கடை அப்படியே இருந்தது. டோஸ்ட் செய்த ப்ரெட்டில் வெண்ணெய் தடவி, தொட்டுக் கொள்ள கருப்புக் கொண்டைக்கடலைக் கறியுடன் கொடுப்பார் சந்தன் சிங். அட்டகாசமாக இருக்கும். ஆறு ஸ்லைஸ் சாப்பிடுவேன். அதனால் தோசை இட்லி பக்கம் வரவில்லை. நாற்பது வயதில் அவந்திகா. இரண்டு பேருமே வேலைக்குப் போனதால் அவளிடம் எதிர்பார்க்க முடியவில்லை.

போட்டுக் கொடு என்றால் மறுக்க மாட்டாள்தான். ஆனால் அவளே முன்வந்தாலும் நான்தான் பயந்து போய் “வேண்டாம்” என்று மறுத்து விடுவேன். நான் உள்ளங்கை சைஸில் தோசை போடுவேன். அதுவும் மெலிதாக. அந்த மாதிரி ஆறு தோசை. ஆஃப்கனியர்கள் ரொட்டி போடுவார்கள் பார்த்திருக்கிறீர்களா? விக்ரமாதித்தன் வேதாளத்தைத் தோளில் போட்டுக் கொண்டு போவதைப் போல் ரொட்டியைத் தோளிலேயே போட்டுக் கொண்டு போவார்கள் ஆஃப்கானிஸ்தானில். அந்த சைஸில் தோசை போடுவாள் அவந்திகா. கல் முழுவதையும் அடைத்துக் கொண்டிருக்கும் தோசை. இன்று என் கையலக தோசை போட்டுக் கொண்டிருந்த போது பக்கத்தில் வந்தாள். காண்பித்தேன். தோசை என்றால் இப்படி இருக்க வேண்டும். அப்போதுதான் அவள் அத்தனை பெரிய தோசை போடுவதன் மர்மம் புரிந்தது?

“எவனால இவ்ளோ நேரம் நின்னு ஒண்ணு ஒண்ணா போட்டுக்கிட்ருக்க முடியும்? வேற வேல இல்ல?”

பாத்திரம் தேய்ப்பது பற்றி எழுதி உங்களை அடுத்த சானல் மாற்ற வைக்கக் கூடாது என்றுதான் பார்க்கிறேன். ஆனாலும் விதி விட்டபாடு இல்லை. அவர் என் நண்பர். அவர் பையன் அமெரிக்காவில் வசிக்கிறான். இரண்டு குழந்தைகள். மனைவியும் நல்ல வேலையில் இருக்கிறாள். சமீபத்தில் தமிழ் வருடப் பிறப்பு வந்து போனதே தெரியாமல் வந்து போனதல்லவா? அதற்கு மறுநாள் அவனுக்கு ஃபோன் செய்த என் நண்பரின் மனைவி வருடப் பிறப்புக்கு என்னென்ன பதார்த்தமெல்லாம் பண்ணினாய் என்று கேட்டிருக்கிறார். அவன் அதற்கு ஒரு பாட்டம் அழுது தீர்த்திருக்கிறான்.

“ஏம்மா, நீ பாட்டுக்கு மெட்றாஸ்ல உக்காந்துக்கிட்டு அது பண்ணினியா, இது பண்ணினியான்னு கேட்டு டார்ச்சர் பண்றே. இருபத்தஞ்சு வயசு வரைக்கும் அடுக்களை எங்கே இருக்கிறதுன்னு கூட எனக்குத் தெரியாது. இப்போ ஆஃபீஸ் நேரம் போக மத்த நேரமெல்லாம் அடுக்களையே கதின்னு

கிடக்கேன். அவளையும் குத்தம் சொல்ல முடியாது. ரெண்டும் சின்னப் பசங்க. அதுங்களைப் பராமரிக்கிறதுக்குள்ளயே தாவு தீர்ந்து போயிட்றது. களைச்சுப் போய் தூங்கிடறா. இங்கே பாயசமும் பாலன்னமும் பண்ணிப்பிட்டு அந்தப் பாத்திரங்களையெல்லாம் எவன் தேய்க்கிறது? வேலக்காரியா? கிழிஞ்சது. அங்கே நம்ம ஊர்ல அய்யாயிரம் ரூபாய்க்கு ராஜாத்தி மாதிரி வேலக்காரி கெடைப்பா. இங்கே என் சம்பளத்தில பாதிய அவளுக்குக் கொட்டி அழணும். இப்போல்லாம் என் பொண்டாட்டி என்னைக் கூப்பிட்டாலே எனக்குக் கை காலெல்லாம் நடுங்கறது. ஏன்னா அவள் கூப்பிட்டாலே எதாவது வேலைதான். வேலை இல்லாமல் கூப்பிட்றதே இல்லை. எழுந்து ஒக்காண்டு எழுந்து ஒக்காண்டு பைடெக்ஸ் பண்றா மாதிரி இருக்கு. நேத்து ஒண்ணும் பண்ணலை. ப்ரெட் பட்டர் ஜாமும் நூடுல்ஸும்தான் முழுநாளும் சாப்பாடு.”

என் நண்பர் இதை நேற்று சொன்னபோது உலகம் பூராவும் எனக்குத் தோழர்கள் இருக்கிறார்கள் என்று நினைத்துக் கொண்டேன்.

22.4.2020.

28

அன்புள்ள சாரு...

நண்பர் நிர்மல் உங்களுக்கு அனுப்பிய கடிதத்தில் இப்படி எழுதியிருந்தார்:

“இவ்வளவு கூட்டமாக ஒரே மதமாக, ஒரே நாடாக, முன்பின் தெரியாதவர்களோடு ஒன்று சேர்ந்து இணைந்து பயனிக்கக் கூடிய திறன் உலகில் வேறு எந்த உயிரினங்களுக்கும் இல்லைதானே?”

அவர் சொல்வது நவீனத்துவ சிந்தனை.

ஆனால் இன்றைய அறிவியல், மரங்கள் தமக்குள் உரையாடுவதை, எதிரியிடமிருந்து தப்பிக்க வியூகம் அமைப்பதை உறுதி செய்கிறது. உங்களது எக்ஸைல் நாவல் பேசும் விஷயத்தை அறிவியல் வழி மொழிகிறது.

அன்பு, கருணை, இரக்கம் போன்றவை பிற உயிர்களுக்கு நாம் போடும் பிச்சை கிடையாது. மைத்ரீ என புத்தர் சொல்லும் பெருங்கருணை இல்லாவிட்டால் மனித இனம் அழிந்துவிடும் என்பதைத்தான் உங்களது பூச்சி தொடர் சொல்கிறது.

மனிதன்தான் உலகில் எது வாழ வேண்டும் என தீர்மானிக்கிறான் என நிர்மல் நினைக்கிறார்.

ஆனால் எந்த மனித இனம் வாழ வேண்டும், எந்த தேசம் போரில் வெல்ல வேண்டும், யார் அழிய வேண்டும் என்பனவற்றையெல்லாம் தீர்மானித்தவை கிருமிகளும் நோய்களும்தான் என்கிறது வரலாறு.

எனவே பூச்சி என்ற தலைப்பு மிக மிகப் பொருத்தமானது, மிக மிக வலுவானது என நினைக்கிறேன்.

தினமும் என்ன தின்கிறாய், எங்கே செல்கிறாய், எவ்வளவு நேரம் புணர்கிறாய் என்ற விவரங்களை தினமும் எங்களுக்கு அறிக்கை தர வேண்டும் என இருபது ஆண்டுகளுக்கு முன் அரசாங்கம் ஆணையிட்டிருந்தால் நாம் சிரித்திருப்போம்.

ஆனால் யார் உத்தரவுமின்றி தினமும் மனித இனம் இதைத் தற்போது செய்கிறது.

யாருடைய பொம்மையாக மனித இனம் இருக்கிறது. தன்னை உருவாக்கிய சக்திகளால் கைவிடப்பட்ட ஓர் அற்பப் பூச்சிதான் மனிதன் என்ற கோணத்திலும் பூச்சி என்ற பெயர் பளார் என அறைவது போன்ற உணர்வைத் தருகிறது.

என்றென்றும் அன்புடன்,
பிச்சைக்காரன்.

ஆம், பிச்சைக்காரன் சொல்வது உண்மைதான். நீங்கள் எவ்வாறு புணர்ச்சி கொள்ள வேண்டும் என்பதைக் கூட அரசு சொல்லியாயிற்று. கீழ்வரும் அரசு ஆணையைப் பாருங்கள்.

Belgium Health Minister puts ban on non-essential sexual activities of persons three or greater in indoor areas.

கொரோனா பரவலைத் தடுப்பதற்காக இந்த நடவடிக்கை எடுக்கப்பட்டிருக்கிறது. “பெல்ஜியம் பியர் குடிப்பதிலும் க்ரூப் செக்ஸிலும் ஐரோப்பாவின் தலைநகர் - ஏன், உலகத்துக்கே தலைநகராக விளங்குகிறது என்று சொல்லலாம். இந்த நிலையை நாம் ஒரு தேசமாக எதிர்கொண்டாக வேண்டும்”

என்று சொல்லியிருக்கிறார் பெல்ஜியம் சுகாதார அமைச்சர் மாகி தெ ப்ளாக். *"Wife swapping, threesomes, and orgies of six, fifty, one hundred or more are not permitted until the out-break settles down."* இவ்வாறு பெல்ஜியம் பாராளுமன்றத்தில் அவர் பேசியிருக்கிறார். ஆனால் ஒருவர் தனியாகவோ (உ-ம்: சுயமைதுனம்), இருவராகவோ பாலியல் உறவில் ஈடுபட - வாய்வழிப் புணர்ச்சி, குதப் புணர்ச்சி மற்றும் *beastiality* உட்பட - எதற்கும் தடையில்லை என்று அவர் பின்னர் பத்திரிகையாளர் கூட்டத்தில் விளக்கினார். பத்திரிகையாளர்கள் *bestiality* பற்றிச் சந்தேகங்கள் எழுப்பியபோது இரண்டு மனிதர்களுக்கிடையிலான *bestiality* பற்றியே தான் குறிப்பிட்டதாகவும் மிருகத்துக்கும் மனிதருக்கும் இடையிலான பாலியல் உறவைத் தான் குறிப்பிடவில்லை என்றும் தெளிவு படுத்தினார்.

2018இல் பெல்ஜியத்தில் எடுக்கப்பட்ட ஒரு சர்வேயின் போது எழுபத்தெட்டு சதவிகிதத்துக்கு மேற்பட்ட பெல்ஜியன் ஜோடிகள் வெளிப்படையாகவே *wife swapping*இல் ஈடுபடுவதாகவும் இந்தக் கலாச்சாரம் இரண்டாம் லியபோல்டின் காலத்திலிருந்தே பழக்கத்தில் இருந்து வருவதாகவும் அறிகிறோம்.

மேற்கண்ட செய்தியின் மூலமும் என் தென்னமெரிக்கப் பயணம் குறித்து அவ்வப்போது எழுதி வரும் குறிப்புகள் மூலமும் நீங்கள் பல விஷயங்களைத் தொகுத்துத் தெரிந்து கொள்வதோடு, இந்திய வாழ்க்கை பற்றியும் இதன் சாதக பாதகங்கள் பற்றியும் கூட வலுவான முடிவுகளைக் கண்டடைய முடியும்.

இப்படியெல்லாம் சொல்வதால் நான் ஹிந்துத்துவத்தின் பக்கம் சாய்ந்து விட்டேன் என்பதாகப் பலரும் அபிப்பிராயப்படுகிறார்கள். இதைத்தான் வேறு வார்த்தைகளில் 'கனிந்து விட்டேன்' என்றும் குறிப்பிடுகிறார்கள். இது சம்பந்தமாக எனக்கு வந்த ஒரு கடிதத்தை இங்கே பார்ப்போம்.

சாரு,

பூச்சி சீரிஸ் பிரமாதமாகப் போய்க்கொண்டிருக்கிறது. குறிப்பாக பூச்சி-25 ஒரு revelation. உங்களைப் பல ஆண்டுகளாக படித்து

வளர்ந்த வாசகன் என்ற முறையில் உங்களைப் பற்றிய ஒரு அனுமானத்தை சொல்லத் தோன்றுகிறது. கோபித்துக் கொள்ள மாட்டீர்கள் என்று நம்புகிறேன்.

வயது, அனுபவம், படிப்பு, எழுத்தால் முற்றிலும் கனிந்த நீங்கள் வந்து நிற்கும் தளம் என்ன என்று பார்த்தால், வாழ்நாள் முழுதும் நீங்கள் மறுதலித்து வந்த "ஹிந்துத்வா பாசிஸ்ட்" ஜெயமோகனின் தளம். என்ன ஒரு முரண். சொல்லப்போனால் அகத்தேடல் உள்ள ஒவ்வொருவரும் கடைசியில் வந்தடையும் தளம் இது. ஜெயகாந்தன் கடைசியில் "ஜெய ஜெய சங்கரா" எழுதியதையும் இதனுடன் இணைத்துப் புரிந்து கொள்கிறேன். நான் இதை வசையாகக் கூறவில்லை என்பதை உணர்ந்திருப்பீர்கள். சிலர் இந்த தளத்திலிருந்து தொடங்கி விவாதம் மூலம் விரிவுபடுத்துகிறார்கள். இன்னும் சிலர் இந்தத் தளத்தை பழைய சிந்தனைகள் என மறுதலித்து உண்மையைக் கண்டடையும் முயற்சியில் கடைசியில் இந்தத் தளத்தை வந்தடைகிறார்கள்.

ஜெயமோகன் முன்பு எழுதிய ஒரு குறிப்பு நினைவுக்கு வந்தது.

"இலக்கியத்திலும் சரி, தத்துவத்திலும் சரி, முற்றிலும் புத்தம் புதிய சிந்தனை என ஒன்று உருவாக முடியாது. மனித மனம் இயற்கையை எதிர்கொண்ட ஆரம்ப நாட்களிலேயே சிந்தனையின் அடிப்படைக் கேள்விகள், அடிப்படையான தர்க்கமுறைகள் முழுக்க உருவாகியிருக்கும். அவற்றின் விரிவாக்கமாகவும், அவற்றுக்கு இடையேயான விவாதமாகவும்தான் புதிய சிந்தனைகள் உருவாகின்றன."

அன்புடன்,
உங்கள் வாசகன்.

இந்தக் கடிதத்தைப் படித்து முடித்த போது ஒருக்கணம் சிதம்பரத்தில் அம்பலவாணனைக் கண்டு நெக்குருகிய மாணிக்கவாசகனைப் போல் ஆகி விட்டேன். முன்பே சொன்னேன் அல்லவா, என்னிடம் என்ன சொன்னாலும் முதலில் ஒப்புக் கொண்டு விடுவேன். நீங்கள் சொல்வதே சரி,

நான் சொல்வதெல்லாம் தப்பு எனத் தோன்றும். அப்புறம்தான் கொஞ்சம் கொஞ்சமாக எட்டிப் பார்க்கும் புத்தி. கடிதம் எழுதிய நண்பர் என்னையும் புரிந்து கொள்ளவில்லை; ஜெயமோகனையும் புரிந்து கொள்ளவில்லை என்றுதான் சொல்லத் தோன்றுகிறது. நம்முடைய இலக்கிய சூழலில் - இப்படி ஆரம்பிப்பதற்கு முன் நம்முடைய இலக்கிய சூழல் எப்படிப்பட்டது என்று சொல்லி விட வேண்டும். எந்த எழுத்தாளராவது ஒரு நாவல் அல்லது ஒரு சிறுகதை எழுதினால் அதைப் பற்றிக் கருத்து சொல்ல வேண்டியது யார்? அந்த மொழியில் செயல்படும் புத்திஜீவிகள், உபாத்தியாயர்கள், பத்திரிகையாளர்கள், அரசியல்வாதிகள், மாணவர்கள், கேளிக்கைத் துறையில் இருக்கும் பிரபலங்கள் ஆகியோர். ஆனால் இங்கே நடப்பது என்ன? மேற்கண்ட யாருக்கும் எழுத்தாளர்களைத் தெரியாது. அவர்களின் வாழ்நாளில் ஒரு புத்தகமும் படித்ததில்லை. ஆக, வெளிவந்த நாவல் பற்றியோ கதை பற்றியோ சக எழுத்தாளர்கள்தான் விமர்சிக்கிறார்கள். அல்லது, அபூர்வமாகப் பாராட்டுகிறார்கள். ஒரு ஒட்டுமொத்த கலாச்சார சூழலே *philistine*ஆக இருக்கும்போது இப்படித்தான் நடக்கும். அதில் ஆச்சரியம் ஏதுமில்லை. இந்த விஷயத்தில் கேரளம் கொஞ்சம் பரவாயில்லை. ஜெயமோகனின் நூறு சிம்மாசனங்கள் கதை வந்த சில தினங்களில் நான் கேரளா சென்றிருந்தேன். அங்கே என்னை சந்தித்த அத்தனை பேரும் அந்தக் கதையைப் படித்தீர்களா என்று கேட்ட போது ஏற்பட்ட ஆர்வத்தினால் அதைப் படித்தேன். அப்போது அந்தக் கதை கேரளத்தில் கொண்டாடப்பட்டுக் கொண்டிருந்தது. ஐந்து லட்சம் பேரோ பத்து லட்சம் பேரோ படித்து விட்டார்கள் என்று செய்தி வந்தது. கிட்டத்தட்ட வாசுதேவன் நாயரின் நாலுகட்டுக்குப் பிறகு அத்தனை தூரம் மலையாளத்தில் பல லட்சம் பேரால் வாசிக்கப்பட்டது நூறு சிம்மாசனங்களாகத்தான் இருக்கும். முன்னது நாவல், இது சிறுகதை. அதுதான் வித்தியாசம்.

அதனால் ஊருக்குத் திரும்பியதும் அதைப் படித்தேன். கொதித்தேன். ஏனென்றால், ஜெயமோகனின் புனைவுலகம்

சிருஷ்டிகரத்தன்மையின் நானாவித கூறுகளையும் உள்ளடக்கியதாகவே இருந்தாலும் அதில் அவர் ஒரு அரசியல் நிலைப்பாட்டைத் தவிர்க்க முடியாமலேயே உள்ளடக்கி விடுகிறார். நான் அவருடைய எல்லா முக்கியமான படைப்புகளையும் வாசித்ததில்லை எனினும் நான் வாசித்த ஒரு புனைவில் கூட அந்த அரசியல் இல்லாமல் இருந்ததில்லை. இதைப் பற்றியெல்லாம் பேசுவது நான் வரித்துக் கொண்ட என் சுயதர்மத்துக்கு எதிரானது.

ஏனென்றால், தொமாஸ் சாலமன் *(Tomaž Šalamun)* ஸ்லொவேனியாவின் பிரபலமான கவிஞர். சிலமுறை நோபல் பரிசுக்கும் பரிந்துரை செய்யப்பட்டவர். அவரோடு நான் தில்லியில் 2011இல் மூன்று தினங்கள் தங்கியிருக்க நேர்ந்தது. அவரிடம் ஒருமுறை செர்பியாவைச் சேர்ந்த மிலோராத் பாவிச் பற்றிக் கேட்டேன். கொஞ்சம் யோசித்தார். மிலோராத் பாவிச்சின் பெயரை இரண்டு முறை வாய்விட்டுச் சொன்னார். பிறகு லேசாகத் தலையாட்டியபடியே சந்தேகாஸ்பதமான தொனியில் “கேள்விப்பட்டிருக்கிறேன்” என்றார். ஸ்லொவேனியாவின் தலைநகர் லுப்லியானாவிலிருந்து ஐநூற்று சொச்சம் கிலோமீட்டர் தூரத்தில் உள்ளது செர்பியாவின் தலைநகர் பெல்கிரேட்.

அப்புறம் சாலமனிடம் சொன்னேன், மிலோராத் பாவிச் தமிழ்நாட்டில் போர்ஹேஸைப் போல் கொண்டாடப்படுபவர் என்று. அவரோ கேள்வி கூடப் பட்டதில்லை. சாலமன் மட்டும் இல்லை. எந்த சர்வதேச எழுத்தாளரும் சக எழுத்தாளர்களை வாசித்ததில்லை. வாசிப்பதும் இல்லை. எல்லோரும் கிரேக்க செவ்விலக்கியத்தையும் ஷேக்ஸ்பியரையும் கடைசியில் காஃப்கா வரையும் படித்திருக்கிறார்கள். மரியோ பர்கஸ் யோசா என்றால் கூட கல்லூரி நாட்களில் ஆண்ட் ஜூலியா அண்ட் தெ ஸ்க்ரிப்ட் ரைட்டர் மாதிரி ஒன்றிரண்டு புத்தகங்களை வாசித்திருக்கிறார்கள். அவ்வளவுதான் அவர்களின் நவீன இலக்கியப் பரிச்சயம். விக்ரம் சேட்டைப் படித்திருக்கிறீர்களா என்று வட இந்திய ஆங்கில எழுத்தாளர்களைக் கேட்டால் ஒருவர் கூடப் படித்திருப்பார்களா என்பது சந்தேகம்.

ஆனால் இங்கே உள்ள எழுத்தாளர்கள் அனைவருமே சக எழுத்தாளர்கள் அனைவரையுமே படித்திருக்க வேண்டும் என்றும் இல்லையேல் பரீட்சையில் தோல்வியுற்ற மாணவனைப் போலவும் நடத்துகிறார்கள்.

இப்போது இந்தக் கணம் என் முன் உள்ள கேள்வி: என் மேஜையின் மீது உள்ள ஆல்பர் கம்யு எழுதிய *Algerian Chronicles* புத்தகத்தையும், பஸோலினி எழுதிய *The Long Road of Sand* என்ற புத்தகத்தையும் படிக்கவா? அல்லது, தினந்தோறும் ஜெயமோகன் எழுதி வரும் கதைகளைப் படிக்கவா? அவர் எழுதிய பத்து லட்சம் காலடிகள் கதையை ஊரே போற்றுகிறது; ஊரே தூற்றுகிறது. இதை விட ஒரு எழுத்தாளனுக்கு வேறு என்ன வெகுமதி வேண்டும்? ஒருத்தர் சொல்கிறார், இதை விட உச்சம் வேறு எதுவும் இல்லை. இன்னொருத்தர் சொல்கிறார், இந்தக் கதையைப் பாராட்டுபவர்கள் பீயை அள்ளி வாயில் வைத்துக் கொள்ளலாம்.

கடிதம் எழுதிய அன்பர் மீது எனக்குக் கோபம் எதுவும் இல்லை. அவரது புரிதல் இத்தனை மோசமாக இருக்கிறதே என்ற பரிதாப உணர்வே எழுகிறது. ஜெயமோகன் ஒரு துருவம். நான் ஒரு துருவம். இதுபோல் ஒரு மொழியில் சமகாலத்தில் நிகழ்வது வெகு அபூர்வம். இது பற்றிப் பலமுறை மிக விரிவாகவே எழுதியிருக்கிறேன். இருந்தும் ஏன் இது பலருக்கும் புரிவதில்லை என்று தெரியவில்லை. இப்போது மீண்டும் ஒருமுறை விளக்குகிறேன்.

நான் வெகுவாக மதிக்கும் என் சக படைப்பாளியின் புனைவு எழுத்தை விமர்சிப்பது என் சுயதர்மத்துக்கு எதிரான செயல். இருந்தும் இதைச் செய்வதன் காரணம், நான் ஜெயமோகனின் இடத்துக்கு வந்து சேர்வதோ, ஜெயமோகன் என்னுடைய இடத்துக்கு வந்து சேர்வதோ சாத்தியமே இல்லை என்பதை விளக்குவதற்காகத்தான். நூறு சிம்மாசனங்கள் கதை பற்றி கார்ல் மார்க்ஸின் புத்தக வெளியீட்டு விழா ஒன்றில் விரிவாகப் பேசியிருக்கிறேன். (முடிந்தால் அந்தப் பேச்சின் காணொலியைப் பாருங்கள்.) அதையே இங்கே திரும்பச் சொல்லி நேரத்தை

விரயம் பண்ண விருப்பம் இல்லை. சுருக்கமாகச் சொல்கிறேன். தலித் வாழ்க்கை பன்றிகளின் வாழ்க்கை போன்றது. அவன் உயர வேண்டுமானால் பிராமணப் பெண்ணை மணந்து உயர்குடிக் கலாச்சாரத்தைப் பேண வேண்டும். இதில் உள்ள இரண்டாவது விஷயத்தைக் கூட விட்டு விடலாம். முதல் விஷயம்தான் ஜெயமோகனின் அரசியல் பார்வை. என்னைப் பொருத்தவரை, தலித்துகளின் வாழ்க்கை அதற்கே உரிய அழகியல் கூறுகளையும் கலாச்சாரத்தையும் உள்ளடக்கியது. அதை மேட்டுக்குடியினரால் புரிந்து கொள்ளவே இயலாது. ஜெயமோகன் ஒரு படைப்பாளியாக எங்கே வெற்றிக்கொடி நாட்டுகிறார் என்றால், நூறு சிம்மாசனங்கள் கதையை கேரளத்தில் தலித்துகளே பெரிதும் கொண்டாடினார்கள். அப்படியாக அந்தக் கதை பின்னப்பட்டிருந்தது. நான் அந்தக் கதையை ஒரு ஆர்.எஸ்.எஸ். ஹிந்துத்துவ அஜெண்டா என்று வாதிட்டேன். ஹிந்துத்துவாவின் தத்துவ அறிக்கை *(Manifesto)* என்று சொன்னேன். சமீபத்தில் கூட யா தேவி என்று ஒரு கதையைப் படித்தேன். பெரிதும் சிலாகிக்கப்பட்ட கதை. என் நெற்றிப்பொட்டில் துப்பாக்கியை வைத்து மிரட்டினாலும் என்னால் அது போன்ற ஒரு கதையை எழுத முடியாது. கலாபூர்வமாக அது நூறு சிம்மாசனங்கள் கதை போல் வெற்றி அடைந்தது என்று சொல்ல முடியாத, ஒரு தட்டையான கதை. ஒரு மட்டையாளன் எப்போதுமே செஞ்சுரி போட்டுக் கொண்டிருக்க முடியாது. அது பற்றி எனக்குப் புகார் எதுவும் இல்லை. ஆனால் யா தேவியும் ஒரு ஹிந்துத்துவ அஜெண்டா. இந்தியா ஒளிர்கிறது கதை. இந்தியா போற்றுதும் கதை. இதைப் படித்ததும் எனக்கு தில்லி பஸ் வன்கலவிச் சம்பவம் மட்டுமே ஞாபகம் வந்தது. ஒருத்தன் ஏன் அந்த தில்லி பஸ் சம்பவத்தை ஒரு கதையாக எழுதக் கூடாது? ஆனால் அதுவா இந்தியா? அதுவா இந்தியாவின் ஆன்மா? சிறுகதை என்றால் அதில் ஒரு முழுமையான, *absolute*-ஆன உண்மையைச் சொல்லி விட முடியாது. சொல்ல முயன்றால் தோல்விதான் ஏற்படும். மாறாக, ஒரு மின்னல் பொறிதான் சிறுகதை. ஆனால் யா தேவியில் ஒரு *absolute truth* உள்ளது.

அந்தக் கதை ஹிந்தியில் மொழிபெயர்க்கப்பட்டால் நிச்சயம் மோடிக்கும் அமித் ஷாவுக்கும் பிடிக்கும். ஜெயமோகனுக்கு பத்மபூஷனும் கிடைக்கலாம். கிடைக்க வேண்டும். அவர் அந்த விருதுக்குத் தகுதியானவர்தான். அதில் சந்தேகம் இல்லை. ஆனால் யா தேவி அந்தக் கதையில் உள்ள மாதிரியான சிந்தனைப் போக்கு உள்ளவர்களுக்குத்தான் பிடிக்கும். அந்த சிந்தனைப் போக்குதான் இந்தியாவில் வெகுஜனப்பரப்பிலும் இலக்கியத்திலும் முன்னணியில் இருக்கிறது. ஜெயமோகனும் பெரும்பான்மையானவர்களுக்குப் பிரீத்தியானவராக இருக்கிறார். இதில் ஏதும் ஆச்சரியமோ முரணோ இல்லை.

ஆனால் நண்பரே, நான் எந்தக் காலத்திலாவது இப்படி ஒரு அரசியல் நிலைப்பாட்டை வந்தடைய முடியுமா? நினைத்துக் கூடப் பார்க்க முடியாது.

மற்றபடி இந்தியத் தத்துவங்கள், இந்திய வாழ்க்கை, இந்தியத் தொன்மை, இந்தியக் கலாச்சாரம், அதன் *uniqueness* பற்றியெல்லாம் எனக்கு உயர்வான கருத்துக்கள் உண்டு. அதை வைத்து நான் ஜெயமோகனை வந்தடைந்து விட்டேன் என ஒருவர் முடிவுக்கு வர முடியாது. ஏனென்றால், எப்போதுமே நான் *Absolute Truth*க்கு எதிரானவன். நீங்கள் கடைசியில் குறிப்பிட்டிருக்கும் ஜெயமோகனின் மேற்கோள் *Absolute Truth*க்கான அப்பட்டமான உதாரணம். அது விஞ்ஞான அணுகுமுறைக்கு நேர் எதிரானது. விஞ்ஞானம் என்பதை இங்கே சரியான பொருளில் புரிந்து கொள்ள வேண்டுகிறேன். அசட்டுத்தனமான மேற்கத்திய விஞ்ஞானத்தை நான் சொல்லவில்லை. பின்நவீனத்துவ அழகியலுக்கு அடித்தளம் அமைத்த இம்மானுவல் காண்ட் *(Immanuel Kant)*, காண்ட் ஒரு *sophisticated christian* என நிராகரித்த நீட்ஷே, அதற்குப் பிறகான அமைப்பியல்வாதிகளின் விஞ்ஞான அணுகுமுறை - இவை எல்லாவற்றையும்தான் விஞ்ஞானம் என்று குறிப்பிடுகிறேன். சமத்துவம் குறித்த பத்தொன்பதாம் நூற்றாண்டுச் சிந்தனைகள், அதிகாரம் குறித்த இருபதாம் நூற்றாண்டு ஃப்ரெஞ்ச் சிந்தனைகள் எல்லாம் மனித வரலாற்றில் புத்தம் புதியவை. எந்தவிதப் பாரம்பரியச் சரடோ நீட்சியோ இல்லாதவை.

மேலும், இந்தப் பூச்சி தொடரில் நான் எழுதும் எதையுமே புதிதாக வந்தடைந்து எழுதவில்லை. ஸீரோ டிகிரி நாவல் எவ்வாறு முடிவடைகிறது என்று யோசியுங்கள். அந்த நூலைப் புரட்டிப் பாருங்கள். மற்றும் எக்ஸைல் முழுக்கவுமே இந்தப் பூச்சி தொடரின் முன்னோடிப் பக்கங்கள்தான். மேலும், உன்னத சங்கீதம் என்ற கதையை எழுதிய ஒருவரும் ஜெயமோகனும் எப்படி ஒரே வண்டியில் பயணம் செய்ய முடியும்? என்னால் எப்படி ஒரு நூறு சிம்மாசனங்களையோ யா தேவியையோ எழுத முடியாதோ அதேபோல் ஜெயமோகனாலும் ஒருபோதும் உன்னத சங்கீதத்தை எழுத முடியாது. அந்தக் கதை வ்ளதமீர் நபக்கோவையே தாண்டியது. நபக்கோவின் லொலிதாவில் குற்ற உணர்ச்சி தென்படும். உன்னத சங்கீதத்தில் அது இல்லை.

பசு பற்றிய என் கருத்துக்களையும், மோடியின் காஷ்மீர் சட்டத் திருத்தம், குடியுரிமைச் சட்டத் திருத்தம் ஆகியவற்றுக்கு என் ஆதரவு போன்ற விஷயங்களையும் வைத்துக் கொண்டா நான் ஜெயமோகனை வந்தடைந்து விட்டதாக முடிவு செய்தீர்கள்? பல்லுயிர் ஓம்புதல் என்ற கருத்தை நான் நாற்பது ஆண்டுகளாக விடாமல் எழுதிக் கொண்டிருக்கிறேன். மற்ற இரண்டு அரசியல் கருத்துக்களையும் நான் இருபத்தைந்து ஆண்டுகளாக எழுதி வருகிறேன். மோடியெல்லாம் நேற்று வந்தவர். மற்றபடி கனிந்து விட்டேன் என்று எதை வைத்துச் சொல்கிறார்கள் என்று எனக்கு உண்மையிலேயே புரியவில்லை.

உங்கள் கடிதத்தை நான் ரொம்பவே ரசித்தேன், ஒரே ஒரு இடத்தைத் தவிர. அது ஜெயகாந்தனின் ஜெய ஜெய சங்கர. அது புலி எலியான கதை. நானும் ஜெயமோகனும் எப்போதுமே புலிகள்தான். ஒருபோதும் எலிகளாக மாட்டோம்.

22.4.2020.

29

டியர் சாரு,

உங்களது அர்ப்பணிப்பும், மெனக்கெடலும் மேலும் மேலும் என்னை வியக்க வைக்கிறது என்று சொல்லிவிட்டே மேற்கொண்டு தொடர்கிறேன். எனது ஐயங்கள் எந்த அளவுக்கு முக்கியத்துவம் வாய்ந்தவை என்பது எனக்குத் தெரியாது. இருப்பினும், உங்களது பார்வையில் நானும் கொஞ்சம் தெளிவுறுவேன் என்ற அடிப்படையிலேயே அவற்றை எழுப்பினேன். என் போன்ற பல ஆயிரம் பேருக்கும், இனி வரும் காலங்களில் பூச்சி தொடரை வாசிப்போருக்கும் உங்களது பதில்கள் பொக்கிஷமாக இருக்கக்கூடும் என்பதில் எனக்கும் கொஞ்சம் பெருமிதமே. நீங்கள் குறிப்பிட்ட அனைத்தும் எனக்குத் தெளிவாக புரிகிறது சாரு. இதை விட விளக்கமாகவும் யாராலும் சொல்ல முடியாது. ஆனால்... முழுமையாக என்னால் ஏற்றுக்கொள்ள முடியவில்லை. ஒருவர் சொல்வதைப் புரிந்துகொள்வதற்கும், அதனை ஏற்றுக்கொள்வதற்கும் இடையேயான வேறுபாட்டைப் புரிந்துகொள்வீர்கள் என்று நம்புகிறேன். முதல் கட்டுரையிலேயே ஒரு விஷயத்தைக் குறிப்பிட்டிருந்தீர்கள்.

“எத்தனை சீரியஸ் விவாதமாக இருந்தாலும் நாம் சொல்வது சரியாக இருக்க ஐம்பது சதவிகித வாய்ப்புதான் உள்ளது; எதிராளி சொல்வது சரியாக இருக்க ஐம்பது சதவிகிதம் என்று நினைத்துக் கொண்டுதான் பேசவே ஆரம்பிப்பேன்.”

இந்தப் பின்னணியில் எனது கருத்துக்களையும் அணுகுமாறு கோரிக்கை வைத்துவிட்டுத் தொடர்கிறேன்.

(மேலும், இங்கு நான் பேசப்போகும் அனைத்தும் நீங்கள் அறிவீர்கள் என்பதும் எனக்குத் தெரியும். சாருவின் கட்டுரைகளை வாசித்த பிறகு, மாட்டிறைச்சி சாப்பிடுவதைக் குறித்து குற்ற உணர்ச்சிக்கு ஆளானதாக நண்பர் ஒருவர் ஃபோனில் தெரிவித்தார். அவருக்கும் சேர்த்தே எனது நிலைப்பாட்டை இங்கு எழுதுகிறேன்.)

சொல்லிவைத்தாற்போல சமீபத்தில்தான் டி.என்.ஜா எழுதிய “*Myth of the Holy Cow*” எனும் புத்தகத்தை வாசிக்க ஆரம்பித்தேன். பசு குறித்து காந்தி சொன்னதாக நீங்கள் குறிப்பிட்ட சில மேற்கோள்களில் இருந்துதான் முதல் அத்தியாயத்தைத் தொடங்குகிறார் டி.என்.ஜா. என்னடா இது... ஏதோ மேஜிக் மாதிரி இருக்கிறதே என நினைத்துக்கொண்டேன். இதுபோன்ற விவகாரங்களினால்தான் பட்டர்ஃபிளை எஃபெக்ட், கேயாஸ் தியரி போன்றவற்றை நான் நம்புகிறேன். இந்தப் புத்தகம் குறித்து நான் அதிகம் குறிப்பிடப்போவதில்லை. ஆனாலும், 2014ஆம் ஆண்டு பாரதிய ஜனதா கட்சி ஆட்சிக்கு வந்த பிறகு, மாட்டிறைச்சியை முன்வைத்து இங்கு நடக்கும் அரசியலைப் பார்த்த பிறகுதான் சில தரவுகளைத் தேடிப் படிக்க ஆரம்பித்தேன். அந்தப் பின்னணியில் இருந்து அணுகும்போது, பசு எனும் புனிதமும் - மாட்டிறைச்சிக்கு எதிரான பிரசாரமும் இங்கு அரசியலாக மட்டுமே செய்யப்படுவதை உணர முடிந்தது. இந்துக்களின் புனிதப் பண்பாட்டுக் குறியீடாகவும், முஸ்லிம்களுக்கு எதிராக மத ரீதியிலான வேற்றுமையைப் பறைசாற்றவுமே இந்த அரசியல் கையில் எடுக்கப்பட்டதாக உணர்ந்தேன்.

Myth of the Holy Cow புத்தகத்திற்காக பெரும் உழைப்பைச் செலவிட்டுள்ளார் ஜா. எண்ணற்ற தரவுகளை சேகரித்துள்ளார். அவரது பல தரவுகள் தீவிர இந்து மதப் பற்றாளர்களின் நூல்கள் மற்றும் ஆராய்ச்சிக் கட்டுரைகளில் இருந்தும் எடுக்கப்பட்டுள்ளன. அனைத்தையும் மேற்கோள் காட்டியும் இருக்கிறார்.

உங்களது கட்டுரையில் மாடு எனது தாய். குல தெய்வம். இந்துக்களின் தெய்வம் என்று தெளிவாக "புனிதப்படுத்தி" குறிப்பிட்டிருந்தீர்கள். ஒரு விஷயத்தைப் புனிதப்படுத்திய பிறகு அதிலுள்ள தர்க்க நியாயங்கள் செல்லுபடியாகாது என்பதை நன்கு அறிவேன். இருப்பினும் 50 : 50 எனும் விகிதாச்சார அடிப்படையில் தொடர்கிறேன். உங்களது கருத்தை நான் ஏன் ஏற்றுக்கொள்ள மறுக்கிறேன் என்ற காரணங்களை அடுக்குவதுதானே நியாயம்? அதன்படி, டி.என். ஜா எழுதிய புத்தகத்தின் மூலம் இந்துக்கள் (வேத கால ஆரியர்கள்) பசுக்களை யாகங்களில் பலியிட்டு, அதனை உண்பதையும் அறிய முடிகிறது. பின்னாட்களில் பௌத்த, சமண மதங்களின் எழுச்சியால் புலால் உண்பதை ஆரியர்கள் (இந்துக்கள்) தவிர்த்ததாக அறிய முடிகிறது. இவை தவறாக இட்டுக்கட்டியவை என்றும் மறுப்பு வரலாம். தாங்கள் தெய்வத்தின் குரலை மேற்கோள் காட்டியிருந்தீர்கள் அல்லவா… அதே நூலில் மகா பெரியவா இவ்விஷயத்தைக் குறித்து விளக்கியதையும் கவனித்தேன்.

"ஒருத்தன் செய்ய வேண்டியதாக இருபத்தோரு யக்ஞங்கள் விதிக்கப் பட்டிருக்கின்றன. பாக யக்ஞம், ஹவிர் யக்ஞம், ஸோம யக்ஞம் என்று மூன்று விதமான யக்ஞங்களில், ஒவ்வொன்றிலும் ஏழு வீதம் மொத்தம் இருபத்தொன்று சொல்லியிருக்கிறது. இவற்றிலும் பாக யக்ஞம் ஏழிலும் பசு பலி இல்லை. ஹவிர் யக்ஞங்களிலும் முதல் ஐந்தில் பசு பலி இல்லை. 'நிரூட பசுபந்தம்' எனற ஆறாவது யக்ஞத்திலிருந்துதான் பசு பலி ஆரம்பிக்கிறது.

'கூட்டம் கூட்டமாகப் பசுக்களை பலிகொடுத்து, பிராம்மணர்கள் ஏகமாக மாம்ஸம் சாப்பிட்டார்கள். புத்தர் கூட இப்படி

யாகத்துக்காக ஓட்டிக்கொண்டு போகப்பட்ட மந்தைகளை ரக்ஷித்தார்' என்றெல்லாம் இப்போது புஸ்தகங்களில் எழுதி வைத்துக் கொண்டிருக்கிறார்கள். இம்மாதிரி ஏகப்பட்ட பசுக்களை பலி கொடுப்பதாக, வாஸ்தவத்தில் எந்த யாகமும் இல்லை. பிராம்மணர்கள் செய்வதில் மிகவும் உயர்ந்ததான வாஜபேயத்துக்கும் இருபத்து மூன்று பசுக்களே சொல்லப்படுகின்றன. சக்ரவர்த்திகளே செய்கிற மிகப் பெரிய அச்வமேதத்துக்குக்கூட நூறு பசுக்கள்தான் சொல்லியிருக்கிறது.

மாம்ஸ போஜனத்தில் இருந்த ஆசையினாலேயே பிராம்மணர்கள் "தேவ ப்ரீதி" என்று கதை கட்டி, யாகம் பண்ணினார்கள் என்று சொல்வது ரொம்பவும் பிசகாகும். ஒரு பசுவின் இன்னின்ன அங்கத்திலிருந்து மட்டுமே இத்தனை அளவுதான் மாம்ஸம் எடுக்கலாம். அதில் இடாவதரணம் என்பதாக ரித்விக்குகள் இவ்வளவுதான் புஜிக்க வேண்டும் என்பதற்கெல்லாம் சட்டம் உண்டு. அது துவரம் பருப்பளவுக்குக் கொஞ்சம் அதிகம்தானிருக்கும். இதிலும் உப்போ, புளிப்போ, காரமோ, தித்திப்போ சேர்க்காமல், ருசி பார்க்காமல் அப்படியே முழுங்கத்தான் வேண்டும். ஆகையால், வேறு என்ன காரணம் சொல்லி யக்ஞத்தை கண்டித்தாலும் சரி, பிராம்மணர்கள் இஷ்டப்படி மாம்ஸம் தின்னுவதற்கு யக்ஞம் என்று பெரிய பெயர் கொடுத்து ஏமாற்றினார்கள் என்றால் கொஞ்சம்கூட சரியில்லை.

இப்போது ஒரு மருந்தைப் பரீக்ஷிப்பது என்பதற்காக லாபரிட்டரிகளில் எத்தனை ஜீவன்களைக் கொல்கிறார்கள்? இப்படியே ஒரு பெரிய க்ஷேமத்துக்காகச் சின்ன ஹானியையும் உண்டாக்கலாம் என்றே யக்ஞங்கள் ஏற்பட்டிருக்கின்றன. வாஸ்தவத்தில் ஹானியும் இல்லை; அந்தப் பசு ஸத்கதி பெறுகிறது என்பதே நம்பிக்கை."

மகா பெரியவாவின் வார்த்தைகளில் பசுக்கள் பலியிடப்பட்டதையும், "சிறிய அளவில்" பிராமணர்கள் உட்கொண்டதையும் நாம் அறிய முடிகிறது. அல்லது நான் அறிந்து கொண்டேன். இடைச்செருகலாக இன்னொன்றையும்

சொல்லிவிடுகிறேன். பசு என்றால் பிராணிகள் - மிருகம் என்கிறார் மகா பெரியவர். ரிக் வேதத்தில் “கௌ” என்ற வார்த்தையால் குறிப்பிடப்டும் மிருகம் பசு என்கிறார் டி.என். ஜா.

தெய்வத்தின் குரலில் குறிப்பிட்டுள்ள “பிராம்மணர்கள் செய்வதில் மிகவும் உயர்ந்ததான வாஜபேயத்துக்கும்” என்ற யாகத்தின் மூலம் இன்னொரு தகவலும் அறிய முடிந்தது. யாகம் செய்யும் குடும்பத்தின் தலைவன் பெயராலேயே அந்த யாகம் அழைக்கப்படுமாம். அந்த வகையில் நமது முன்னாள் பிரதமர் மறைதிரு அடல் பிஹாரி வாஜ்பாயி என்ற பெயரில் உள்ள ‘வாஜ்பாயி’ என்பதும் பசுக்களை பலியிடும் யாகம் நடத்திய குடும்பத்தின் பெயர் என்றும் அறிய முடிந்தது.

மேலும் சில தகவல்களைத் தேடியபோது, விவேகானந்தரும் இந்துக்கள் மாமிசம் உண்பதைப் பற்றி பேசியிருக்கிறார்.

“You will be astonished if I tell you that, according to the old ceremonials, he is not a good Hindu who does not eat beef. On certain occasions he must sacrifice a bull and eat it. That is disgusting now. However they may differ from each other in India, in that they are all one - they never eat beef.” - The Complete works of Swami Vivekananda, Volume III

சில குறிப்பிட்ட யாகங்களில் பின்பற்றப்பட்ட வழிமுறைகளைச் சொல்லிவிட்டு, யாகங்களில் பலியிடப்படும் பசுவின் மாமிசத்தை உண்ணாமல் இருப்பவன் இந்துவே அல்ல என்று மேற்கோள் காட்டிவிட்டு, இந்தியர்கள் பசு மாமிசத்தை உட்கொள்ளுபவர்கள் இல்லை என்பதையும் சொல்கிறார்.

சரி, இதுபற்றி வேறு என்ன ஆதாரங்கள் உள்ளன என்று பார்த்தால், மனு தர்மத்தில் உணவு குறித்து சொல்லும் நெறிமுறைகளிலும் மாமிசம் சாப்பிடுவதைப் பற்றிய தகவல் கிடைத்தது.

அவை: (அத்தியாயம் 5)

nāttā duṣyatyadannādyān prāṇino'hany'hanyapi |

dhātraiva sṛṣṭā hyādyāśca prāṇino'ttāra eva ca || 30 ||

The eater incurs no sin by eating, even daily, such animals as are eatable: since the eater as well as the eaten animals have been created by the creator himself - (30).

krītvā svayaṃ vā'pyutpādya paropakṛtameva vā |

devān pitṝṃścārcayitvā khādan māṃsaṃ na duṣyati || 32 ||

Having bought it, or having obtained it himself, or having it presented by others, - if one eats meat after having worshiped the Gods and the Pitṛs, he does not incur sin - (32)

niyuktastu yathānyāyaṃ yo māṃsaṃ nātti mānavaḥ |

sa pretya paśutāṃ yāti sambhavānekaviṃśatim || 35 ||

But when invited according to law, if a man does not eat meat, he becomes, after death, a beast, during twenty - one births - (35)

யாகங்கள் செய்வதற்காக பிராணிகளை பலியிடுவது குறித்தும், அவற்றை பிராமணர்கள் புசிப்பதில் பாவமில்லை என்றும் 'மனு' சொல்கிறார். விவேகானந்தர் காட்டிய மேற்கோளும், மகா பெரியவா தெய்வத்தின் குரலில் பிராமணர்கள் சிறிதளவே புசித்தார்கள் என்று குறிப்பிட்டதிலிருந்தும் எனக்குச் சில புரிதல்கள் கிடைக்கின்றன. மேலும்,

"தர்மத்துக்காகச் செய்யவேண்டியது, எப்படியிருந்தாலும் பண்ணவேண்டும்; ஹிம்ஸையென்றும் பார்க்கக் கூடாது" என்றே தெய்வத்தின் குரலில் மகா பெரியவா சொல்கிறார்.

மனு தர்மத்திலும் பல்வேறு 'வெர்ஷன்கள்' இருப்பதாக சொல்கிறார்கள். இணையத்தில் கிடைத்த நான்கைந்து ஆங்கில மொழிபெயர்ப்புகளையும், என்னிடம் உள்ள இரு வேறு தமிழ்ப் பதிப்புகளையும் சரிபார்த்துவிட்டே இதனை எழுதுகிறேன். என்னிடம் உள்ள ஒரு பதிப்பு ஆச்சாரமான வைதீகரால் மொழிபெயர்க்கப்பட்டது.

மனிதனின் பரிணாம வளர்ச்சி மற்றும் இந்திய வரலாற்றிலிருந்து நான் புரிந்துகொண்ட சில தகவல்களைக் குறிப்பிட விரும்புகிறேன் சாரு.

மனிதன் காட்டுமிராண்டியாக குகைகளிலும், நாடோடியாகவும் வாழ்ந்தவன். பின்னர் வேட்டைச் சமூகம். அப்போது சகல பிராணிகளையும் தின்றிருப்பான். இன்னின்ன பிராணிகள் நமது செரிமானத்துக்குத் தோதாக உள்ளன என்று அவன் முடிவு செய்தவற்றைத்தான் பின்னவர்கள் தொடர்ந்திருப்பார்கள். பின்னர் மேய்ச்சல் சமூகம், வேளாண் சமூகம் என்று நாகரிகங்கள் தோன்றின... மொழி, பேச்சு, கலை, மதம், கடவுள் என பரிணாமம் அடைந்தது மனித இனம். ஒருவரை விட இன்னொருவர் உயர்வானவர் என்று பேதங்களை உருவாக்கினான் மனிதன். யாகங்களில் பலியிட்டு மாமிசத்தை (பசுக்களையும்) தின்றவர்கள் வேத கால ஆரியர்கள். காலப்போக்கில் அந்த நெறிமுறைகள் மாறியிருக்கக்கூடும். பத்தொன்பதாம் நூற்றாண்டின் இறுதியில் தயானந்த சரஸ்வதியின் ஒருங்கிணைப்பால் - முஸ்லிம்களை வேறுபடுத்தி ஒதுக்கவும், ஆரிய - வைதீக தர்மத்தை மேன்மையானது என நிறுவவும் 'பசு புனிதமானது' என்று கட்டமைக்கும் அரசியல் துவங்கியதாக நான் அறிகிறேன்.

இன்னொரு முக்கியமான விஷயம் சாரு. வாடிய பயிரைக் கண்டபோதெல்லாம் வாடினேன் என்று வள்ளலார் சொன்னது மேற்கத்தியர்களுக்குப் புரியவே புரியாது என்று குறிப்பிட்டிருந்தீர்கள். அதை நானும் ஏற்கிறேன். வெள்ளையர்களை விடுங்கள்... வட இந்தியர்களுக்கே புரியாது என்பது எனது கருத்து. தொல்காப்பியர் மேற்கோள்களையும் குறிப்பிட்டிருந்தீர்கள். அது மட்டுமே அல்ல.

> *"யாதும் ஊரே யாவரும் கேளிர்"* என்பதும்,
>
> *"பிறப்பொக்கும் எல்லா உயிர்க்கும் சிறப்பொவ்வா*
> *செய்தொழில் வேற்றுமை யான்"*

என்பதும் உலகில் வேறு எவனுக்கும் புரியாது. இவை

அனைத்தும் தமிழர்களின் சிறப்பு. தமிழர்களின் தனித்துவம். இந்தப் பண்பட்ட மரபுகள் அனைத்தையும் பொத்தாம் பொதுவாக இந்துக்களின் மரபு - இந்தியர்களின் மரபு என்று குறிப்பிடுவதில் எனக்கு உடன்பாடு இல்லை. கடுகளவும் இல்லை! இவை அனைத்தும் ஆரிய - வேத - வைதீக பண்பாட்டின் எதிர் துருவத்தில் இந்தியத் துணைக்கண்டத்தின் தென்மூலையில் வாழ்ந்த தமிழர்களின் மரபாகவே நான் பார்க்கிறேன். ஒரு தமிழனாக எனது பண்பாட்டு மரபுகளை இந்தியாவின் மரபு என்றும், இந்துக்களின் மரபு என்றும் குறிப்பிடப்படுவதை ஏற்றுக்கொள்ளவும் முடியாது என்பதையும் தெளிவுபடுத்துகிறேன். என்னைப் பொருத்தவரை இந்து மதம் என்பது ஒரு ஃப்ரைட் ரைஸ் போன்றது. அதில் வெஜிடபுள் ஃப்ரைட் ரைஸ், சிக்கன் ஃப்ரைட் ரைஸ், பீஃப் ஃப்ரைட் ரைஸ் என பல வெரைட்டிகள் உண்டு. ஆனால் இந்து மதம் எனும் ஃப்ரைட் ரைஸில் சிக்கன், மட்டன், கடல் உணவுகள், காய்கறிகள், மாட்டிறைச்சி, பன்றி இறைச்சி என சகலமும் கலவையாக இருக்கிறது. காய்கறி மட்டுமே சாப்பிடுகிறவன் உசத்தியான இந்து. மாமிசம் சாப்பிடுகிறவன் தாழ்வானவன். அதிலும், மாடு மற்றும் பன்றி இறைச்சிகளை சாப்பிடும் இந்து தாழ்விலும் தாழ்வானவன். காய்கறிகள் சாப்பிடும் இந்துவில் வெங்காயம் பூண்டு சேர்க்கவில்லை என்றால் இன்னும் கொஞ்சம் உசத்தி. உணவு, பிறப்பு, வாழ்விடம், நிறம் என அனைத்திலும் பேதங்கள் பார்த்து, இவன் உயர்ந்தவன் அவன் தாழ்ந்தவன் என்று பிரித்து வைத்த ஒரு சித்தாந்தம் எப்படி அனைவருக்குமான மதமாக இருக்க முடியும் ?

இந்து மதத்தில் அனைத்திற்கும் இடமுண்டு. நாத்திகமும் ஒரு அங்கம். கோவிலுக்கு செல்லாவிட்டாலும் பரவாயில்லை. எந்தக் கடவுளையும் எப்போது வேண்டுமானாலும் வணங்கலாம் என பல 'பாஸிடிவ்களை' சொல்லி சமரசம் செய்துகொள்கிறோம் என்றே தோன்றுகிறது. கர்மா, மோக்ஷா, த்வைதம், அத்வைதம் என பல்வேறு தத்துவங்களையும், உயரிய நெறிகளையும் நாம் சொல்லிக்கொள்ளலாம். வாழ்வியல் கோட்பாடுகளைப் பெருமையாகவும் சொல்லலாம். ஆனால் அவை அனைத்தும்

வேறு. தொல்காப்பியரும், வள்ளலாரும், வள்ளுவனும், கணியன் பூங்குன்றனாரும் வேறு என்றே எனக்குத் தோன்றுகிறது. இந்தியாவில் இந்து என்ற மத அடையாளமும், அதனுள் இருக்கும் சாதியும் ஒரு மனிதனை நான்கு பேர் சேர்ந்துகொண்டு தண்ணீருக்குள் அமுக்குவதைப் போல இருக்கிறது. இந்த நிலப்பரப்பில் பிறந்த ஒரே காரணத்தினால், "நீ இந்து" என்று ஒருவன் அமுக்கப்படுகிறான்! மதமும், அது சார்ந்த சாதிய உயர்வு தாழ்வுகளும் அவன் மீது திணிக்கப்படுகிறது. தாழ்வான ஒருவன் திமிறி எழுந்து மேலே வருவதற்குள் இங்கே எவ்வளவு போராட்டங்கள்...

நீங்கள் எல்லாரும் இந்துக்கள். நீ பிறக்கும்போதே உயர்வான இந்து. நீ பிறக்கும்போதே தாழ்வான இந்து. நீ பிராமணன்- இந்த வேலையைச் செய்யணும் - ஒசந்தவன். நீ சூத்திரன்- எந்தக் கேள்வியும் கேக்காமல் மற்ற எல்லாருக்கும் சேவகம் செய்யணும். நீ பஞ்சமன்-வாழவே தகுதி இல்லாவன் - யார் கண்ணிலும் படவே கூடாது. இரண்டாயிரம் ஆண்டுகளுக்கும் மேலாக இப்படியெல்லாம் சித்தாந்தங்கள் வகுத்து, மனிதர்களைப் பிரித்து வைத்த ஒரு தத்துவம் ஒட்டுமொத்த இந்தியர்களுக்குமானதாக எப்படி இருக்க முடியும் என்பதே எனது நிலைப்பாடு! என்னிடம்தான் தமிழ் மரபு இருக்கிறதே... நானும், குஜராத் பனியா கூட்டமும், மராத்திய சித்பவன் பார்ப்பனக் கூட்டமும், காஷ்மீரி பண்டிட்களும் எப்படி ஒரே மதமாக இருக்க முடியும்?

கோட் சூட் போட்டுக்கொண்டு வந்த ஐரோப்பியர்கள் வெறும் மஞ்சள், குங்குமம், வேப்ப மரத்திற்காக மட்டுமே நம்மைக் காட்டுமிராண்டிகள் என்று சொல்லியிருக்க மாட்டார்கள் என்றே நான் நம்புகிறேன். நாம் (இந்தியர்கள் - இந்துக்கள்) மனிதர்களைப் பிரித்துப் பிரித்து வைத்திருந்தோம். பெண்களை உடன்கட்டை ஏற்றினோம். தாழ்த்தப்பட்டவர்களாகவும், தீண்டத்தகாதவர்களாகவும் பெரும் கூட்டத்தை அடிமையாக்கி வைத்திருந்தோம். உடை உடுத்தத் தடை. செருப்பு போடத் தடை. ஆலய நுழைவுக்குத் தடை. பெண்களுக்கு எதிராக அடக்குமுறைகள். மேலாடை அணியக் கூடாது.

எத்தனையெத்தனை அடக்குமுறைகள் இன்றளவும் தொடர்ந்துகொண்டேதானே இருக்கின்றன... மனிதர்களைப் பற்றியே துளியளவும் இரக்கம் இல்லா தேசத்தில் மாட்டின் மீது மட்டும் ஜீவ காருண்யம் பொங்குவதைப் பார்க்கும்போதுதான் எனக்குத் தெளிவாகிறது... இது அப்பட்டமான அரசியல் என்று!

சரி; வெள்ளைக்காரன் மேட்டருக்கு வருவோம். இங்கு வந்த ஐரோப்பியர் - ஃப்ரெஞ்சுக்காரர், டச்சுக்காரர், போர்த்துகீசியர், ஆங்கிலேயர் என்று தனித்தனியாக அறியப்பட்டார்கள். அவர்களுக்குள் வர்க்க பேதங்கள் இருந்தாலும், மனிதர்களாக - ஒற்றை தேசத்தினராக ஒற்றுமை இருந்தது. இங்கு வந்து பார்த்தவர்களுக்கு இந்தக் கலாசாரமும், கட்டமைப்பும் புரியாத புதிராக இருந்திருக்கும். ஒரு ஊருக்குள் நுழைந்திருப்பார்கள். என்னங்கடா இது... ஒரே மொழி பேசறானுங்க. ஒரே கலாசாரமும், பண்பாடாவும் இருக்கு. ஆனால் இவ்ளோ பிரிவினைகளுடன் வாழ்கிறார்கள்ன்னு எதுவும் புரிந்திருக்காது. அது போலவே, ஒரே பழக்க வழக்கம், பண்பாடு இருந்தாலும் பக்கத்து நாட்டுக்கும் இந்த நாட்டுக்கும் ஒற்றுமை இல்லாமல் இருக்கானுங்கன்னு அதுவும் புரியாமல் இருந்திருக்கும். ஆளுக்கொரு சாதி, சாதிக்கொரு நீதி உள்ளிட்ட மேற்குறிப்பிட்ட பல அவலமானக் கட்டமைப்பைப் பார்த்து, ஒற்றுமையில்லாத - சக இன - நாட்டு மக்களையே அடிமைப்படுத்திய வாழ்வியலைப் பார்த்துத்தான் காட்டுமிராண்டிகள் என்று சொல்லியிருப்பான் என்று கருதுகிறேன். மஞ்சளும், வேப்ப மரமும் சர்வீஸ் சார்ஜ் போல வேண்டுமானால் இணைந்திருக்கலாம் என்பது எனது கருத்து. அவனது முன்னோரும் இயற்கையை வணங்கியவர்கள்தானே...

மாட்டிறைச்சிதான் அதிக அளவு புரதச்சத்து நிரம்பிய உணவு. புரதச்சத்து குறைபாடுள்ளவர்களில் இந்தியர்கள்தான் அதிகளவில் உள்ளனர். எனது பக்கத்து வீட்டுச் சிறுவனுக்கு இதயம் சம்பந்தப்பட்ட பிரச்சினை இருந்தது. சத்துக்குறைவு. மூச்சு விடுவதில் சிரமம். அவர்களும் விவசாயத்திற்காக மாடு

வளர்ப்பவர்கள்தான். ஆனால் மாட்டிறைச்சி உண்ணாதவர்கள். ஒரு கட்டத்தில், மாட்டிறைச்சி உண்ணும்படி மருத்துவரே பரிந்துரைத்தார். எங்கள் ஊரில் பீஃப் பிரியாணியும், பீஃப் வறுவலும் ரொம்பப் பிரசித்தம். யாருக்கும் தெரியாமல் அச்சிறுவனுக்கு வாங்கிக்கொடுக்க ஆரம்பித்தார் அவரது தாயார். சில வருடங்களில் அவனது உடல் நிலையில் நல்ல மாற்றம் ஏற்பட்டது. இப்போது ஆரோக்கியமாக இருக்கிறான்.

இந்திய எளிய மக்களுக்கு மாட்டிறைச்சி மிகவும் சத்தான உணவு. நமது "புனிதப்படுத்தலுக்காக" அம்மக்களை இந்து மத மேட்டிமைத்தன சமூகத்திலிருந்து மேலும் மேலும் அந்நியமாக்குகிறோம் என்பது எனது கருத்து. மலக்குழிக்குள் மூச்சை இழுத்துப்பிடித்து அடைப்புகளை எடுக்கும் ஒரு எளிய மனிதன் அன்றிரவு விரும்பிச் சாப்பிடும் உணவாக மாட்டிறைச்சி இருக்கிறது. அவனிடம் போய் மாடு புனிதம், பசு புனிதம் என்று சொன்னால், ஏன்யா... உயிரைக் கொடுத்து உன் மலத்தை நான் அள்ளுறேன். என்னைப் பத்தின கவலை உனக்கு இல்லை. ஆனால், மாடு புனிதம், அதைச் சாப்பிட கூடாதுன்னு என் சோத்துல மண்ணைப் போட்டு என்னைய அடிக்கிறயான்னு கதற மாட்டானா? இந்தியாவில் நடப்பதும் அதுதானே? மாட்டிறைச்சி உற்பத்தியில் போட்டிப் போட்டுக்கொண்டு முதல் இடத்திற்குச் செல்கிறது இந்தியா. ஆனால் அதிகளவு புரதம் தரக்கூடிய உணவை நம் நாட்டு மக்கள் சாப்பிடக்கூடாது என்று புனிதப்படுத்தி நடக்கும் வியாபார அரசியலாகவும் நான் இதைப் பார்க்கிறேன்.

இறுதியாக சாரு... மனித இனத்தின் பரிணாம வளர்ச்சியைக் குறித்து ஆய்வு செய்யும் பல ஆராய்ச்சியாளர்களின் கருத்து இது : பெரிய மிருகங்களை வேட்டையாடி சாப்பிட்டதால்தான் மனிதனின் மூளை வளர்ந்தது. சிந்திக்கும் சக்தி அதிகமானது. பகுத்தறியும் திறனும் உயர்ந்தது!

மீண்டும் இதைக் குறிப்பிட விரும்புகிறேன் சாரு. உங்களது கருத்துக்கள் அனைத்தும் - அதன் கோணத்தில் எனக்குப் புரிகிறது. ஆனால் அவற்றை ஏற்றுக்கொள்ள முடியவில்லை

என்று வேறொரு நடைமுறை யதார்த்தத்தை நான் எனது சார்பாக முன்வைத்தேன். அவ்வளவே. இத்தனை ஆயிரம் ஆண்டுகளாக மனிதன் அனைத்தையும் தின்றுகொண்டே இருக்கிறான். அவ்வபோது அழிவுகளுக்கும் ஆளாகிறான். இது தொடரவும் செய்யும் என்பதே எனது புரிதல். பாவமும், புனிதமும் நமது சித்தாந்தங்களின் மாறுதலுக்கு உட்பட்டது. அதாவது, தேனிக்களை அழித்துக் கொன்றுவிட்டு, தேனை சைவமென ருசிக்கும் சைவ உணவாளர்கள் போல!

நன்றி சாரு.
கணேசன் அன்பு

23.4.2020.

30

கணேஷ் அன்புவின் கடிதம். கடிதத்தின் ஆரம்பத்தில் எனக்கு ஒரு பாராட்டு வார்த்தை உள்ளது. “உங்களது அர்ப்பணிப்பும், மெனக்கெடலும் மேலும் மேலும் என்னை வியக்க வைக்கிறது என்று சொல்லிவிட்டே மேற்கொண்டு தொடர்கிறேன்.” ஏன் ஐயா, யாரை யார் பாராட்டுவது? நட்பின் காரணமாகத் தோள் மீது கை போட்டால் இருவரும் சமம் என நினைத்துக் கொள்வதா? அமார்த்யா சென்னிடம் போய் “உங்கள் அர்ப்பணிப்பு என்னை வியக்க வைக்கிறது” என்று சொல்ல முடியுமா? சொல்லலாம். சொல்பவர் அமார்த்யா சென்னை விடப் பெரிய ஆளாக இருக்க வேண்டும். எழுத்துதான் என் உயிர் மூச்சு என்கிறேன். என்னிடம் வந்து உங்கள் அர்ப்பணிப்பு வியக்க வைக்கிறது என்றால் என்ன அர்த்தம்? சிறுபிள்ளைத்தனமாக இருக்கலாம். ஆனால் என்னோடு பத்து வருடம் பழகிய ஒருவர் அப்படி இருக்க முடியுமா? கணேஷ் அன்பு அவர் பெயருக்கேற்றபடியே மிக அன்பானவர். ஆனால் எழுத்து என்று வரும்போது மட்டும் ஏன் இந்தக் குளறுபடி. அதனால்தான் நண்பர்களிடம் நான் எழுத்தில் கவனமாக இருக்கும்படி எப்போதும் அறிவுறுத்திக் கொண்டிருக்கிறேன். உங்கள் காதலியோடு ஏதேனும் பிரச்சினை ஆகி அதை

மெஸேஜின் மூலம் தீர்க்க முனைகிறீர்கள் என்று வைத்துக் கொள்ளுங்கள், அது ப்ரேக் அப் வரை போய் விடும். அதை விடப் பேசி விடலாம். பேச்சு எப்போதுமே குளுமை. எழுத்து நெருப்பு. நீங்கள் நல்லதாக நினைத்து எழுதினாலும் சுட்டு விடும். கணேஷ் நல்லதாக நினைத்துத்தான் எழுதியிருக்கிறார். ஆனாலும் சுடுகிறது. யாரை யார் பாராட்டுவது? வயது வேண்டாமா? அனுபவம் வேண்டாமா? கணேஷின் தந்தைக்கே என்னை விட ஏழெட்டு வயது குறைவு. நான் இதுவரை நூறு புத்தகங்கள் எழுதியிருக்கிறேன். அதுவும் இருப்பதிலேயே ஆக மட்டமான ஒரு அரசுத் துறையில், இருப்பதிலேயே ஆக மட்டமான ஒரு ஸ்டெனோ வேலையில் இருந்து கொண்டு நூறு புத்தகங்கள். உலக சினிமா. கள ஆய்வு. வீட்டு வேலை. வீட்டில் எடுபிடி வேலை போக எழுத அமரவே மாலை நான்கு ஆகி விடுகிறது. இத்தனைக்கும் இடையில் நூறு புத்தகங்கள். என் அர்ப்பணிப்பு உங்களுக்கு வியப்பு அளிக்கிறது! ரமண மகரிஷியிடம் போய் சாமி, உங்கள் அர்ப்பணிப்பு எனக்கு வியப்பு அளிக்கிறது என்று சொல்வீர்களா? அடக்கம் வேண்டும் கணேஷ், நேர் வாழ்வில் மட்டும் இருந்தால் போதாது. எழுத்திலும். பாராட்டும்போது கூட கவனம் தேவை. எத்தனை முறை நான் தஸ்தயேவ்ஸ்கியின் அழையா விருந்தாளி கதை பற்றிச் சொல்லியிருக்கிறேன்? நாம் நல்லது செய்கிறோம் என்று நினைத்துக் கொண்டே கெடுதல் செய்து விடுகிறோம். அப்படியேதான் பாராட்டும் சில சமயம் அவமதிக்கும் செயலாக மாறி விடும். அதனால்தான் கணியன் சொன்னான், பெரியோரைப் புகழ்தலும் இலமே என.

வாசகர் வட்ட சந்திப்புகளில் நானும் சீனியும் செல்வகுமாரும் மற்ற நண்பர்களும் உரையாடல்களில் அமர்வது வழக்கம். மாலை ஏழு மணிக்கு ஆரம்பித்தால் அதிகாலை வரை போகும். பல சமயங்களில் கணேஷூம் இருந்திருக்கிறார். அரிதாக சில சமயம் விவாதம் இப்போது இந்தக் கடிதம் மாதிரி விபரீதம் ஆகி நான் கிளம்பிப் போய் விடுவேன். எனக்கு விவாதங்களில் நம்பிக்கை இல்லை. இப்போது இந்த

விவாதத்தையே எடுத்துக் கொண்டால் நான் ஆடுவது சதுரங்கம். கணேஷ் ஆடுவது கபடி. ரெண்டுக்கும் சம்பந்தம் உண்டா? பிராமணன் மாடு சாப்பிட்டால் எனக்கென்ன? மனுசனைச் சாப்பிட்டால் எனக்கென்ன? மனுவில் என்ன எழுதியிருந்தால் எனக்கென்ன? நாம் இப்போது பிராமணனையும் மனுவையும் பற்றியா பேசிக் கொண்டிருக்கிறோம்? வேதங்களைப் பற்றியா பேசிக் கொண்டிருக்கிறோம்? நான் பேசுவது ஜீவகாருண்யம் பற்றி. அதற்கும் பிராமணனுக்கும் என்ன சம்பந்தம்? மேலும், என்னோடு உடன்படவே முடியாத நிலைப்பாட்டில் இருக்கும் போது ஏன் இத்தனை பெரிய கடிதம்? இதனால் யாருக்கு என்ன பயன்? இன்னும் கொஞ்சம் நான் ஹிந்து மதத்துக்கு ஆதரவாக எழுத வேண்டியிருக்கும். எத்தனை பெரிய துரதிர்ஷ்டம்! மதம் என்பதற்கே எதிரானவன் நான். எல்லா மதங்களுமே மனிதனுக்கு எதிரானவைதான். எல்லா மதங்களுமே வன்முறையான கருத்துக்களையும் கோட்பாடுகளையும் கொண்டவைதான். நான் சொல்வதே சரியான கருத்து - இதன் நீட்சி: நான் வணங்கும் கடவுளே உண்மையான கடவுள். இப்படிச் சொல்லும்போதே வன்முறை ஆரம்பித்து விடுகிறதே? இறைவனுக்கு மதம் கிடையாது என்கிற போது மதங்களுக்கு அப்பாற்பட்ட உலகில் சஞ்சரித்துக் கொண்டிருக்கும் எழுத்தாளனுக்கு ஏது மதம்? அதனால்தான் ஒரு மதத்துக்கு ஆதரவாக எழுதுவது துரதிர்ஷ்டவசமானது என்று குறிப்பிட்டேன்.

விவாதங்களில் ஈடுபடுவது மிகவும் ஆயாசம் தருகிறது. ஏனென்றால், விவாதம் என்பதே எனக்கு மீண்டும் மீண்டும் மதமாற்றத்தை நினைவுபடுத்துகிறது. மதமாற்றம் போன்ற அயோக்கியத்தனமான, சமூக விரோதமான, மனித விரோதமான காரியம் வேறு எதுவும் இல்லை. மதமாற்றம் செய்பவர்கள் சிலவேளைகளில் கொல்லப்படுகின்றபோது எனக்குள் அது எந்த அதிர்வுகளையும் ஏற்படுத்துவதில்லை. நீ ஒரு மனிதனின் நம்பிக்கையையே அழித்தொழிக்கக் கிளம்புகிறாய் என்கிற போது உன்னை அவன் அழிக்கிறான். அவ்வளவுதான். ரவுடிகளின் மோதலில் ஒரு ரவுடி இறந்தால் நாம் வருத்தப்படுகிறோமா? அப்படித்தான் இதையும் பார்க்கிறேன். ஏனென்றால், மதமாற்றம்

செய்பவன் உங்கள் கடவுளை மட்டும் மாற்றவில்லை. உங்கள் மொழியை மாற்றுகிறான்; உங்கள் சிந்தனையை மாற்றுகிறான்; உங்கள் கலாச்சாரத்தை மாற்றுகிறான்; உங்கள் கொண்டாட்டங்களை, உங்கள் பண்டிகைகளை, உங்கள் வரலாற்றை, உங்கள் பண்பாட்டை, உங்கள் பாரம்பரியத்தை, உங்கள் மூதாதையரை, உங்கள் மரபை, உங்கள் மண்ணை, உங்கள் உணவை, உங்கள் நம்பிக்கைகளை, சுருக்கமாகச் சொன்னால் உங்கள் அடையாளத்தையே மாற்றுகிறான். அதற்கு முன் இருந்த நீங்கள் வேறு; மதம் மாறிய பிறகான நீங்கள் வேறு. சில உதாரணங்களைச் சொல்கிறேன். பொட்டு வைத்துக் கொள்வது ஹிந்து மரபு. பொட்டு இங்கே புனிதம். பொட்டு அழிந்தால் விதவை என்று பொருள். ஆனால் பொட்டு வைக்காதே என்றது கிறித்தவம். இங்கே உள்ளவர்களும் பொட்டை அழித்துக் கொண்டார்கள். காரணம், கிறித்தவம் இவர்களுக்குக் கல்வியைக் கொடுத்தது. வறுமையில் இருப்பவர்களுக்கும் இல்லாதவர்களுக்கும் பணம் கடவுள் மாதிரி இல்லையா? என்னது, பணமா? பின்னே? இவர்கள் கற்ற கல்வி இவர்களுக்கு என்ன ஞானத்தையா கொடுத்தது? உத்தியோகமும் அதன் மூலமான பணமும்தானே? அதனால் பாதிரிகள் சொன்னதையெல்லாம் கேட்டுக் கொண்டார்கள் ஹிந்துக்கள். ஹிந்து மதம் அவர்களுக்குக் கல்வியைக் கொடுக்கவில்லை. கல்வியை அவர்களுக்கு அது மறுத்தது. அவர்கள் மதத்தில் மறுக்கப்பட்ட ஒன்றை மாற்றான் கொடுத்தான். அதற்காகத் தங்கள் பண்பாட்டு அடையாளத்தையும் மாற்றிக் கொள்ளத் தயாராக இருந்தார்கள் மக்கள். தவறில்லை. தங்கள் கலாச்சாரத்தின் ஆணி வேராக இருந்த அடையாளங்களைக் கூடத் துறப்பதற்குத் தயாராக இருந்தார்கள் மதம் மாறியவர்கள். அதேபோல் மலரும் சூடக் கூடாது என்றார்கள். அதுவும் ஒரு பண்பாட்டு அடையாளம். அதையும் தள்ளி வைத்தார்கள் ஹிந்துக்கள்.

இன்றைய நிலையில் இந்தியாவில் வசிக்கும் நடுத்தர வர்க்க ஹிந்துக்களில் தொண்ணூறு சதவிகிதத்தினர் மனோதர்மத்தில் கிறித்தவர்களே ஆவர். ஏனென்றால், அவர்கள் படிப்பது

பெரும்பாலும் கிறித்தவப் பள்ளிகளில். அங்கே அவர்களுக்குப் பணம் சம்பாதிக்க உதவக் கூடிய கல்வியோடு கிறித்தவக் கோட்பாடுகளும் கற்பிக்கப்படுகின்றன. அதற்காக பைபிள் வகுப்பு என்று நினைத்து விடாதீர்கள். காற்று எப்படி கண்ணுக்குத் தெரியாமல் இருக்கிறதோ அதேபோல் நமக்கு வெளிப்படையாகப் புலனாகாத அளவில் பாவம் புண்ணியம் பற்றிய கருத்தாக்கங்கள் மக்களின் மனதில் புகுத்தப்பட்டு விடுகிறது. ஹிந்து மதத்தில் இந்தப் பாவ புண்ணியப் பாகுபாடே கிடையாது. “ஏ பாவிகளே!” என்ற அழைப்பே ஹிந்து மதத்தில் இல்லை. ஹிந்து மதத்தில் உடம்பு ஒரு கொண்டாட்டம்; செக்ஸ் ஒரு கொண்டாட்டம். எல்லாமே அதில் கொண்டாட்டம்தான். கோவில்களைப் பார்த்தாலே அது தெரியும். ஆனால் கிறித்தவத்தின் அடிப்படையே பாவம்தான். பாவம் என்பதிலிருந்துதான் கிறித்தவமே துவங்குகிறது.

மேலும், ஹிந்துக்களுக்கு இளம் பிராயத்திலிருந்தே ஆங்கிலேயர்களால் இவ்வாறு கற்பிக்கப்பட்டிருக்கிறது: “நீ ஹிந்துவாக இருப்பதற்காக வெட்கப்பட வேண்டும்; அவமானப்பட வேண்டும்.” இன்றளவும் மேலைநாட்டினரால் ஹிந்துக்களுக்கு இது கற்பிக்கப்பட்டு வருகிறது.

“உன்னிடம் சாதிப் பாகுபாடு இருந்தது; நீ பெண்களை ஒடுக்கினாய்; விதவைகளைத் தீயிட்டுக் கொளுத்தினாய். உன் மதம் கீழானது; உன் மதம் மனித விரோதமானது. உன் மதத்தில் சமத்துவம் இல்லை. அதற்காக நீ வெட்கப்பட வேண்டும். குற்றவுணர்ச்சி கொள்ள வேண்டும்.”

இதுதான் பிரிட்டிஷ்காரர்கள் ஹிந்துவுக்குக் கற்பித்தது. ஹிந்துவும் கேட்டுக் கொண்டான். ஒப்புக் கொண்டான். குற்றவுணர்ச்சி கொள்கிறான். அதனால்தான் பல்லாயிரக்கணக்கான ஹிந்துக்கள் இஸ்லாமிய ஆதரவாளர்களாக இருக்கிறார்கள். ஆரம்ப காலத்தில் கிறித்தவத்துக்கு மதம் மாறியவர்களில் பத்துக்கு ஒன்பது பேர் பிராமணர்கள். அவர்களெல்லாம் மேற்சொன்னபடி தங்கள் மதத்தைப் பார்த்து குற்றவுணர்ச்சி கொண்டவர்களே. இப்போதும் ஹிந்து முற்போக்குவாதிகளும்,

ஹிந்து புத்திஜீவிகளும், ஹிந்து இடதுசாரிகளும், ஹிந்து நாத்திகர்களும் ஹிந்து மதச்சார்பற்றவர்களும் ஹிந்து எழுத்தாளர்களும் இஸ்லாமிய ஆதரவாளர்களாகவே இருப்பதன் காரணம் இதுதான். சாதிப் பாகுபாட்டைக் கொண்ட இழிவான ஹிந்து மதத்தில் இருப்பதா? அதற்காக மதம் மாறவும் முடியாது. அதனால்தான் தங்களைத் தாங்களே சவுக்கால் அடித்துக் கொண்டு திரிகிறார்கள்.

இந்தியாவில் மதச்சார்பற்ற நிலை என்றால் என்ன? ஹிந்து மதத்தைத் திட்ட வேண்டும். ஆனால் இஸ்லாமை அரவணைக்க வேண்டும். கேட்டால் அவர்கள் சிறுபான்மையினர். கருணாநிதி எப்படி இருந்தார்? ஒரு மாநிலத்துக்கே முதல்வர். இங்கே உள்ள ஹிந்துக்களும்தானே அவருக்கு வாக்களித்துத் தேர்ந்தெடுத்தார்கள்? அவர் ஹிந்துப் பண்டிகைகளுக்கு வாழ்த்துச் சொல்ல மாட்டார். ஆனால் ரம்ஸானுக்கு வாழ்த்து சொல்வார்.

தில்லியில் ஒரு ஹிந்திக் கவிஞனோடு நடந்து கொண்டிருந்தேன். ஒரு பாபா கோவில் குறுக்கிட்டது. உள்ளே செல்லத்தான் விருப்பம். ஆனால் கூட்டமாக இருந்ததால் வெளியிலேயே நின்று வணங்கினேன். கவிஞனும் வணங்கினான். பிறகு சொல்கிறான், இப்போதெல்லாம் இப்படி சாமி கும்பிடுவதைக் கூட பயந்து பயந்துதான் செய்ய வேண்டியிருக்கிறது. ஏன்யா என்று கேட்டால், எழுத்தாளர்களெல்லாம் இப்படி சாமி கும்பிட்டால் மதவாதி என்றும் ஹிந்துத்துவா என்றும் சொல்லி விடுகிறார்கள்; சக எழுத்தாளர்களே அப்படிச் சொல்கிறார்கள் என்றான். இதுதான் இந்தியாவில் ஒரு ஹிந்துவின் நிலை. ஒரு ஹிந்துவின் இறை நம்பிக்கையே இங்கே கேலி செய்யப்படுகிறது. ஆனால் ஒரு முஸ்லிம் அல்லது கிறித்தவன் இறை நம்பிக்கையாளனாக இருந்தால் பிரச்சினை இல்லை.

ஆனால் இதெல்லாம் ஒரு பெரிய விஷயம் அல்ல; தென்னமெரிக்காவிலும் சில ஐரோப்பிய நாடுகளிலும் நடந்த கொடுமைகளை ஒப்பிடும்போது. ஸ்பெய்ன் அரசி இஸபெல்லா 1492-இல் கொலம்பஸை இந்தியா சென்று வருமாறு

உத்தரவிட்டாள். ஏனென்றால் இந்தியாவில்தான் தங்கமும் பவளமும் அதிகம். *Nina, Pinta* மற்றும் சாந்த்தா மரியா ஆகிய மூன்று கப்பல்களில் ஆகஸ்ட் மூன்றாம் தேதி *1492* அன்று இந்தியாவை நோக்கிக் கிளம்பிய கொலம்பஸ் இரண்டரை மாத கடல் பயணத்துக்குப் பிறகு அக்டோபர் பன்னிரண்டாம் தேதி நிலத்தைக் கண்டார். ஆனால் அவர் எதிர்பார்த்தது போல் அந்த நிலம் இந்தியா அல்ல. அது மத்திய அமெரிக்காவில் இருந்த ஒரு தீவு. அப்போது ஆரம்பித்தது ஒரு பேரழிவின் கதை. எறும்பு யானையைத் தின்ற கதையாக ஸ்பெய்ன், போர்த்துகல் என்ற இரண்டு ஆட்டாம்புழுக்கை நாடுகள் ஒட்டு மொத்த அமெரிக்க கண்டத்தையே கபளீகரம் செய்தன. கொலம்பஸ் பஹாமா தீவு ஒன்றில் இறங்கியதும் அவர் கண்டது தீவில் வசித்த ஆண் பெண் யாருமே ஆடை அணிந்திருக்கவில்லை; பிறந்த மேனியராக இருந்தார்கள் என்பதுதான். இந்தியர்கள் காட்டுமிராண்டிகள் என்ற ஐரோப்பியர்களின் நம்பிக்கையை கப்பலை விட்டு இறங்கியதும் அவர்கள் கண்ட காட்சி உறுதிப்படுத்தியது. ஆனால் 'இந்தியர்கள்' ஆடை அணிந்திருக்கவில்லையே தவிர தங்கள் நிலத்துக்குப் புதிதாய் வந்து இறங்கியவர்களுக்குப் பல பரிசுப் பொருட்களைக் கொடுத்து வரவேற்றார்கள். பதிலுக்கு ஐரோப்பியர்கள் அவர்களுக்குக் கொடுத்தது சிலுவை. கொலைக்கருவியாக இருந்த ஒரு ஆயுதத்தைத் தியாகத்தின் குறியீடாக மாற்றினார் யேசு. ஆனால் அவர் பெயரைச் சொல்லிக் கொண்டே அதே தியாகக் குறியீட்டை தென்னமெரிக்க இந்தியர்களுக்கு மரண ஓலையாக மாற்றிக் கொடுத்தார்கள் ஐரோப்பியக் கிறித்தவர்கள்.

இந்த சிலுவையை வணங்கு; இல்லாவிட்டால் இதே சிலுவையில் அறையப்படுவாய்.

ஆயிரக்கணக்கான பாதிரிகள் தென்னமெரிக்க நிலங்களில் பைபிளோடு வந்து இறங்கினார்கள். கூடவே துப்பாக்கி வீரர்கள். தென்னமெரிக்கக் 'காட்டுமிராண்டிகளின்' கையில் பைபிளைக் கொடுத்தார்கள். வாங்க மறுத்தவனுக்குத் துப்பாக்கி ரவை பரிசாயிற்று. ஏற்கனவே தென்னமெரிக்க

இனம் மிகுந்த சுய அபிமானம் கொண்டது. உலகின் முதல் மனிதனே தமிழன்தான், உலகின் ஆதிமொழியே தமிழ்தான் என்றெல்லாம் தமிழர்கள் பெருமைப்படுவதைப் போல பெருமை கொண்டிருந்த இனம் பெரூவின் இன்கா இனம். 1400களின் துவக்கத்திலேயே அவர்களின் இன்கா அரசு பெரூவில் மிகச் சிறந்த ஒரு அரசமைப்பைக் கொண்டு வந்து விட்டது. உலகின் பேரதிசயமான மாச்சு பிச்சு கட்டப்பட்டதெல்லாம் அந்தக் காலக்கட்டத்தில்தான்.

1345-இல் மெக்ஸிகோவில் நிறுவப்பட்டிருந்த மிக வளமான ஆஸ்டெக் சாம்ராஜ்யமும் ஸ்பானியர்களால் 1521-இல் அழித்தொழிக்கப்பட்டது. அதேபோல் பெரூவின் இன்கா அரசும் 1532-இல் அழிக்கப்பட்டது. அதேபோல் அழிக்கப்பட்டதுதான் மாயன் நாகரீகமும். இப்படியே ஐரோப்பியக் கிறித்தவர்களால் மொத்த மத்திய அமெரிக்காவும் தென்னமெரிக்காவும் அந்த நிலங்களின் பூர்வகுடிகளின் அரசுகளும் அழிக்கப்பட்டன. இந்த அழித்தொழிப்பு எந்த அளவுக்குத் தீவிரமானது என்றால், கொலம்பஸ் தென்னமெரிக்காவில் இறங்கிய போது அதன் மக்கள் தொகை நூறு லட்சம்; இது ஒரே வருடத்தில் எட்டு லட்சமாகக் குறைந்தது. மீதி தொண்ணூற்று இரண்டு லட்சம் பேர் கொல்லப்பட்டார்கள். இதுதான் தென்னமெரிக்காவின் வரலாறு. இதற்குக் காரணம், ஐரோப்பியரிடம் இருந்த நவீன போர்க்கருவிகளும் தந்திரமும். இன்னொரு காரணம், ஐரோப்பியர் கொண்டு வந்த நோய்கள். குறிப்பாக, அம்மை. அதற்கு முன் தென்னமெரிக்காவில் அந்த நோய் இல்லை. அது மட்டுமல்லாமல், தென்னமெரிக்கர்கள் ஸ்பானியர்கள் அமைத்த சுரங்கங்களில் இரவு பகலாகக் கொத்தடிமைகளாக வேலை செய்து மடிந்தார்கள். வேலை செய்ய மறுத்தவர்களும் மதம் மாற மறுத்தவர்களும் ஈவு இரக்கமில்லாமல் உடனுக்குடனே துப்பாக்கியால் சுடப்பட்டார்கள். இப்போதும் தென்னமெரிக்கர்கள் ஐரோப்பாவின் நீட்சியான வட அமெரிக்க அரசினால் தொடர்ந்து சுரண்டப்பட்டுக்கொண்டுதான் இருக்கிறார்கள். இன்று தென்னமெரிக்க நாடுகள் கொடூரமான வறுமையில் இருப்பதற்குக் காரணமே, ஆறு நூற்றாண்டுகளாக

ஐரோப்பியர் அங்கே இருந்த வளங்களையெல்லாம் சுரண்டிக் கொண்டு போனதுதான். ஆனால் அதை விடக் கொடூரம் என்னவென்றால், தென்னமெரிக்கர்கள் தங்கள் மொழிகளையும், கலாச்சாரத்தையும், கடவுளையும் இழந்தது.

இப்படி ஆறு நூற்றாண்டுகளாக ஒரு பிரம்மாண்டமான கண்டத்தையே அழித்தொழித்த ஐரோப்பியக் கிறித்தவத்தை விமர்சிக்கத் துணியாத யாரும் ஹிந்து மதத்தின் சாதிகளைப் பற்றிப் பேச உரிமை இல்லை. யாரும் இங்கே இருந்த சாதிப் பிரிவினையை நியாயப்படுத்திப் பேச முடியாது. நாம் அந்தக் கட்டத்தைத் தாண்டி வந்து விட்டோம். சாதி, ஹிந்து மதத்தின் மிகப் பெரிய கறை. மிகப் பெரிய குற்றம். ஆனால் அதை விட மிகப் பயங்கரமான, எதனோடும் ஒப்பீடே செய்ய முடியாத மாபாதகத்தைச் செய்ததல்லவா ஐரோப்பியக் கிறித்தவம்? ஒரே ஆண்டில் நூறு லட்சம் மக்கள் தொகை எட்டு லட்சமாக மாறியதே? ஒரு கையில் பைபிளும் ஒரு கையில் துப்பாக்கியும் கொடுத்துத் தேர்ந்தெடு என்று சொன்ன கிறித்தவத்தைப் பேசாமல் எப்படி நாம் ஹிந்து சாதி பற்றிப் பேசுவது?

மேலும், ஆறு நூற்றாண்டுகளாக – அதிலும் குறிப்பாக கொலம்பஸ் அங்கே கால் பதித்ததிலிருந்து இரண்டு நூற்றாண்டுகள் நடந்த கலாச்சார, இன அழித்தொழிப்பு பற்றித் தென்னமெரிக்காவில் பல நூறு நாவல்கள் எழுதப்பட்டு விட்டன. அவற்றில் பலவற்றைப் பற்றி நான் அவ்வப்போது எழுதியும் வருகிறேன். இந்தக் காரணத்தினால்தான் நான் தென்னமெரிக்காவை என் ஆன்மாவையே ஈர்த்த கண்டமாகப் பார்க்கிறேன். தங்களுடைய வெகுளித்தன்மையின் காரணமாக, தங்களிடம் துப்பாக்கி போன்ற கொலைக்கருவிகள் இல்லாததன் காரணமாக தங்கள் கடவுளையும் மொழியையும் அடையாளத்தையும் ஐரோப்பாவிலிருந்து வந்து ஒரு கொள்ளைக் கும்பலிடம் இழந்து விட்ட ஒரு மனிதக் கூட்டத்தின்பாலும் ஒரு நிலத்தின்பாலும் எனக்கு ஆர்வம் பெருகிக் கொண்டே இருப்பதற்குக் காரணம் இதுதான்.

24.4.2020.

31

சமீபத்திய என் கட்டுரைகளைப் படித்து சிலருக்கு சாரு ஹிந்துத்துவத்தின் பக்கம் சாய்ந்து விட்டாரோ என்று தோன்றலாம். ஒவ்வொரு பிரச்சினையையும் எப்படி அணுக வேண்டுமோ அப்படி அணுகுவதே என் வழக்கம். மற்றபடி நான் எக்காலத்திலும் எந்த மதத்துக்கும் சார்பானவன் அல்ல. இஸ்லாம் என்றால் இஸ்லாத்துக்கு வெளியே உள்ள ஸூஃபிகளின் மாணவன் நான். கிறித்தவம் என்றால், அங்கே நான் *OPUS DEI* போன்ற தீவிரவாதிகளுக்கு எதிரானவன்; *John of the Cross*-இன் சீடன். ஹிந்து மதம் என்றால் அங்கே நான் காந்தியின் பக்கம்; வள்ளலாரின் பக்கம்; சித்தர் மரபின் பக்கம். இதெல்லாம் தமிழ் மரபு, இதற்கும் ஹிந்து மதத்துக்கும் சம்பந்தம் இல்லை என்பவர்கள் - உதாரணமாக இங்கே கணேஷ் அன்பு - தமிழ்த் தேசியவாதிகள். அவர்கள் பெரியாரின் சீடர்களாகவும் தங்களை அழைத்துக் கொள்கிறார்கள். அது ஒரு பெரிய *Oxymoron*. பெரியார் எல்லா விதமான வெறிகளுக்கும் எதிரானவர். மொழி வெறி, தேச வெறி, இன வெறி. ஆனால் பெரியாரின் சீடர்கள் என சொல்லிக் கொண்டு இவர்கள் எப்படி தமிழ்த் தேசியம் பேசுகிறார்கள் என்று எனக்குப்

புரியவில்லை. ஆனால் ஒன்று புரிகிறது. தமிழ்த் தேசியத்தை ரோம் ஆதரிக்கிறது. ரோமிலிருந்து பணம் வருகிறது. அவர்களின் நோக்கம் ஹிந்து மதத்தை ஒழித்துக் கட்ட வேண்டும். நல்லது. அந்த நோக்கத்தில் அவர்கள் வெற்றி அடையட்டும். ஆனால் தப்லீக் ஜமாத் போன்ற அமைப்புகள் அதைக் கெடுத்து விடும் போல் இருக்கிறதே? அதுதான் கவலையாக இருக்கிறது.

ஒரு விஷயத்தைத் தெளிவுபடுத்தி விடுகிறேன். தில்லியில் நடந்தது போன்ற மதக் கலவரங்கள் இனிமேல் அடிக்கடி நடக்க வாய்ப்பு இருக்கிறது. சிறுபான்மையினர் தங்கள் அடையாளத்தை பலப்படுத்த பலப்படுத்த, சிறுபான்மையினர் மோடிக்கு எதிரான தங்கள் எதிர்ப்பை தீவிரமாக்க ஆக்க மிதவாத ஹிந்துக்கள் தீவிரத்தின் பக்கம் நகர்வார்கள். அதனால்தான் மோடியின் பைத்தியக்காரத்தனமான பண நீக்க நடவடிக்கையையும் மீறி மோடியே எதிர்பார்க்காத வெற்றியை அவர் கையில் கொடுத்தார்கள். ஹிந்துக்கள் அப்போது ஒன்றிணைந்தார்கள் என்பது மிக வெளிப்படையாகத் தெரிந்த எதார்த்தம். ஆனால் அந்த நிலையிலும் தமிழ்நாட்டில் மோடிக்கு ஓட்டுப் போடவில்லை என்பது பெரிய ஆறுதல். ஆனால் இப்போது நடந்து வரும் நிகழ்வுகள் தமிழ்நாட்டையும் மோடியின் பக்கம் நகர்த்தும் என்றே முன்னறிவிக்கின்றன. தப்லீக் ஜமாத்தில் கலந்து கொண்ட பெருவாரியானவர்களுக்கு கொரோனா தொற்று உறுதிப்படுத்தப்பட்டிருக்கிறது. இன்னும் நூற்றுக்கணக்கான பேர் தலைமறைவாக இருக்கிறார்கள். அவர்களில் கொரோனா தொற்றுள்ளவர்கள் எத்தனை ஆயிரம் பேருக்கு அதைப் பரவச் செய்திருப்பார்கள்? அவர்கள் தாமே முன்வந்து சோதித்துக் கொள்ள வேண்டாமா? சவூதி அரேபியாவில் யாரும் இத்தனை பொறுப்பில்லாமல் இல்லையே? அங்கே மதத்தைக் காண்பித்து கொரோனாவுக்கு எதிரான நடவடிக்கைகளில் யாரும் சுணக்கம் காட்டவில்லையே? இப்போதைய ரமலான் விருந்துகள் உட்பட எல்லாமே ரத்து செய்யப்பட்டிருக்கின்றனவே? ஒரு காணொலி பார்த்தேன். அதில் ஒரு மூன்று வயதுக் குழந்தை ஒரு வீட்டிலிருந்து தன்னந்தனியாக ஆம்புலன்ஸில் வைத்து எடுத்துச் செல்லப்படுகிறது. வீட்டிலிருந்து யாருமே உடன்

செல்லவில்லை. கொரோனா தொற்றாக இருக்கும். இங்கே இப்படிச் செய்தால் நாடே கொந்தளித்து விடும். முக்கியமாக சென்ற கட்டுரையில் நான் குறிப்பிட்ட மதச்சார்பற்ற ஹிந்துக்களே கொந்தளிப்பார்கள்.

சரி, ஆரம்பித்த விஷயத்துக்கு வருகிறேன். நான் எந்த மதமும் எனக்குப் பிடிக்காது என்று சொன்னாலும் இஸ்லாமிய மார்க்கத்தை எனக்கு நெருக்கமாக உணர்பவன். இந்திய, பாகிஸ்தானிய, பாங்ளாதேஷ் முஸ்லிம்கள் இஸ்லாம் மீது காட்டும் பற்றையும் அவர்களின் வாழ்க்கை முறையையும் விட துனீஷியா, இந்தோனேஷியா, மொராக்கோ, அல்ஜீரியா, மலேஷியா, அமீரக நாடுகள், உஸ்பெகிஸ்தான், அஸர்பெய்ஜான் போன்ற இஸ்லாமிய நாடுகளின் வாழ்க்கை எனக்கு நெருக்கமாகவும் அணுக்கமாகவும் உள்ளது. அங்கே வாழ்க்கை இங்கே இருப்பது போல் மதரீதியாக இத்தனை கெடுபிடியாக இல்லை. அங்கெல்லாம் இங்கே இருப்பதை விடவும் சிறந்த மத நல்லிணக்கம் நிலவுகிறது. அங்கே வாழ்க்கை லகுவாக இருக்கிறது. இல்லாவிட்டால் ஜான் ஜெனேவும், வில்லியம் பர்ரோஸுும் இன்ன பிற மேற்கத்திய எழுத்தாளர்களும் மொராக்கோவில் வந்து வாழ்நாள் பூராவும் தங்குவார்களா?

ஒரு காலத்தில் இப்போதைய ஸ்பெய்ன் முஸ்லிம்களால் நிறைந்திருந்தது. அங்கேயும் தென்னமெரிக்காவில் நடந்த மாதிரியே கிறித்தவர்கள் மதமாற்றத்தில் ஈடுபட்டார்கள். அதிகாரத்தின் கத்தி முனையில் நடந்த மதமாற்றம் அது. திரும்பத் திரும்ப நான் மேலே சொன்ன இஸ்லாமிய நாடுகளுக்குப் பயணம் செய்து கொண்டிருப்பதன் காரணமும் இதுதான்.

ஆனால் எனக்கென்று ஒரு கூடாரம் இல்லை. நான் ஹிந்துத்துவ ஆதரவாளன் இல்லை. பிராமணர்கள் வசை கடிதம் அனுப்புகிறார்கள். இந்திய இஸ்லாமிய அமைப்புகள் சிலவற்றை நான் விமர்சனம் செய்வதால் அந்தப் பக்கத்திலிருந்தும் கடுமையான எதிர்ப்பு. முஸ்லிம்களுக்கு எதிரானவன் என்ற குற்றச்சாட்டு. மதக் கலவரம் நடந்தால் முதல் குத்து எனக்கு ஹிந்துத் தீவிரவாதிகளிடமிருந்தே கிடைக்கும். காரணம்,

என் இடுப்புக்குக் கீழே பார்த்து என்னை ஒரு முஸ்லிம் என அடையாளப்படுத்துவார்கள். அதே சமயம் என்னை ஒரு முஸ்லிம் விரோதி என்ற கற்பிதத்தில் வாழும் முஸ்லிம் தீவிரவாதியும் என் மீது அடுத்தடுத்த குத்துகளைப் போடுவான்.

ஊரின் மிக அழகான பெண் என்ற என் சிறுகதைத் தொகுதியில் உள்ள க்ரனடா என்ற கதையை நீங்கள் வாசிக்க வேண்டும் என்று பரிந்துரை செய்கிறேன். ஸ்பெய்ன் என்று அறியப்படும் நிலத்தில் சில நூற்றாண்டுகளுக்கு முன்பு எப்படி முஸ்லிம்கள் கிறித்தவர்களாக மாற்றம் செய்யப்பட்டார்கள் என்பதை விளக்கும் கதை அது.

24.4.2020.

32

க்ரனாடா நாவலை எழுதியவர் ராத்வா அஷுர். இடதுசாரி. கெய்ரோவில் 1946-இல் பிறந்தார். அதே ஆண்டில்தான் அந்நகரின் புகழ்பெற்ற அப்பாஸ் பாலத்தில் பிரிட்டிஷ் அதிகாரத்தை எதிர்த்துப் போராடிய மாணவர்கள் மீது பிரிட்டிஷ் ராணுவம் துப்பாக்கியால் சுட்ட சம்பவமும் நடந்தது. ஒரு பக்கம் நைல் நதி - எதிர்ப் பக்கம் துப்பாக்கிச் சூடு என்ற நிலையில் அன்றைய தினம் பல நூறு மாணவர்கள் படுகொலை செய்யப்பட்டார்கள்.

சிறு வயதிலிருந்தே கலக மனோபாவம் கொண்டிருந்த ராத்வா அஷுர் தன் பதினான்காம் வயதில் ஃப்ரெஞ்சுப் பள்ளியிலிருந்து விலகி அரசாங்கத்தின் அரபிப் பள்ளியில் சேர்ந்தார். வெளிநாட்டுக் கல்விமுறையை எதிர்த்தாரே தவிர மூன்று ஐரோப்பிய மொழிகளில் புலமை பெற்றவராக இருந்தார் ராத்வா.

1967-இல் கல்லூரிப் படிப்பை முடித்த அஷுர் 1970-இல் *Mourid Barghouthi* என்ற பாலஸ்தீனிய கவிஞரை மணந்தார். மிகப் பெரும் கல்வியாளராகவும், புகழ் பெற்ற ஆசிரியராகவும் விளங்கிய ராத்வா, எகிப்திய அரசை எதிர்த்து பல போராட்டங்களில் ஈடுபட்டு கைது செய்யப்பட்டிருக்கிறார்.

பாலஸ்தீனிய விடுதலையை முன்னிட்டு எகிப்தில் பர்கோத்தி ஈடுபட்ட அரசியல் நடவடிக்கைகளுக்காக 1977-ஆம் ஆண்டு அவர் எகிப்திய அரசினால் நாட்டிலிருந்து வெளியேற்றப்பட்டார். அப்போது ராத்வா அஷூர் - பர்கோத்தி தம்பதியினரின் ஒரே மகன் சிறு குழந்தையாக இருந்தான்.

பின்னர் பர்கோத்தியும் ராத்வா அஷூரும் ஒன்று சேர்வதற்குப் பதினேழு ஆண்டுகள் ஆயின. அதுவரை அவர்கள் அரசுக் கெடுபிடிகளால் வெவ்வேறு நாடுகளிலேயே வாழ நேர்ந்தது.

தன்னுடைய நாவல் 'க்ரனடா' பற்றி ராத்வா அஷூர் சொல்கிறார்:

"குழந்தையாக இருக்கும் போது அல்ஜீரியா மற்றும் பாலஸ்தீனிய விடுதலைக்காக நான் பிரார்த்தனை செய்வதுண்டு. 1967-ஆம் ஆண்டு எனக்குள் ஒரு பயம் ஏற்பட்டது. அப்படி ஒரு பயத்தை அதுவரை நான் உணர்ந்ததில்லை. ஒருவருக்கு ஏற்படக் கூடிய மோசத்திலும் மோசமான ஒரு துயரம் அது. ஆகாயவெளியில் ஒரு பலூனுக்குள் இருப்பதாகக் கற்பனை செய்து கொள்ளுங்கள். அந்த பலூன் வெடித்து விட்டால் உங்கள் கதி என்ன ஆகும்? பூமியிலும் இருக்க மாட்டீர்கள்; ஆகாயத்திலும் இருக்க மாட்டீர்கள். அப்படி ஒரு பயம்தான் 1967-இல் எனக்கு ஏற்பட்டது... அப்போதுதான் நான் 'க்ரனடா'வை எழுதினேன். அந்த நாவலின் மூலமாகவே நான் அந்தப் பயத்திலிருந்து வெளியே வர முடிந்தது. கிட்டத்தட்ட மரணத்துக்கும் எழுத்துக்குமான போராட்டமாக இருந்தது அது."

ஒவ்வொரு சமகாலத்திய அரபி நாவலைப் படிக்கும்போதும் 'இப்படி ஒரு நாவலை வாழ்நாளில் படித்ததில்லை' என்ற எண்ணமே எனக்கு மேலிடுகிறது. சமீபத்தில் ராத்வா அஷூர் எழுதிய *Granada* என்ற நாவலைப் படித்த போதும் அவ்வாறே எனக்குத் தோன்றியது.

கி.பி. ஏழாம் நூற்றாண்டிலிருந்து பதினைந்தாம் நூற்றாண்டு வரை சுமார் எண்ணூறு ஆண்டுகளாக ஸ்பெய்னில் இஸ்லாமிய

வாழ்நெறியையே அந்நாட்டின் பெரும்பான்மையான மக்கள் கடைப்பிடித்து வந்தனர். அதே சமயத்தில் அங்கு வாழ்ந்த சிறுபான்மையினரான கிறித்தவர்களையும், யூதர்களையும் அவர்கள் தங்களுக்குச் சமமாகவும், சகோதரத்துவத்துடனும் எண்ணிப் பழகி வந்தனர். ஸ்பெய்னின் வரலாறு நமக்குத் தெரிவிக்கும் செய்திகள் இவை. ஆனால் பதினைந்தாம் நூற்றாண்டில் இஸ்லாமிய ஸ்பெய்ன் முழுமையும் ஸ்பானியர்களின் ஆக்ரமிப்பில் வந்ததும் அந்தப் பன்முகக் கலாச்சார வாழ்க்கை ஒரு முடிவுக்கு வந்தது. 1492-ஆம் ஆண்டு ஸ்பெய்னின் தெற்கிலுள்ள *Granada* நகரம் ஸ்பானியர்களின் கீழ் வந்தது. ஸ்பெய்ன் முழுவதுமிருந்த ஆயிரக்கணக்கான முஸ்லிம்கள் மதமாற்றம் செய்யப்பட்டார்கள். சித்ரவதை செய்யப்பட்டார்கள். கொல்லப்பட்டார்கள். மீதமிருந்த முஸ்லிம்கள் 1609-ஆம் ஆண்டு ஸ்பெய்னிலிருந்து விரட்டப்பட்டார்கள்.

ஸ்பெயினில் வாழ்ந்த முஸ்லிம்கள் ஸ்பானியர்களால் *Morisco* என்று கிண்டலாக அழைக்கப்பட்டனர். இதிலுள்ள *Moro* என்பதன் பொருள்: *Moorish*. அதாவது, மொராக்கோவிலிருந்து வந்த முஸ்லிம்கள். பதினாறாம் நூற்றாண்டுக்குப் பின்னர், மொரிஸ்கோ என்பது ஸ்பெனிலேயே தங்கி கிறிஸ்தவ மதத்துக்கு மாறிவிட்ட முஸ்லிம்களைக் குறிக்கும் வார்த்தையாக ஆனது.

பதினைந்து பதினாறாம் நூற்றாண்டுகளில் ஸ்பெய்ன் தேசத்து முஸ்லிம்கள் மிகக் கடுமையாக ஒடுக்கப்பட்டதற்கு சில சமூகவியல் காரணங்களும் இருந்தன. மொரிஸ்கோ முஸ்லிம்கள் கடுமையான உழைப்பாளிகளாகவும், அதனால் மற்றவர்களை விட வசதி படைத்தவர்களாகவும் இருந்தனர். மேலும், அவர்கள் தங்களுடைய பூர்வீகமான வட ஆஃப்ரிக்கப் பாரம்பரியத்தையும், கலாச்சாரத்தையும் அழிந்துவிடாமல் பின்பற்றி வந்தார்கள்.

இந்த மொரிஸ்கோ இன முஸ்லிம் மக்களைப் பற்றி அரபி, ஆங்கிலம், ஃப்ரெஞ்ச் மற்றும் எஸ்பஞோல் மொழிகளில் கிடைக்கும் வரலாற்றுக் குறிப்புகளை பல ஆண்டுகள் ஆய்வு செய்து ராத்வா அஷுர் எழுதிய நாவல்தான் : க்ரனடா.

இந்த நாவலின் தொடர்ச்சியாக *Mariama, Exodus* என்ற மேலும் இரண்டு நாவல்களை எழுதினார் ராத்வா அஷுர்.

சலீமா என்ற பெண்ணின் குடும்பம் முழுமையும் ஸ்பானியர்களால் எவ்வாறு அழித்தொழிக்கப்பட்டது என்பதே க்ரனடா *Trilogy*-இன் கதை.

என்னைத் தவிர மற்றவர்களும் கூட இந்த சமகாலத்திய அரபி எழுத்தாளர்களைப் படிக்க வேண்டும் என்று ஆசைப்படுகிறேன். ராத்வா அஷுரின் க்ரனாடா நாவலிலிருந்து ஒரு பகுதியை நான் மொழிபெயர்த்து இருபது ஆண்டுகளாவது இருக்கும். என்னை இஸ்லாமின் விரோதி என நினைக்கும் முஸ்லிம் நண்பர்கள் இது போன்ற அரபி எழுத்தாளர்களைப் படிக்க வேண்டும். இதையெல்லாம் நான் மாத்யமம் என்ற இஸ்லாமியப் பத்திரிகையில் தப்புத் தாளங்கள் என்ற தலைப்பில் எழுதி வந்தேன். கேரளத்தின் மலப்புரம் பகுதி முஸ்லிம்களிடையே இப்போதும் நான் ஒரு பிரபலம்தான். ஒரு இஸ்லாமிய கலாச்சார அமைப்பால் நடத்தப்படும் மாத்யமமில் நான் எழுதி வந்ததால் முஸ்லிம் தீவிரவாதிகளோடு கை கோர்த்தவன் என்ற பெயரும் எனக்கு அங்கே உண்டு. உண்மையில் மாத்யமம் பத்திரிகையை நடத்தி வரும் அமைப்பு முழுக்க முழுக்க கலாச்சாரம் சார்ந்தது. அதற்கும் தீவிரவாதத்துக்கும் சம்பந்தமே இல்லை. இங்கே தமிழ்நாட்டில் பார்த்தால் சாரு இஸ்லாமிய விரோதி என்று கதை! பாவம், அவர்கள் என்னைப் படித்ததில்லை. அவ்வளவுதான்.

ஆமாம், தப்லீக் ஜமாதை விமர்சித்தால் அது எப்படி இஸ்லாமிய விரோதம் ஆகும்? நீங்கள் நித்யானந்தாவை விமர்சித்தால் அது ஹிந்து விரோதமா? தப்லீக் ஜமாத் செய்த காரியத்தை முஸ்லிம்கள் அல்லவா விமர்சித்து இருக்க வேண்டும்? சவூதியில் இப்படி ஒரு மாநாட்டை நடத்தி விட முடியுமா? இங்கே மோடி ஆட்சியில் சிறுபான்மையினர் என்று கண்டு கொள்ள மாட்டார்கள் அல்லது இந்தியாவில் மதம் என்று வந்தாலே அது எந்த மதமாக இருந்தாலும் போலீஸும் அதிகார வர்க்கமும்

ஒதுங்கிப் போய் விடும் என்ற எண்ணம்தானே இத்தனை விபரீதங்களுக்கும் காரணம்?

நான் சொல்ல விரும்புவது இதுதான். நாம் எந்த மதத்தைச் சார்ந்தவராக இருக்கிறோமோ அது குறித்த விமர்சன மனோபாவம் கொண்டிருக்க வேண்டும். இது ஹிந்துக்களிடம் அதிகம் உண்டு என்பதை எல்லோரும் கவனித்திருக்கலாம். ஃபேஸ்புக்கில் நீங்கள் யாரை எடுத்துக் கொண்டாலும் அவர்கள் தீவிர மோடி எதிர்ப்பாளராக இருப்பதோடு தீவிர இஸ்லாமிய ஆதரவாளராகவும் இருப்பார். ஆனால் அவர் ஹிந்துவாக இருப்பார். விட்டால் இம்ரானைக் கொண்டு வந்து இங்கே லுட்யனின் தில்லியில் அமர வைத்து விடுவார்கள். அந்த அளவுக்குப் பாகிஸ்தானிய மோகம். நீங்கள் எந்த ஹிந்து புத்திஜீவியை வேண்டுமானாலும் எடுத்துக் கொள்ளலாம். அதிலும் அவர் பிராமணர் என்றால் கேட்கவே வேண்டாம். பெரியாரின் நேரடி வாரிசு மாதிரிப் பேசுவார். இப்படிப்பட்ட சுய விமர்சனம் முஸ்லிம் நண்பர்களிடையே உண்டா? உண்டென்றால் தப்லீக் ஜமாத் விஷயத்தில் அவர்களின் சமூக விரோதமான கொரோனா நடவடிக்கைகளைக் கண்டித்திருக்க வேண்டாமா? காந்தி எப்படி இருந்தார்? சுய விமர்சனத்தில் அவர் நமக்கு முன்னோடியாக இருந்தாரா இல்லையா? அவர் ஒரு ஹிந்துத்துவா நபரால் சுட்டுக் கொல்லப்பட்டது எதனால்? காந்தி அல்லவா உங்கள் நண்பராக இருந்திருக்க வேண்டும்? இந்தியா பாகிஸ்தான் பிரிவினையின் போது நடந்த மதக்கலவரங்களில் அவர் முஸ்லிம்களுக்கு ஆதரவாக இருந்தார் என்பதால்தான் அவர் ஹிந்துத்துவவாதியால் கொல்லப்பட்டார். இதுதான் நாம் காந்தியிடமிருந்து கற்க வேண்டியது. அவர் ஹிந்து. ஆனால் முஸ்லிம்களின் ஆதரவாளராகவே இருந்தார், செயல்பட்டார். இதிலிருந்து நான் என்ன பெறுகிறேன்? ஒரு ஹிந்துவாக இருந்தும் நமக்காக உயிர் நீத்தாரே ஒரு மாமனிதர் என்று ஒவ்வொரு முஸ்லிமும் நினைக்க வேண்டாமா? நான் ஒரு இஸ்லாமியத் தலைவராக இருந்தால் வாருங்கள் ஹிந்துக்களே,

உங்கள் ராமர் கோவிலுக்கு நான் முதல் கல்லை வைக்கிறேன் என்று சொல்வேன். நான் ராமர் கோவில் கட்டித் தருவேன். அதுதானே மதச்சார்பின்மையின் முதல் அடி?

கிறித்தவத்தைப் பற்றி நான் இத்தனை எதிர்மறையாக எழுதினாலும் ஒரு விஷயத்தில் கிறித்தவம் எனக்குப் பிடிக்கும். அங்கே இருக்கும் சுதந்திரம். உதாரணமாக, நான் சென்ற ஆண்டு எழுதிய கட்டுரை ஒன்றில் *Armonia Somers (1914 - 1994)* என்பவரின் *The Fall* என்ற கதை பற்றிக் குறிப்பிட்டிருந்தேன்.

உருகுவாயைச் சேர்ந்த அர்மோனியா ஸோமர்ஸ் *(Armonia Somers)* உலகின் வெகு சில *transgressive* எழுத்தாளர்களில் ஒருவர். அவருடைய சகாக்கள் என்று பார்த்தால் ஸில்வினா ஒக்காம்ப்போ *(Silvina Ocampo)*, லூயிஸா வாலென்ஸுவெலா *(Luisa Valenzuela)*, எலேனா கார்ரோ *(Elena Garro)*, க்றிஸ்த்தினா பெரி ரோஸ்ஸி *(Cristina Peri Rossi)*. இவர்களின் பெயர்களையெல்லாம் ஏன் இங்கே குறிப்பிடுகிறேன்? இங்கே இணையத்தில் இதை வாசிக்கும் உங்களுக்கும் மேலே குறிப்பிட்ட எழுத்தாளர்களுக்கும் என்ன சம்பந்தம்? ஐந்தே நிமிடத்தில் இதைப் படித்து விட்டு அடுத்து கொரோனாவினால் அமெரிக்காவில் எத்தனை பேர் செத்தார்கள் என்ற செய்தியைப் பார்க்கப் போய் விடுவீர்கள். அப்படியிருக்க இந்தப் பெயர்களெல்லாம் இங்கே எதற்கு?

காரணம் இருக்கிறது. தமிழ் இலக்கியச் சூழலில் சி.சு. செல்லப்பா பெயர் மட்டுமா இருக்கிறது? செல்லப்பாவோடு, க.நா.சு., க.நா.சு.வோடு ந. பிச்சமூர்த்தி, ந.பிச்சமூர்த்தியோடு கு.ப. ராஜகோபாலன், கு.ப.ரா.வோடு தி.ஜானகிராமன் என்று ஒரு பெரிய சங்கிலித் தொடர் போகிறது அல்லவா? அதேபோல் ட்ரான்ஸ்கிரஸிவ் எழுத்தில் மேற்கண்ட பெயர்களெல்லாம் மிக முக்கியமானவை. நீங்கள் என் எழுத்துக்களை மிகக் கூர்ந்து கவனித்து வருகிறீர்களா என்பதற்கு இந்தக் கணத்தில் ஒரு சோதனை வைக்கலாம். க்றிஸ்த்தினா பெரி ரோஸியைக் கேள்விப்பட்டிருக்கிறீர்களா? கேள்விப்பட்டிருக்கிறீர்கள். சுமார் ஐம்பது முறை அவர் பற்றி எழுதியிருக்கிறேன். அவருடைய *Ship of Fools* நாவல் பற்றி மிக விரிவாக எழுதியிருக்கிறேன்.

மட்டுமல்ல. க்றிஸ்த்தினா பெரி ரோஸியும் உருகுவாயைச் சேர்ந்தவர்தான். இவருடைய பதிப்பகத்தின் பெயர் *Ecks*. என்னுடைய புத்தகங்களை நானே பதிப்பிக்க நேர்ந்த காலகட்டத்தில் இதே *Ecks* என்ற பெயரில்தான் பதிப்பித்தேன்.

க்றிஸ்த்தினா பெரி ரோஸி உருகுவாயிலிருந்து 1972-இல் நாடு கடத்தப்பட்டதால் அப்போதிருந்து ஸ்பெய்னின் பார்ஸலோனா நகரில்தான் வாழ்ந்து வருகிறார். இவருடைய ஷிப் ஆஃப் ஃபூல்ஸ் நாவலைப் படிக்காதவர்கள் வாழ்வில் ஓர் அற்புதத்தை இழந்தவர்கள் என்றே சொல்வேன். மிகச் சிறிய நாவல். ஆனால் அதை ஒரே அமர்வில் படித்து விட இயலாது. மிகவும் சிக்கலானது. ஒருவித மனோவசியத்துக்குள் ஆட்பட்டு விட்டதைப் போல் உணர வைக்கும் நாவல் அது.

The Fall கதையில் ஒரு கறுப்பன் போலீஸிடமிருந்து தப்பி ஒரு மாதா கோவிலை நோக்கி வருகிறான். அவன் அன்று ஒரு கொலை செய்து விட்டான். பெரிய பணக்காரப் புள்ளி. வெள்ளை இனத்தவன் வேறு. இரவு நேரம். ஒரே நசநசவென்று மழை. வழியெல்லாம் சேற்றிலும் சகதியிலும் சிக்கி ஒரு ஷூ பிய்ந்து விட்டது. பிய்ந்து போன ஓட்டை வழியே தெரியும் காலிலேயேதான் கற்கள் குத்துகின்றன. நல்ல கூர்மையான பாறாங்கற்கள். தொடர்ந்து அந்த இடத்திலேயே குத்துகிறது. பட்ட காலிலேயேதான் படுமா? தூரத்தில் அவன் கேள்விப்பட்டிருந்த மாதா கோவில் தெரிகிறது. கோவிலைச் சுற்றிலும் ஒரே புதரும் இடிபாடுகளுமாக இருந்தது. இந்த இடத்தில் ஒரு காலத்தில் விபச்சாரம் கூட நடந்து கொண்டிருந்ததாகக் கேள்விப்பட்டிருக்கிறான். இப்போது இல்லை. ஆனால் இந்த மேரி சக்தி வாய்ந்தவள் என்றே பேசிக் கொள்கிறார்கள். அவளாவது இந்த மழையை நிறுத்தக் கூடாதா? ஏன்டி மேரிக்குட்டி... இந்த ஏழை நீக்ரோவின் மீது உன் கடைக்கண்ணைக் காட்ட மாட்டாயா? ஏதோ காதலியிடம் கொஞ்சுவது போல் கொஞ்சுகிறான். இந்த இடத்துக்கு வந்து சேரத்தான் எவ்வளவு பாடுபட்டான். இதுதான் இந்தப் பகுதியிலேயே பாதுகாப்பான இடம். கதவு சாத்தியிருந்தது.

தட்டினான். உள்ளே தாளிடப்பட்டிருந்தது. மழை இன்னும் நிற்கவில்லை. மழை சத்தத்தில் கேட்கவில்லையோ? மீண்டும் தட்டினான். மூன்றாவது முறை கொஞ்சம் பலமாகத் தட்டினான். ம்ஹூம். நான்காவது முறை மேலும் பலமாகத் தட்டினான். கேட்டு விட்டது போல. தாழ்ப்பாள் திறந்தது. ஒரு ஆள் கையில் லாந்தர் விளக்கோடு நின்று கொண்டிருந்தார். “ஐயா, இந்த நீக்ரோவுக்குக் கொஞ்சம் இடம் கொடுங்கள்” என்று கெஞ்சினான். கதவைத் திறந்து உள்ளே வரச் சொன்னார் அவர். அவர் வாயின் இடது ஓரத்திலிருந்து புருவம் வரை ஒரு கடுமையான வெட்டுக் காயம் இருந்தது. “எவ்வளவு ஐயா” என்று கேட்டான் வந்தவன்.

“மெத்தை என்றால் பத்து செண்ட், தரை என்றால் இரண்டு செண்ட்.” வந்தவன் இரண்டு செண்ட்டைத் தேர்ந்தெடுத்தான். இவனிடம் காசு இருக்கிறதா இல்லையா என்று கூடக் கவலைப்படாமல் போய்க் கொண்டிருந்தான் விளக்குக்காரன். அதையெல்லாம் இவன் உறங்கின பிறகு கண்டு பிடித்து விடலாம். பொதுவாக இங்கே வருபவர்கள் பஞ்சைப்பராரிகளாகத்தான் இருக்கிறார்கள். ஒருத்தர் கூட மெத்தையைத் தேர்ந்தெடுத்ததாக அவனுக்கு ஞாபகமே இல்லை. இப்போது மெத்தைப் படுக்கையை அவன்தான் பயன்படுத்துகிறான். தரையில் பல உடல்கள் தெரிந்தன. கடைசியில் அவனுக்கான இடத்தைக் காண்பித்தான் விளக்குக்காரன். எதிரே மேடையில் புனித மேரியின் சிலை.

“ஐயா, உங்களை ஒன்று கேட்கலாமா?”

“வாயை மூடிக் கொண்டு படு.”

அவன் சொன்னதைக் கண்டு கொள்ளாமல் கறுப்பன் கேட்டான், “நீங்கள் புனித மேரியை நம்புகிறீர்களா?”

“அட முட்டாள் நீக்ரோ… அவள் மட்டும் அங்கே இல்லாவிட்டால் இந்தப் பழைய மேல்கூரை இந்நேரம் என் தலையில் அல்லவா விழுந்திருக்கும்?”

இடியும் மின்னலுமாக மழை இன்னும் பெய்து கொண்டிருந்தது. கறுப்பன் தன் நனைந்த ஆடையோடு படுப்பதா அல்லது எல்லாவற்றையும் கழற்றி விட்டுப் பிறந்த மேனியாகப் படுக்கலாமா என்று யோசித்தான். நனைந்த ஆடையோடு படுத்தால் தண்ணீரில் கிடப்பது போல் இருக்கும். அதனால் அம்மணமாகவே படுப்பது என்று முடிவு செய்தான்.

மேரியின் அருகே இருந்த சுவருக்கும் எதிரே இருந்த சுவருக்கும் இடையே இருந்த கொடிக்கயிற்றில் ஒரு பழந்துணி தொங்கியதைப் பார்த்தான் கறுப்பன். காற்றில் அந்தக் கொடி ஆடியது அருவருப்பாக இருந்தது. அது எழுப்பிய சப்தம் வேறு நாராசமாக இருந்தது. ‘ஆனால் நான் செவிடாக இருந்திருந்தால் கூட அது ஆடும் ஆட்டத்தைப் பார்த்து செத்திருப்பேன்’ என்று நினைத்துக் கொண்டான்.

அவன் உடல் நடுங்க ஆரம்பித்தது. நெற்றியைத் தொட்டுப் பார்த்தான். அனலாய்க் கொதித்தது. உடம்பும் கொதித்தது. சமயங்களில் உடம்பு ஐஸ் மாதிரி ஆகி வேர்த்தது. முதுகு வேறு கத்தியால் குத்தியது போல் வலித்தது. தூங்குவதற்காகக் கண்களை மூடிப் பார்த்தான். தூக்கத்திலாவது எல்லாவற்றையும் மறக்கலாம். மறப்பதற்கு எவ்வளவோ இருந்தது. இந்த உடம்பு வலி மட்டும் அல்ல; இந்தக் கரங்களினால் அவன் இன்று என்ன செய்தானோ அது இப்போது அவன் உடம்பில் வலியாக மாறியிருக்கிறது.

அவன் அந்த சீமாட்டியைப் பார்த்தான். அந்த வெந்நிற சீமாட்டி மிக மென்மையாக அங்கே உறங்குபவர்களைப் பார்த்துக் கொண்டிருந்தாள். இத்தனை அசிங்கத்துக்கு இடையில், ஆன்மாவை இழந்து விட்ட இவ்வளவு கேவலமான உடல்களுக்கு இடையில் அந்த சீமாட்டியால் எப்படி இருக்க முடிகிறது? தரையிலே குறட்டை விட்டு உறங்கிக் கொண்டிருக்கும் அந்த மலினமான மனிதக் கூட்டத்தைப் பார்த்தான். இத்தனைக்கும் இடையில் சீமாட்டி அமைதியாக ஒளிர்ந்து கொண்டிருந்தாள்.

அது சரி, அவன்? அவன் தன்னைப் பற்றி நினைத்தான். தன் அம்மண உடலைப் பார்த்தான். அந்தக் கும்பலில் அவனுடைய

நிலைதான் ஆக மோசம். குறைந்த பட்சம் அவர்கள் தங்கள் உடலையாவது மறைத்திருக்கிறார்கள். அவனோ அந்தக் கன்னி மேரிக்கு முன்னே நிர்வாணமாகக் கிடக்கிறான். தன்னை மறைத்துக் கொள்ள முயன்றான். குளிர், நடுக்கம், சூடு, முதுகு வலி. அவனால் முடியவில்லை. அவன் இந்தப் படுகுழியிலேயேதான் கிடந்து சாகப் போகிறான். அவன் அன்று செய்த காரியத்துக்கோ, அங்கே இப்படி அம்மணமாகக் கிடப்பதற்கோ அந்தப் புனித சீமாட்டியிடம் மன்னிப்புக் கூட கேட்க முடியாது. அழவும் முடியாது.

அப்போதுதான் அது நடந்தது. அந்த வெண்ணிற 'ரோஜா' தன் மேடையிலிருந்து இறங்கி அவனை நோக்கி மெல்ல நடந்து வந்தது. மேடையிலே பொம்மை போல் இருந்த அந்த உருவம் இப்போது மனித உருக் கொண்டு உயிர் பெற்று வந்தது. கறுப்பன் தான் செத்துக் கொண்டிருப்பதாக எண்ணினான். பயமும் ஆச்சரியமும் அவனைச் சூழ்ந்து கொண்டது. அவன் தன்னையே தொட்டுப் பார்த்துக் கொண்டான். இதெல்லாம் நிஜமா, கனவா? ஆனால் தொட்டால் எதுவுமே உணர முடியவில்லை. உடம்பு வலியிலும் குளிரின் நடுக்கத்திலும் அவன் உணர்ச்சிகள் மரத்துப் போய் விட்டன. ஏதோ ஒரு காலத்தில் ஏதோ ஒரு இடத்தில் தொலைந்து போய் விட்டது போல் தோன்றியது. அந்த நேரத்தில் ஒன்றே ஒன்றுதான் நிஜம்: அது அவனை நோக்கி நடந்து வரும் அந்தப் பெண்.

அந்த வெண்ணிற ரோஜாவிடம் எந்தத் தயக்கமும் இல்லை. ஓடும் நீரைப் போல அது தீர்மானமாகத் தொடர்ந்து நடந்து வந்து கொண்டிருந்தது. ஆனால் பயங்கரம் என்னவென்றால், அவள் வந்து கொண்டிருந்த திசைதான். எப்படி இது சாத்தியம்? இருப்பதிலேயே மட்டமான, அதுவும் அம்மணமாகக் கிடக்கும் ஒரு கேவலமான பிறவியான தன்னை நோக்கி எப்படி வர முடியும்? இப்போது பக்கத்திலேயே வந்து விட்டாள்.

25.4.2020.

33

கறுப்பன் எழுந்து கொள்ள முயற்சித்தான். ம்ஹூம். முடியவில்லை. அச்சமும் நடுக்கமும் அவமானமும் அவனைத் தரையிலேயே ஆணி அடித்தாற்போல் வைத்து அழுத்தியது. பிறகு அந்தத் தேன்குரலைக் கேட்டான்.

"த்ரிஸ்த்தான்..."

இந்தக் கோவிலுக்கு வெளியே வேறோர் காலத்தில் இதேபோல் அவன் அழைக்கப்பட்டிருக்கிறான். அப்படியானால் இது கனவு அல்ல; நனவுதான். சீமாட்டிதான் வந்திருக்கிறாள். தன் அருகே தெரியும் அவள் கால்கள் உண்மைதான். அவன் பதில் சொல்லியாக வேண்டும்; அல்லது சாக வேண்டும். அவன் பேசியே ஆக வேண்டும். அவனிடம் வந்து சேர்ந்த மலருக்கு அவன் பதில் கொடுத்தாக வேண்டும். எச்சிலை விழுங்கினான். விழுங்குவதற்குக் கூட ஒன்றும் இல்லை. ஆனால் அது கொஞ்சம் உதவியது.

"ரோஜா மலரே..."

"சொல் த்ரிஸ்த்தான்... உன்னால் நகர முடியுமா?"

“இல்லை... என்னால் முடியவில்லை. ஏனென்றும் தெரியவில்லை. மனதில் தோன்றுகிறது. ஆனால் உடல் கேட்க மாட்டேன் என்கிறது. எல்லாமே மனதிலேயே நின்று விடுகிறது. உடலுக்குப் போக மறுக்கிறது... ஆனால் இதை என்னால் நம்ப முடியவில்லை. என் வைரமே, என் வைடூரியமே, உண்மையிலேயே நீதானா இது?”

“உண்மைதான் த்ரிஸ்தான். என்னை நம்பு.”

அடுத்து நம்பவே முடியாத விதத்தில் கன்னி அவன் அருகில் மண்டியிட்டு அமர்ந்தாள். ஆனால் எப்போதுமே இதற்கு நேர் எதிராக அல்லவா நடந்திருக்கிறது? இப்போது எப்படி கன்னி ஒரு கறுப்பின மனிதனுக்கு எதிரே மண்டியிடுவது?

“தயவுசெய்து அப்படிச் செய்யாதே கடவுளின் புனித அன்னையே! தயவுசெய்து வேண்டாம்.”

“செய்யத்தான் போகிறேன் த்ரிஸ்த்தான். மண்டியிட்டால் முழங்கால் வலிக்கிறதுதான். ஆனாலும் இன்று இரவு நான் இதுவரை செய்யவே துணியாத காரியங்களையும் செய்து விடலாம் என்று இருக்கிறேன். அதற்கு எனக்கு உன்னுடைய உதவி தேவை.”

“நானா, உனக்கா? என்ன சொல்கிறாய் என் அல்லி மலரே? என்னால் உனக்கு என்ன செய்ய இயலும்?”

“எங்கே இன்று கொலை செய்த அந்தக் கையை என்னிடம் கொடு, த்ரிஸ்த்தான்...”

“நான் கொலை செய்தது உனக்கு எப்படித் தெரியும் தாயே?”

“நாத்திகனைப் போல் பேசாதே த்ரிஸ்த்தான், உன் கையைக் கொடு.”

“என்னால் கையைத் தூக்க முடியவில்லையே?”

“அப்படியானால் நான் உன் கையருகே வருகிறேன்.”

அவள் குரல் தெளிவாகவும் உயிர்ப்புடனும் இருந்தது.

அப்போதுதான் அந்த அசாத்தியமான விஷயம் நடந்தது. கன்னி அந்தக் கருப்பு மனிதனின் கையை எடுத்து முத்தமிட்டாள்.

“கடவுளின் புனித அன்னையே, என்னால் உங்களைத் தடுக்க முடியவில்லை.”

“பரவாயில்லை த்ரிஸ்த்தான். கொலை செய்த உன் கரங்களைத்தான் முத்தமிட்டேன். ஏனென்றும் உனக்குச் சொல்கிறேன். உனக்குள் கேட்ட வார்த்தைகளைச் சொன்னது நான்தான். ‘அவனைக் கொன்று விடு, நிறுத்தாதே, கொன்று முடி அவனை’ என்று நான்தான் உனக்குச் சொன்னேன்.”

“நீங்களா, தேவமைந்தனின் அன்னையே?”

“ஆமாம் த்ரிஸ்த்தான். அவர்கள் என் குழந்தையைக் கொன்றார்கள். அவன் திரும்ப வந்தால் திரும்பவும் அவனைக் கொல்வார்கள். இப்படியே போய்க் கொண்டிருப்பதை என்னால் இனிமேலும் அனுமதிக்க முடியாது. எனக்குப் பிரார்த்தனைப் பாடல்களோ, ஊதுபத்திகளோ, மெழுவர்த்திகளோ தேவையில்லை. செய்த காரியத்துக்கான பலனை அனுபவிக்க வேண்டும். அதற்கு நீ எனக்கு உதவினாய். மிக அமைதியாகக் காத்திருந்தேன். இப்போது எனக்குப் புரிந்து விட்டது, நான் என் வேலையை ஆரம்பிக்க வேண்டும். என் குழந்தை, என் அருமையான குழந்தை, அனாவசியமாக பலியானான். எப்படி அழுதேன் தெரியுமா? அந்தத் துயரமான கதையை நான் உனக்கு எப்படிச் சொல்லுவேன்?”

“சொல்லுங்கள் அன்னையே.”

“அவனை இழந்த பிறகு என்னால் ஒருநாளும் அழ முடியவில்லை. பளிங்கினாலும், மெழுகினாலும், மரத்தினாலும், தங்கத்தினாலும், தந்தத்தினாலும் என்னைச் செய்து வைத்து விட்டார்கள் என்பதால் என்னால் கண்ணீரே விட முடியவில்லை. இப்படியே வாழ்ந்து விட்டேன், முகத்தில் ஒரு முட்டாள்தனமான புன்னகையோடு. த்ரிஸ்த்தான், அவர்கள் வடித்து வைத்த மாதிரி அல்ல நான். நான் வேறு மாதிரி இருந்தேன். இத்தனை அழகானவளும் அல்ல. உன்னிடம்

சில விஷயங்களைச் சொல்லவே வந்தேன்.”

“இந்த நீக்ரோவிடம் சொல்லுங்கள் அம்மையே...”

“த்ரிஸ்த்தான், நான் இப்போது செய்யப் போவதைப் பார்த்து நீ மிரளப் போகிறாய்.”

“ஏற்கனவே மிரண்டு போய்த்தான் கிடக்கிறேன். ஆனால் உயிரோடு இருக்கிறேனே?”

“த்ரிஸ்த்தான். நான் உன் பக்கத்தில் படுத்துக் கொள்ளப் போகிறேன்.”

“எனக்கு என்ன சொல்வதென்றே தெரியவில்லை. நாக்கே எழவில்லை தாயே!”

“த்ரிஸ்த்தான், நீ என்ன செய்து கொண்டிருக்கிறாய் என்று உனக்குத் தெரிகிறதா? உன்னைப் போல் யாருமே என்னை இப்படிப் பிரார்த்தனை செய்ததில்லை.”

“நான் உங்களுக்காக ஒரு அருமையான பாடலைப் பாடுகிறேன். ஆனால் தயவுசெய்து என் பக்கத்தில் மட்டும் படுத்து விடாதீர்கள். நான் ஒரு பாவி. கெட்டவன்.”

“இப்போது நான் என்ன செய்யப் போகிறேன் என்று பார்” என்று சொல்லி விட்டு அவன் பக்கத்தில் படுத்த அவள் கேசத்திலிருந்து காலாதீதமும் கன்னித்தன்மையும் மணமாகக் கமழ்ந்து வந்தது.

“இப்போதுதான் முக்கியமான கட்டம் வரப் போகிறது த்ரிஸ்த்தான். என்னுடைய ஆடைகளை நீ கழற்ற வேண்டும். ஷூக்களிலிருந்து துவங்கு. அவைதான் பெரிய சித்ரவதை. ஏதோ இரும்பால் செய்யப்பட்டது போல் கால்களை வேதனைப்படுத்தி விட்டது. பல நூற்றாண்டுகளாக அவற்றைப் போட்டுக் கொண்டிருந்து என் கால்களே ரணமாகி விட்டன. அவைகளை தயவுசெய்து கழற்றி விடு த்ரிஸ்த்தான். இனிமேலும் அந்த வேதனையைத் தாங்க முடியாது.”

“இதோ செய்கிறேன். இந்தப் பாவியின் கரங்களால் உங்கள் பாதங்களை விடுவிக்கிறேன்.”

“ஓ த்ரிஸ்த்தான்... எவ்வளவு பெரிய ஆறுதல். ஆனால் வேலை இன்னும் முடியவில்லை த்ரிஸ்த்தான். என் பாதங்களைப் பார். எவ்வளவு வேடிக்கையாக இருக்கிறது. மெழுகினால் செய்யப்பட்ட பாதங்கள்... தொட்டுப் பார்.”

“ஆமாம் தாயே, மெழுகுவர்த்திதான்.”

“இப்போது நீ இன்னொரு முக்கியமான விஷயத்தைக் கற்றுக் கொள்ளப் போகிறாய் த்ரிஸ்த்தான். என் மெழுகுக் காலுக்கு உள்ளே ரத்தமும் சதையுமான நிஜமான கால் இருக்கிறது.”

“புனித அன்னையே, நீங்கள் என்னைக் கொன்று கொண்டிருக்கிறீர்கள்.”

“இல்லை த்ரிஸ்த்தான். நான் சொல்வதை கவனமாகக் கேள். இந்த மெழுகுக்கு உள்ளே நான் ரத்தமும் சதையுமாக இருக்கிறேன்.”

“இல்லை என் அன்னையே, உங்கள் மேடைக்கே நீங்கள் சென்று விடுங்கள். இந்த நீக்ரோவுக்கு அருகில் இருட்டில் நீங்கள் படுத்திருப்பதை அவன் விரும்பவில்லை. மலர்களால் அலங்கரிக்கப்பட்ட உங்கள் மேடைக்கே போய் விடுங்கள்.”

“இல்லை த்ரிஸ்த்தான். நான் திரும்பிச் செல்லப் போவதில்லை. ஒரு கன்னி அவளுடைய இடத்தை விட்டுக் கிளம்பி விட்டாள் எனில் அதற்குப் பிறகு திரும்பச் செல்வது என்ற பேச்சுக்கே இடமில்லை. என்னுடைய மெழுகை நீதான் கரைக்க வேண்டும். இனிமேலும் நான் மாசற்றவளாக இருக்க முடியாது. அவர்கள் கொன்று போட்ட குழந்தையின் உண்மையான தாய் நான். எனக்கு நடக்க வேண்டும். அழ வேண்டும். வெறுக்க வேண்டும். நான் ரத்தமும் சதையுமாக வாழ விரும்புகிறேன்; ஜீவனில்லாத உறைந்து போன மெழுகுச் சிலையாக அல்ல.”

“எப்படி இந்த மெழுகை உருக்குவேன், என்னருமை சீமாட்டி?”

"என்னைத் தொடு த்ரிஸ்த்தான். தழுவிக் கொள். கொஞ்ச நேரத்துக்கு முன்னால் உன் கைகள் செயலற்று இருந்தன. நான் முத்தமிட்ட பிறகு அவை இயங்க ஆரம்பித்து விட்டன. உன்னுடைய ஸ்பர்ஸம் என்னை என்ன செய்கிறது என்று பார். ஆரம்பி. கால்களைத் தொடு. மெழுகு உருக ஆரம்பிப்பது தெரியும்..."

"ஆமாம் என் வைரமே, உன் கால்களைத் தொட்டதும் மெழுகு கரைகிறது."

"இப்போது என் நிஜ கால்களைத் தொடு த்ரிஸ்த்தான்..."

"ஆம். இந்தப் பாதங்கள் மலர்களால் செய்யப்பட்டது போல் இருக்கின்றன."

"ஆனால் அது போதாது. மற்றவற்றையும் விடுவி."

"இல்லை, என்னால் முடியாது. இந்த நீக்ரோ ரொம்பவும் பயந்து விட்டான்."

"த்ரிஸ்த்தான். ஆரம்பித்ததை முடி."

"முழங்கால் வரை வந்து விட்டேன் சீமாட்டி. இந்த நீக்ரோவின் காட்டுமிராண்டித்தனமான காரியத்தை இதோடு நிறுத்திக் கொள்கிறேன். என் கைகளையும் வெட்டி விடுங்கள். ஒரு புனித மலரின் தண்டைத் தொட்டு விட்ட என் கைகள் என் உடம்போடு ஒட்டியிருக்கக் கூடாது."

ஒரு பேரிடி இடித்தது. ஜன்னல் கதவுகள் மிகவும் சப்தமாக அடித்துக் கொண்டன. அந்த இல்லமே பேரலைகளில் மாட்டிக் கொண்ட கப்பலைப் போல் ஆடியது.

"இந்த இரவைப் பற்றிக் கேள்விப்பட்டாயா? இந்த இரவு எப்படி இருக்கிறது என்று பார்த்தாயா? விடிவதற்குள் என்னை நீ விடுவித்தாக வேண்டும். என் தொடைகளின் மெழுகை உருக்கு. சீக்கிரம். என் கால்கள் பூராவும் எனக்குத் திரும்பவும் வேண்டும்."

“கன்னி ஸ்த்ரீயே... இதோ உன் தொடைகளையும் உயிர்ப்பித்து விட்டேன். போதும், என்னை விட்டு விடு. என் கண்ணீரைப் பார். இந்த நீக்ரோவின் ரத்தம்தான் கண்ணீராய் வழிகிறது.”

“த்ரிஸ்த்தான், இந்த வீடு மீண்டும் ஆடுவதை உணர்கிறாயா? என் தொடைகளைப் பற்றிக் கவலைப்படாதே. என்னை முழுமையாக உருக்கு...”

“இப்போது நாம் மொக்கின் அருகே நின்று கொண்டிருக்கிறோம். பூட்டப்பட்ட தோட்டம். என்னால் முடியாது. நான் அதைச் செய்யக் கூடாது.”

“தொடு த்ரிஸ்த்தான். தொடு. குறிப்பாக அதைத்தான் தொட வேண்டும். அங்கே உள்ள மெழுகு உருகி விட்டதானால் அதற்கு மேல் நீ எதுவும் செய்ய வேண்டாம். அதற்குப் பிறகு என் மார்பகங்களும் முதுகும் வயிறும் தானாக உருகி விடும். தொடு த்ரிஸ்த்தான். நீ அதைத் தொட வேண்டும்.”

“இல்லை என் சீமாட்டி. அந்தத் தங்க மொக்கை நான் தொட மாட்டேன்.”

“நீ தொட்டாலும் தொடாவிட்டாலும் அது அதுவாகவேதான் இருக்கும். நீ தொட்டு விட்டதால் அது மாறிப் போய் விடுமா?”

“அது மட்டும் வெறும் தொடுதலோடு விடாது என் பெண்ணே... அது என்னை, இந்தப் பைத்தியக்கார நீக்ரோவின் ரத்தத்தையே ஒட்டு மொத்தமாக உறிஞ்சிக் கொண்டு விடும். கண்ணீருடன் உன்னைக் கெஞ்சிக் கேட்டுக் கொள்கிறேன்... வேண்டாம்.”

“செய். என் கண்களைப் பார்த்துக் கொண்டே செய்.”

பிறகு அந்தக் கறுப்பன் கன்னியை நோக்கித் தன் கண்களை உயர்த்தினான். அங்கே அவன் கண்டது:

(இந்த இடத்தில் உங்களிடம் நான் - சாரு - இடைச் செருகலாக ஒரு விஷயத்தைச் சொல்ல வேண்டும். இந்தக் கதையை இங்கே நான் மொழிபெயர்க்கவில்லை. மொழிபெயர்க்க வேண்டுமானால் அதற்கே ஒரு நாலைந்து நாட்கள் வேண்டும். முழுமையாக. அது இப்போதைக்குத் தேவையும் இல்லை.

இந்தக் கதையை நான் உங்களுக்குச் சொல்ல விரும்பியதன் காரணம், கிறித்தவத்தின் எதிர்மறை விஷயங்களைப் பற்றிப் பேசுகிற போது அதில் உள்ள முக்கியமான - மற்ற மதங்களில் பார்க்கக் கிடைக்காத கருத்துச் சுதந்திரம் என்ற விஷயத்தையும் சிலாகிக்க வேண்டும். இது வேறு எந்த மதத்திலும் இல்லை. ஹிந்து மதத்தில் ஓரளவு இருந்தது. கடவுளே இல்லை என்று சொல்பவர்களையும் சித்தர் வரிசையில் வைத்தது ஹிந்து மதம். ஆனால் அந்த சகிப்புத்தன்மையை ஹிந்து மதம் இப்போது இழந்து விட்டது. கிறித்தவம் அதை இன்னும் இழக்கவில்லை. இந்தக் கதையை நான் முப்பத்தைந்து ஆண்டுகளுக்கு முன்னே ஒரு லத்தீன் அமெரிக்க சிறுகதைத் தொகுப்பில் படித்தேன். ஒரு சினிமாவைப் போல் அதன் காட்சிகள் என் மனதில் பதிந்து விட்டன. கிறித்தவம் இப்படி ஒரு கதையை அனுமதிக்கிறது. கலைஞர்களுக்கு அதில் கருத்துச் சுதந்திரம் இருக்கிறது. மற்ற மதங்களில் எழுதியிருந்தால் எழுதியவரின் உயிர் இருக்காது. கிறித்தவம் இதை சகித்துக் கொண்டது. எழுத்தாளனுக்கான சுதந்திரத்தை நல்கியது. கிறித்தவத்தின் மதமாற்றம் என்ற விஷயத்தை விமர்சித்து எழுதிக் கொண்டிருந்தேன். அது கூட எதற்கு என்றால், பல கிறித்தவர்கள் ஹிந்து மதத்தின் சாதிப் பிரிவினை பற்றி பிரதானப்படுத்துவதால். எல்லா மதங்களிலும் மனித விரோதப் போக்குகள் இருந்தன, இருக்கின்றன என்பதைச் சுட்டிக் காட்டுவதற்காக இதை ஆரம்பித்தேன். மற்றபடி நானும் ஒரு கிறிஸ்துவின் ஊழியன்தான். கிறிஸ்து என்ற நபரே இல்லை என்று சென்ற வாரம் ஒரு கட்டுரை என் பார்வைக்கு வந்த போது ஒரு நாள் முழுதும் செலவிட்டு கிறிஸ்து இருந்ததற்கான வரலாற்று ஆதாரங்களைக் கொண்ட ஆய்வுகளை ஃபேஸ்புக்கில் பதிவு செய்தேன். ஆனால் என் பிராது என்னவென்றால், இந்தியாவைக் கொள்ளை அடிக்க வந்த வெள்ளைக்கார நாய்கள் இந்தியனைப் பார்த்து நீ காட்டுமிராண்டி என்று சொல்ல என்ன உரிமை இருக்கிறது என்பதுதான். அடுத்த வீட்டில் போய் நீங்கள் திருடுவீர்களா? அப்படியானால் ஒரு தேசத்தையே பிடித்து கொள்ளையடிப்பதென்றால், அவனை எப்படி அழைக்க வேண்டும்? திருடன் என்றுதானே? ஐரோப்பியர்கள் சமீப காலம்

வரை கூட வெளிநாடுகளில் போய் ஆட்சியைப் பிடித்துக் கொண்டு திருடினார்கள். ஸ்பெய்ன், போர்த்துகல், ஃப்ரான்ஸ், இங்கிலாந்து போன்ற நாடுகள்தான் அந்தத் திருட்டுக் கூட்டம். அந்தத் திருட்டின் விளைவைத்தான் அவர்கள் இப்போது அனுபவிக்கிறார்கள். லண்டனின் ஒரு தெருவில் தாடி வைத்த ஒரு முஸ்லிம் இளைஞர் கூட்டம் (பாகிஸ்தானியர்) எங்கள் மாவட்டத்தில் மதுபானம் விற்கக் கூடாது என்று மதுபானக் கடைகளையெல்லாம் அடித்து நொறுக்கும் காணொலி ஒன்றைப் பார்த்து முதலில் ஆச்சரியமும் கோபமும் அடைந்தேன். யார் நாட்டில் போய் யார் அதிகாரம் பண்ணுவது என்று. ஆனால் உடனேயே "அனுபவிடா அனுபவி" என்றே குரூரமாகத் தோன்றியது. வெள்ளைக்கார நாய்கள் இங்கே வந்து மூன்று நூற்றாண்டுகள் ஆட்டம் போட்டார்கள் அல்லவா? இப்போது அனுபவிக்கட்டும். இதேதான் ஃப்ரான்ஸில் நடக்கிறது. பாரிஸின் பல பகுதிகள் அல்ஜீரியர்களாலும், மொரோக்குகளாலும் நிரம்பி வழிகிறது. பாரிஸின் பல பகுதிகள் ஆஃப்ரிக்க நகரைப் போல் தோற்றம் தருகின்றன. பாரிஸின் கன்னிப் பெண்கள் டிஸம்பர் முப்பத்தொன்று புத்தாண்டு தினத்தன்று சாம்ப்ஸ் லீஸேயில் தங்கள் கன்னித்தன்மையை இழக்கிறார்கள் என்று பாரிஸ் நகரப் பெரியவர்கள் கவலைப்படுகிறார்கள். அந்நிய மண்ணில் சுரண்டச் சென்றதால் வந்த வினை.

எனவே நான் எந்த மதத்தின் ஆதரவாளனும் இல்லை; எதிர்ப்பாளனும் இல்லை. இந்தக் கதையை யாரேனும் நல்லபடியாக மொழிபெயர்த்தால் நலம். ஒரு பெண் மொழிபெயர்த்தால் மேலும் சிறப்பு. இங்கே நான் கொடுத்திருப்பது மொழிபெயர்ப்பு அல்ல. அந்தக் கதையைப் பற்றி உங்களுக்குச் சொல்கிறேன். அந்தக் கதையைச் சொல்கிறேன், அவ்வளவுதான்.)

இனி கதையைத் தொடர்வோம்:

பிறகு அந்தக் கறுப்பன் கன்னியை நோக்கித் தன் கண்களை உயர்த்தினான். அங்கே அவன் கண்டது: *Two forget-me-nots sparkling with celestial fire, like a breath of a chimera.* அதன்

பிறகு அவனால் பணியாமல் இருக்க முடியவில்லை. அவள் அவனை விழுங்கப் போகிறாள் என்பதை அவன் உணர்ந்தான்.

"எனக்குத் தெரியும். எனக்குத் தெரியும். ஏன் இதைச் செய்தேன்? ஏன் அதைத் தொட்டேன்? இப்போது நான் அதன் உள்ளே நுழைய விரும்புகிறேன். அந்தத் தோட்டத்தின் ஈரத்தில் நான் மூழ்கி விட விரும்புகிறேன். இந்த ஏழை நீக்ரோவுக்கு வேறு வழியில்லை. இப்போது இந்த நீக்ரோவைப் பார் சீமாட்டி, அவன் உடல் எப்படி நடுங்குகிறது என்று, எப்படி அவன் ரத்த அழுத்தம் அவன் குரல்வளையை நசுக்கப் போகிறது என்று. நான் அதைத் தொடக் கூடாது என்று எனக்கு நன்றாகவே தெரியும். அந்தத் தடை செய்யப்பட்ட வளையத்துக்குள் நுழைந்த நீக்ரோ அவன் பெருமை அழிந்து அந்த வளையத்திலிருந்து வெளியே வர முடியாமல் சாகப் போகிறான்."

"இல்லை த்ரிஸ்த்தான் இல்லை. நீ ஒரு மகத்தான காரியத்தைச் சாதித்திருக்கிறாய். அது என்ன என்று உனக்குத் தெரியுமா?"

"தெரியும், நன்றாகத் தெரியும்."

"இல்லை, உனக்குத் தெரியாது. நீ ஒரு கன்னியை உருக்கி விட்டாய். இப்போது உனக்கு என்ன தேவை என்பது முக்கியம் அல்ல. ஒரு ஆண் மகனுக்கு ஒரு கன்னியை எப்படி உருக்குவது என்று தெரிந்திருந்தால் போதும். அதுதான் ஒரு ஆணுக்குப் பெருமை."

"இதையெல்லாம் புரிந்து கொள்ளும் அறிவு இந்த நீக்ரோவுக்கு இல்லை. அதெல்லாம் சொர்க்கத்திலிருந்து வந்தவர்களால் மட்டுமே புரிந்து கொள்ள முடியும்."

"த்ரிஸ்த்தான். உனக்குத் தெரியாத இன்னொரு விஷயம். நீ செத்துக் கொண்டிருக்கிறாய்."

அந்தக் கறுப்பன் அந்தப் பெண்ணின் மார்பகங்களில் தன்னைப் புதைத்துக் கொண்டிருந்தான்.

"ஆ, புரிந்து விட்டது. என்னை அவர்கள் கொல்லப் போகிறார்கள். அவர்களின் படைப்பில் நான் கை வைத்து

விட்டேன். நான் இங்கிருந்து தப்பி விடுகிறேன். என்னை விடு. இங்கிருந்து ஓடி விடுகிறேன்."

"கத்தாதே த்ரிஸ்த்தான். தூங்கிக் கொண்டிருக்கும் மற்றவர்கள் எழுந்து விடப் போகிறார்கள். அமைதியாக இரு. இனிமேல் உன்னை யாரும் ஒன்றும் செய்ய முடியாது. காற்றின் ஓசை உனக்குக் கேட்கிறதா? இந்த இல்லம் ஏன் விழவில்லை என்றால் இங்கே நான் இருக்கிறேன். ஆனால் நான் இங்கே இருந்தாலும் அதை விட மோசமான ஒன்று நடக்கலாம்."

"என்ன அது?"

"அவர்கள் நாள் பூராவும் தேடினார்கள். இந்த இடம்தான் மிச்சம். இன்னும் ஓரிரு நிமிடங்கள் அவர்கள் இங்கே இருப்பார்கள். நிச்சயம் வருவார்கள். ஏனென்றால், நீ அந்த மனித மிருகத்தைக் கொன்று விட்டாய். நீ அம்மணமாக இந்தப் படுகுழியில் சாவதைப் பற்றியெல்லாம் அவர்களுக்குக் கவலை இல்லை. நிச்சயம் அவர்கள் உன்னை இழுத்துக் கொண்டு போவார்கள்."

"அன்னையே, நீங்கள்தான் என்னைக் காப்பாற்ற வேண்டும்."

"கவலைப்படாதே, அப்படி நடக்க விட மாட்டேன். எப்படி விடுவேன். என் மெழுகு உருவத்திலிருந்து வெளியே வர நீதானே உதவி செய்தாய்? உன்னை எப்படிக் கை விடுவேன்?"

"அவர்கள் என்னைப் பிடிப்பதை நீ எப்படித் தடுப்பாய்?"

"அந்த சாளரத்தின் வழியே நான் வெளியே போக வேண்டும். இப்போது எனக்குக் கால்கள் இருக்கின்றன. நீதான் எனக்குக் கால்களைக் கொடுத்து விட்டாயே?" அவள் கிசுகிசுக்கும் குரலில் சொன்னாள்: "அவர்கள் கதவைத் தட்டுவார்கள். எத்தனை முறை தட்ட வேண்டும் என்று உனக்குத் தெரியும். நான்காவது முறை தட்டும் போது அந்த வெள்ளை மனிதன் எழுந்து போவான். அவர்கள் உன்னைப் பிடிக்க வருவார்கள். நான் அப்போது இருக்க மாட்டேன். நீ சாகாமல் இருந்தால் உன்னையும் அழைத்துக் கொண்டு போவேன். ஜன்னல்

வழியாக இரண்டு பேரும் குதித்து விடுவோம். ஆனால் இந்த விஷயங்களில் நம் பிதா என்னை விடத் திறமையானவர். எனவே உன் மரணத்திலிருந்து நீ தப்பிக்க முடியாது. அதனால் அவர்கள் உன்னை உயிரோடு பிடிக்காமல் இருக்க வழி பண்ணுவேன்."

"அப்புறம் அன்னையே?"

"இந்த இல்லத்தில் நான் இல்லாவிட்டால் என்ன ஆகும்?"

"கேள். அவர்கள் கதவைத் தட்டுகிறார்கள். முதல் தட்டு."

"சரி, அடுத்த தட்டில் நாம் இறுகப் பிடித்துக் கொள்ள வேண்டும்."

அடுத்த தட்டுக்கு முகத்தில் வெட்டுக்காயம் கொண்ட மனிதன் லாந்தர் விளக்கை எடுத்துக் கொண்டு எழுந்தான். கறுப்பன் கன்னியை இறுகப் பற்றிக் கொண்டான். அவளுடைய நிஜமான கூந்தலை முகர்ந்தான். தன் முகத்தை அவளுடைய கன்னத்தில் வைத்து அழுத்தினான்.

மூன்றாவது தட்டு. லாந்தர் விளக்கு மனிதன் கதவின் அருகே சென்று விட்டான். இது வழக்கமான தட்டு அல்ல. யாரோ துப்பாக்கியால் கதவை இடிக்கிறார்கள்.

அந்தத் தருணத்தில் அந்தப் பெண் பக்கவாட்டு ஜன்னலைத் திறந்து கொண்டு தேய்பிறை காற்றில் நழுவிச் செல்வது போல் வெளியே சென்று இருளில் மறைந்தாள்.

"அன்னையே, அன்னையே, என்னை விட்டு விடாதீர்கள். இது நாலாவது தட்டு. அவர்கள் கொடுக்கும் மரணம் எப்படி இருக்கும் என்று எனக்குத் தெரியும். அதை விட வேறு எந்த மரணமும் பரவாயில்லை."

"வாயை மூடு, முட்டாள் நீக்ரோ. உன்னால்தான் அவர்கள் வந்திருக்க வேண்டும். சந்தேகமே இல்லை."

அப்போதுதான் அது நடந்தது. அவர்கள் புயலைப் போல் உள்ளே நுழைந்தார்கள். லாந்தர் விளக்குகளை மேலே தூக்கிப்

பிடித்தபடி தரையில் தூங்கிக் கொண்டிருந்தவர்களை உதைத்துக் கொண்டு வந்தார்கள். அப்போது அந்த நரகத்தின் காற்று அடித்தது. கட்டிடம் அந்த இரவில் முன்பு ஆடியது போலவே ஆடியது. ஆனால் அந்த இல்லத்தில் கன்னி இனி இல்லை. அவ்வளவுதான். உலகமே இடிந்து விழுவதைப் போல் விழுந்தது.

திடீரென்றுதான் அது நடந்தது. யாரும் மிஞ்சவில்லை. தேடப்பட்டவன், தேடியவன், கூட இருந்தவன் ஒருவரும் பிழைக்கவில்லை.

மழை நின்று போயிருந்தது. காற்றுதான் இன்னும் பலமாக வீசியது. பேரழிவின் தூசிகளையும் அடித்துக் கொண்டு போனது.

இப்படி ஒரு கதையை அனுமதித்ததற்காக கிறித்தவத்துக்கு என் வந்தனம்.

இந்தக் கதையின் ஆரம்பத்தை நேற்று பதிவேற்றம் செய்திருந்தேன். இப்போது கதையின் மீதி. நேற்றைய பதிவைப் படித்து விட்டு வாசக நண்பர் அர்ஜுன் ஒரு கடிதம் எழுதியிருந்தார். அவருடைய வேறோர் கடிதம் ஒன்றை முன்பு வெளியிட்டிருந்தேன்.

Dear Charu, Sir,

பூச்சி - 32 is a treasure trove , being so vivid and descriptive your one blog post equals six months of a college lecture, because after one reads your post you provide them enough literary references to keep them occupied for the next one year that too in just one blog post.

After reading பூச்சி - 32 I've come to know about the significance of Radwa Ashour's Granada trilogy. I've loved her works like The woman from tantoura and blue lorries and I'd also kindly suggest you to have a look at

Elena Garro's Recollection of things to come and Radwa Ashour's book Arab woman writers. It's her version of பழுப்பு நிறப்

பக்கங்கள் where she writes about important Arabic woman writer from 1873 to 1999. That's how I got to know about several important Arabic writers, please do check it out if you find time.

Can't wait for the book stores to open so that I can rush and buy Granada trilogy and ship of fools.

Also got to learn about Armonia Somers , Silvina Ocampo, Luisa Valenzuela , Cristina Peri Rossi.

Thanks a ton.
Beloved reader,
Arjun.

26.4.2020.

சாரு நிவேதிதா

18.12.1953இல் திருவாரூர் மாவட்டத்தில் திருத்துறைப்பூண்டிக்கு அருகில் உள்ள இடும்பாவனம் என்ற ஊரில் பிறந்தார். வளர்ந்ததும் பள்ளிப் படிப்பும் நாகூரில். கல்லூரிப் படிப்பு காரைக்கால், தஞ்சாவூர், திருச்சி. கல்லூரிப் படிப்பை முடிக்கவில்லை. சென்னையில் ஒரு ஆண்டு சிறைத்துறையில் எழுத்தர் பணி. 1978இலிருந்து 1990 வரை தில்லி நிர்வாகம் - சிவில் சப்ளைஸ் துறையில் ஸ்டெனோ. பின்னர் பன்னிரண்டு ஆண்டுகள் தமிழ்நாடு அஞ்சல் துறையில் பணி. 2002இலிருந்து முழுநேர எழுத்து.

இகனாமிக் டைம்ஸ் நாளிதழின் அகில இந்தியப் பதிப்பில், 2001 - 2010 என்ற பத்தாண்டுகளின் சாதனையாளர் பட்டியலில் தமிழகத்திலிருந்து இடம் பெற்ற இரண்டு பேர்களில் ஒருவர் சாரு நிவேதிதா.

இவரது நாவல் ‘ஸீரோ டிகிரி’ Jan Michalski சர்வதேசப் பரிசுக்குப் பரிந்துரைக்கப்பட்டது. ஹார்ப்பர் காலின்ஸ் தொகுத்த, இந்தியாவின் ஐம்பது முக்கிய புத்தகங்களில் ஒன்றாகவும் தேர்ந்தெடுக்கப்பட்டது.

ஆங்கிலப் பத்திரிகைகளில் இவர் எழுதும் கட்டுரைகள் சர்வதேச அளவில் கவனம் பெற்றவை. லண்டனிலிருந்து வெளியாகும் PS Publication-இன் Exotic Gothic தொகுதியில் இவரது Diabolically Yours என்ற பேய்க்கதை ஆங்கிலத்தில் வெளியாகி உள்ளது. தற்சமயம் லண்டனிலிருந்து வெளிவரும் ArtReview Asia என்ற பத்திரிகையில் தொடர் கட்டுரை எழுதி வருகிறார்.

இவரது எழுத்தை ஆங்கில விமர்சகர்கள் விளதிமீர் நபக்கோவ், வில்லியம் பர்ரோஸ், கேத்தி ஆக்கர் போன்ற எழுத்தாளர்களோடு ஒப்பிடுகிறார்கள். உலகின் முக்கியமான transgressive வகை எழுத்தாளர்களில் ஒருவராகக் கருதப்படுகிறார் சாரு நிவேதிதா. தற்போது சென்னையில் வசிக்கிறார்.

ஆசிரியரின் பிற நூல்கள்

நாவல்

1. எக்ஸிஸ்டென்ஷியலிஸமும் ஃபேன்சி பனியனும்
2. ஸீரோ டிகிரி
3. ராஸ லீலா
4. காமரூப கதைகள்
5. தேகம்
6. எக்ஸைல்
7. ஔரங்ஸேப்

ஆங்கிலத்தில் கிடைக்கும் நூல்கள்

1. Zero Degree - Novel
2. Marginal Man - Novel
3. Morgue Keeper - Selected Short Stories
4. Unfaithfully Yours - Collection of Articles
5. Towards a Third Cinema
6. To Byzantium: A Turkey Travelogue

சிறுகதைத் தொகுப்பு

1. கர்னாடக முரசும் நவீன தமிழ் இலக்கியத்தின் மீதான ஓர் அமைப்பியல் ஆய்வும்
2. நேநோ
3. மதுமிதா சொன்ன பாம்பு கதைகள்
4. ஷேக்ஸ்பியரின் மின்னஞ்சல் முகவரி
5. ஊரின் மிக அழகான பெண் (மொழி பெயர்ப்புச் சிறுகதைகள்)
6. முத்துக்கள் பத்து (தேர்ந்தெடுத்த சிறுகதைகள்)
7. Diabolically Yours - Exotic Gothic Vol-2 இல் வெளிவந்த சிறுகதை

நாடகம்

ரெண்டாம் ஆட்டம்

கட்டுரைத் தொகுப்பு

1. கோணல் பக்கங்கள் - பாகம் 1
2. கோணல் பக்கங்கள் - பாகம் 2
3. கோணல் பக்கங்கள் - பாகம் 3
4. கலகம் காதல் இசை
5. வாழ்வது எப்படி?
6. எனக்குக் குழந்தைகளைப் பிடிக்காது
7. தீராக் காதலி
8. கனவுகளின் மொழிபெயர்ப்பாளன்
9. கடவுளும் நானும்
10. மூடுபனிச் சாலை

11. ஆஸாதி... ஆஸாதி... ஆஸாதி...
12. தப்புத் தாளங்கள்
13. வரம்பு மீறிய பிரதிகள்
14. தாந்தேயின் சிறுத்தை
15. கடவுளும் சைத்தானும்
16. கலையும் காமமும்
17. மலாவி என்றொரு தேசம்
18. கெட்ட வார்த்தை
19. மனம் கொத்திப் பறவை
20. எங்கே உன் கடவுள்?
21. கடைசிப் பக்கங்கள்
22. பழுப்பு நிறப் பக்கங்கள் (பாகம் - 1)
23. பழுப்பு நிறப் பக்கங்கள் (பாகம் - 2)
24. பழுப்பு நிறப் பக்கங்கள் (பாகம் - 3)
25. சரசம் சல்லாபம் சாமியார்
26. வேற்றுலகவாசியின் டயரிக் குறிப்புகள்
27. நிலவு தேயாத தேசம்
28. மழையா பெய்கிறது?
29. மெதூஸாவின் மதுக்கோப்பை
30. நாடோடியின் நாட்குறிப்புகள்
31. கனவு, கேப்பச்சீனோ, கொஞ்சம் சாட்டிங்... - தொகுதி - 2
32. திசை அறியும் பறவைகள்
33. வரம்
34. பூச்சி தொகுதி - 1
35. பூச்சி தொகுதி - 2
36. பூச்சி தொகுதி - 3
37. பூச்சி தொகுதி - 4

சினிமா

1. லத்தீன் அமெரிக்க சினிமா - ஓர் அறிமுகம்
2. சினிமா: அலைந்து திரிபவனின் அழகியல்
3. சினிமா சினிமா
4. நரகத்திலிருந்து ஒரு குரல்
5. கனவுகளின் நடனம்
6. ஒளியின் பெருஞ்சலனம்

கேள்வி - பதில்

1. அருகில் வராதே
2. அறம் பொருள் இன்பம்

நேர்காணல்

1. ஒழுங்கின்மையின் வெறியாட்டம்
2. இச்சைகளின் இருள்வெளி (நளினி ஜமீலாவுடன் ஒரு உரையாடல்)

இணையதளம்

www.charuonline.com
www.charunivedita.com

www.ingramcontent.com/pod-product-compliance
Ingram Content Group UK Ltd.
Pitfield, Milton Keynes, MK11 3LW, UK
UKHW041630190726
13854UKWH00006B/2413